வாக்கப்பட்ட பூமி

திரைப்பட இயக்குநர்
சுசி கணேசன்

டிஸ்கவரி பப்ளிகேஷன்ஸ்
எண்: 9, பிளாட் எண்: 1080A, ரோஹிணி பிளாட்ஸ்
முனுசாமி சாலை, கே.கே.நகர் மேற்கு,
சென்னை - 600 078. பேச: 99404 46650

வாக்கப்பட்ட பூமி
ஆசிரியர்: சுசி கணேசன்©

VAKKAPPATTA BHOOMI
Author: **Susi Ganesan**©

First Edition: Dec-2021

வெளியீட்டு எண்: 0074

ISBN: 978-93-91994-42-6

Pages: 240

Rs. 270

Printed: Mani Offset, Chennai - 77

Publisher • Sales Rights

Discovery Publications	**Discovery Book Palace (P) Ltd**
No. 9, Plot,1080A, Rohini Flats, Munusamy Salai, K.K.Nagar West, Chennai - 600 078. Mobile: +91 99404 46650	No. 6, Mahaveer Complex, Munusamy Salai, K.K.Nagar West, Chennai-600 078. Ph: (044) 4855 7525 Mobile: +91 87545 07070

discoverybookpalace@gmail.com
WWW.DISCOVERYBOOKPALACE.COM

இந்த நூலில் பிரசுரமாகியுள்ள எந்த ஒரு பகுதியையும் பதிப்பாளரின் எழுத்துபூர்வமான முன்அனுமதி பெறாமல் எடுத்தாள்வதோ, மறுபிரசுரம் செய்வதோ, மொழியாக்கம் செய்வதோ, அச்சு மற்றும் மின்னணு ஊடகங்களில் மறுபதிப்புச் செய்வதோ, காப்புரிமைச் சட்டப்படி தடை செய்யப்பட்டுள்ளது. இந்த நூலிலிருந்து குறிப்பிட்ட பகுதிகளை மேற்கோள்காட்டி புத்தக விமர்சனம் செய்ய, ஊடகங்களுக்கு மட்டும் அனுமதி உண்டு.

உங்கள் மொபைல் போனிலிருந்து ஸ்கேன் செய்து 'டிஸ்கவரி புக் பேலஸ்' மொபைல் ஆப்பை டவுன்லோடு செய்து, புத்தகங்களை வாங்குங்கள்.

முன்னுரை

1992-ல் தினமணிகதிரில் எழுதப்பட்ட 'வாக்கப்பட்ட பூமி' தொடர், பல ஆண்டுகள் கழித்து புத்தக வடிவம் பெற்றது. இந்தத் தாமதத்திற்கு ஒரு சுவாரஸ்யமான பின்னணி உண்டு. தொடர் எழுதிக்கொண்டிருக்கும்போதே திரு.மணிரத்னம் அவர்களிடம் உதவி இயக்குநராகச் சேர்ந்துவிட்டேன். 'சினிமாவுக்குள் நுழைந்துவிட்டாய். இப்போது புத்தகம் போடாதே. இலக்கியவாதி என்று முத்திரை குத்திவிடப்போகிறார்கள். இயக்குநராக வளர்ந்தபின்பு பார்த்துக்கொள்ளலாம்' என்று நண்பர்கள் அறிவுரை சொன்னார்கள். அன்று ஒத்திப்போடப்பட்ட முதல் புத்தகக் கனவு, 'விரும்புகிறேன்', 'பைவ் ஸ்டார்' என இரண்டு படங்களை இயக்கிய பின்பு நனவாகி இருக்கிறது. ஆனந்தமாயிருக்கிறது.

இந்நூலை எழுதுவதற்கு உந்துதலாய் இருந்து, ஊக்கம் கொடுத்தவர் அப்போதைய தினமணி கதிரின் ஆசிரியர் திரு.சுதாங்கன் அவர்கள். "சில வருஷங்களுக்குப் பிறகு சொந்த ஊருக்குப் போயிருந்தேன். எத்தனை மாற்றங்கள் தெரியுமா சார்!" நான் தற்செயலாக விவரித்த விஷயங்களை உள்வாங்கிக்கொண்டு "இத அப்படியே ஒரு தொடரா எழுதிக் குடுங்களேன்" என்று இந்நூலுக்கான முதல் வித்தை இட்டவர் அவர்தான். மதுரை மாவட்டத்தில் நூற்றுக்கு மேற்பட்ட கிராமங்களில் பயணித்து பேட்டி, செய்திகளைச் சேகரிக்க அனைத்து உதவிகளும் செய்து கொடுத்தவரும் அவரே! 'விளக்குகள் எல்லாம் வெளிச்சம் கொடுப்பவை என்றாலும், தூண்டுபவர் ஒருவர் வேண்டும்' என்பதற்கு, என் விஷயத்தில் திரு.சுதாங்கன் அவர்களே சாட்சி.

அப்போதைய தினமணி ஆசிரியர் திரு.மாலன் அவர்களுக்கும் நன்றி சொல்லவேண்டும். தொடர் ஆரம்பித்த சில வாரங்களில் அமெரிக்கா சென்றாலும், தொடர்ந்துபடித்து உற்சாகப்படுத்தியவர். அப்போதைய உதவி ஆசிரியர் திரு.மார்த்தாண்டனும் ஞாபகத்துக்கு உரியவர்.

எனது எழுத்துலக வாழ்க்கையைத் தொடங்கி வைத்த 'ஆனந்த விகடன்' 'ஜூனியர் விகடன்' 'ஜூனியர் போஸ்ட்'க்கும் மறக்காமல் நன்றி சொல்ல வேண்டும். 'விகடன் மாணவநிருபர்' திட்டத்தில் சேராது போயிருந்தால் என் வாழ்க்கையே வேறு மாதிரி அமைந்திருக்கக்கூடும். 'சாமி' என்ற பெயரில் வெளியான எனது முதல் சிறுகதையிலிருந்து தொடங்கி, சுமார் ஐந்து ஆண்டுகள் சிறப்பு நிருபராகப் பணியாற்றிய அனுபவம் இக்கட்டுரைகள் எழுதுவதற்குப் பெரிதும் உறுதுணையாக இருந்தது. விகடன் ஆசிரியர் திரு.எஸ்.பாலசுப்ரமணியன், அப்போதைய இணை ஆசிரியர் திரு.மதன், திரு.ராவ், திரு.வீயெஸ்வி, திரு.சுந்தரம், திரு.அசோகன் முதற்கொண்டு அத்தனை பேரும் எனது எழுத்தை அடித்து, திருத்தி, குறைத்து, அழகுபடுத்தி வளர்த்தவர்கள். அவர்களுக்கு நன்றி சொல்லவேண்டியது எனது கடமை.

எழுத்து ஆர்வத்தைப் பள்ளிப்பருவத்திலேயே விதைத்த மூத்த அண்ணன் டாக்டர் திரு.சு.வேம்புலு (மதுரை தியாகராசர் கல்லூரியின் தமிழ்ப் பேராசிரியர்), திரு.சு.பழனிச்சாமி (நிகழ்ச்சி அமைப்பாளர், சென்னை வானொலி நிலையம்), என்னோடு காடு மேடுகள் சுற்றி புகைப்படங்கள் எடுத்த கடைசி அண்ணன் திரு.சு.மார்க்கண்டன் (நிருபர், தமிழன் எக்ஸ்பிரஸ், மதுரை), எனக்கு தோட்டாதரணி சாரை அறிமுகப்படுத்தி, அவர்மூலம் திரு. மணிரத்னம் அவர்களிடம் சேர்த்துவிட்ட திரு. சுரேந்திரன் அங்கிள் குடும்பத்தினர் அனைவருக்கும் கடன்பட்டிருக்கிறேன். உதவி இயக்குநராய் 'பம்பாய்' படவேலையில் மாட்டிக்கொண்டிருந்தபோது,

பல நாட்கள் பத்திரிகைக்கும் எனக்கும் 'போஸ்ட்மேன்' வேலை பார்த்தது இவரது பிள்ளைகள்தான்.

திரு.பொள்ளாச்சி மகாலிங்கம், திரு.பாலகிருஷ்ணன் ஐ.ஏ.எஸ். ஆகியோரும் எனது நன்றிக்குரியவர்கள்.

இதற்கும் மேலாக - நான் சினிமாவுக்குள் நுழையப் பிள்ளையார் சுழி போட்ட பத்மஸ்ரீ திரு.தோட்டாதரணி அவர்களே ஒவ்வொரு கட்டுரைக்குமான ஓவியங்களையும் வரைந்து கொடுத்தது என்றும் மறக்கமுடியாத பாச உணர்வின் வெளிப்பாடு.

"ஸ்ஸ்ஸ்... என்ன இவ்வளவு பெரிய நன்றிப் பட்டியல்?" - எனக்கே மலைப்பாகத்தான் இருக்கிறது. இந்தச் சிறு புத்தகத்தின் பின்னால், இத்தனைபேரது உதவிகள் ஒளிந்திருக்கின்றன.

இனி புத்தகத்தைப் பற்றி...

நான்கு வரியில் சொல்லிவிடுகிறேன்.

இந்தப் புத்தகம் கிராமங்களில் அரங்கேறிவரும் கலாசார, வாழ்க்கை மாறுதல்களைப் பதிவு செய்யும் ஒரு முயற்சி.

வெளிநாடுகளுக்குப் பயணித்து, திரும்பி வந்து எழுதும் பயணக்கட்டுரைகள்போல இது ஒரு 'கிராமத்துப் பயணக்கட்டுரை.'

'தினமணி கதிரில்' நான்கு பக்கம் என்கிற வரையறை இருந்ததால் சேகரித்த விஷயங்களில் முத்தாய்ப்பானவையே இடம் பெற்றிருக்கின்றன. பெருங்கடலில் ஒரு சிறு துளி... இன்னும் பதிவு செய்யப்பட வேண்டியவை கோடிக்கணக்கில் இருக்கின்றன.

பயணித்துப் பாருங்கள்.

- சுசி கணேசன்

வாக்கப்பட்ட பூமி

கண்மாய்ப் பாசனத்தால் நெல் விளையும் வயல்பரப்பு, துவரை, உளுந்து, பருத்தி, வரகு இவை மட்டும் விளையும் கரிசல் காட்டுப் பூமி வன்னிவேலம்பட்டி. மதுரை மாவட்ட வரைபடத்திற்குள் ஒளிந்துகொண்டிருக்கும் சின்னக் கிராமம். பள்ளி இறுதிவரை கரிசல் பூமியின் காற்றைச் சுவாசித்து, பின்னர் சென்னை எம்.ஐ.டி.யின் பொறியியல் பட்டதாரியான இவரது ஆழ்மனத்தில் படிந்துள்ள நினைவுகள் ஏராளம்.

ஒரு கட்டுப் பீடியும், வெற்றிலை பாக்கும் கொடுத்தால் கயிற்றுக் கட்டிலிலிருந்து, சாணி அள்ளும் கூடைவரை பொழுது போக்காய்ப் பின்னிக்கொடுக்கும் மனிதர்கள். பிராணிகள் குளிக்கும் குட்டையில் நாளும் குளித்தாலும் நோய் அண்டாத கிராமத்துவாசிகள். லாந்தர் வெளிச்சத்தில் வெடிக்கும் ஈசலை ரசித்தது - சீச்சு முத்து, எக்காகல், கல்லா மண்ணா, நிலாப் பூச்சி- கிளித்தட்டு விளையாடிய நினைவுகள் - பாரி வேட்டைக்கு ஆள் திரட்டும் ஒத்தைச் சங்கொலியின் ரீங்காரம் - இவையெல்லாம் இவர் இந்தத் தொடர் எழுதுவதற்கான கிரியா ஊக்கிகள்.

படிப்பு முடித்து மீண்டும் கிராமம் போனபோது, அந்தப் பழைய நினைவுகளின் மீது ஏதோ ஒரு சாயம், அம்மாவை அன்பொழுக ஆத்தா என்றழைப்பதே அசிங்கம் என்கிற நினைப்பு வளர்ந்துவிட்டது. உடலுக்கு உரம் சேர்த்த கூழும். கஞ்சியும் குடிப்பதே அவமானம் என்று பரவிக்கிடக்கும் சிந்தனைகள். இந்தப் பரிணாம வளர்ச்சியில் நன்மைகளும் உண்டு. ஆத்தாளும், மகளும் ஒரே நேரத்தில் முழுகாமல் இருப்பது குறைந்திருக்கிறது. 'ஜாதி' என்கிற பேய் லேசாக விலக ஆரம்பித்திருப்பது ஒரு வகையில் சந்தோஷம்.

கிராமங்களின் உண்மையான உணர்வையும், இனிமையையும் கலந்து அதன் பழைமையை இன்னும் கட்டிக்காத்துக் கொண்டிருப்பது கிராமத்துப் 'பெரிசுகள்'தான்! இந்த மூத்த தலைமுறை முடிந்துபோனால் நிஜமான கிராமத்து வாசனையும், நடந்துகொண்டிருக்கும் நாகரிகப் புரட்சியினால் மறைந்துபோகும். அதற்குள் அந்தத் தூய மணத்தை அடுத்தத் தலைமுறைக்குக் கொண்டு சேர்க்கிற நூல்தான் 'வாக்கப்பட்ட பூமி'.

1

இளவட்டக்கல்

வைகையணைக்கருகே ஒட்டியொட்டியிருக்கும் இரண்டு கிராமங்கள். ஒரே சமுதாயத்தைச் சேர்ந்தவர்கள் வாழ்கிறதாலோ என்னவோ, பொண்ணெடுத்துப் பொண்ணு கொடுத்து ஒட்டுறவாய் வாழ்கிற தலை கட்டு ஜனங்கள் அதிகம்.

அப்படித்தான் ஒரு கல்யாணம் நடந்தது. ரெண்டு ஊருக்கும் ஏற்கெனவே சம்பந்த உறவுகள் நெறைய உண்டென்றாலும், ரத்த சம்பந்தமில்லாத அன்னிய உறவுக் கல்யாணம் அது. மணமகன் வீட்டில் நடந்த கல்யாணத்துக்கு ஏகப்பட்ட கூட்டம். உலையிலே அரிசி போட்டுக்கொண்டே யிருந்தார்கள். அங்கே வரைக்கும் நன்றாகத்தான் இருந்தது.

மாப்பிள்ளையும் பெண்ணும் மறுவீட்டுக்கு வந்தபோது தான் தலைக் கொடைச்சல் பிடிச்சது!

முளக்குச்சி நட்டிய கட்டவண்டியில், வைக்கோல் பரப்பி மேலே சிவப்பு கலர் 'ரெட்டு' விரித்து மணப்பெண்ணும் மாப்பிள்ளையும் ஆடி அசைஞ்சு வர, உறவினர்கள் வண்டியைத் தொடர்ந்து வர, பொண்ணு வீட்டு வாசல் முன்னாடி வண்டி நின்றது. ஜோடிப் பொருத்தம் பார்க்கிற ஆசையில் ஆம்பளை பொம்பளை அம்புட்டும் வண்டியைச் சுற்றி நின்று வேடிக்கையும் பார்த்தது!

பக்கத்து ஊர்க்காரப் பையன் என்கிற உரிமையில் கூட்டத்திலிருந்து எவனோ ஒருவன், "புது மாப்ளே, நல்ல... திம்சு கட்டை போலல்ல இருக்காரு.

நம்ம ஊர் இளவட்டக் கல்லை கக்கத்துல இடுக்கி, குண்டு அடிச்சாலும் அடிப்பார் டோய்..." என்று நக்கலாய்ச் சிரிக்க... பிடிச்சது சனி பெண் வீட்டுக்கு.

மாமனார் வீட்டு வாசலுக்குள் நுழையாமலே கூட்டத்தில் குரல் வந்த திசையில் திரும்பிப் பார்க்க... புது மாப்பிள்ளையின் பார்வையில் ஓர் எகத்தாளம். கொஞ்சம் 'சுருக்' தட்டுகிற ஆள் போல...!

"எல்லா ஊர்லயும் விருந்து முடிஞ்சப்புறம், வம்புக் கிழுப்பாங்கன்னு கேட்டிருக்கேன். இந்த ஊர்ல என்னடான்னா வந்து வராததும் உரசிப் பார்க்கிறாங்களே... (ஊர் வேண்டாம்) காரனுங்க மீசைக்கு மட்டும் ஒரு வீசை எண்ணெய் தேய்க்கிற பயக...!" என்று தன் ஊர்க்காரனிடம் சொல்லிவிட்டு, கூட்டத்தின் பக்கம் திரும்பி "எங்கே கெடக்குது... உங்க ஊர் இளவட்டக் கல்லு..." என்று கேட்க..... சுற்றி நின்ற கிராமத்து ஜனங்களுக்குக் கேட்கவா வேணும்! விசில் அடிச்சு உசுப்பேத்த, ஒருவன் முன்னால் ஓட, மாப்பிள்ளை பின்னால் நடக்க, மொத்தக் கூட்டமும் பின்னால் ஓடியது. பெண் வீட்டுக்காரர்கள், இதென்ன விளையாட்டு... எல்லாத்தையும் சாயந்தரம் வச்சுக்கலாம்" என்று தடுக்கப்போக, கோபம் உச்சந்தலை வரை ஏறிப்போ யிருந்ததால், மாப்பிள்ளைக்கு காது கேட்கவில்லை.

"இந்தக் கல்லை தூக்கி தூர வீசி விட்டு வீட்டுக்குள்ளே வர்றேன்..." என்று சத்தமாகச் சொன்ன புதுமாப்ளே கல்யாண வேஷ்டியை ஏத்தி கட்டி, கல்லைத் தொட்டிருக்கிறார்.

ஏதோ வேண்டாதது நடக்கப் போகிறதென்பதை யூகித்த பெரிசுகள் சில, "வேண்டாம் தம்பி... புது மாப்பிள்ளை ஊருக்கு முதன்முதலாக வந்திருக்கீங்க. முதல்ல பொண்ணு வீட்டுக்குப் போறதுதான் முறை... எவனோ எச்சக்கலை நாய் குலைச்சதுன்னு இம்புட்டு வேகப்படலாமா? என்ன இது. நம்ம பக்கத்து ஊர்கள்ல நடக்காத விஷயமா? எங்க ஊர் மாப்பிள்ளைக எத்தனை பய உங்க ஊர் மந்தையிலே மூக்குடைஞ்சி நின்னுருக்காங்கே... போயி மாமியா சமைச்சு வச்சதை ஒரு பிடி பிடிச்சுட்டு வாங்க... அப்புறமாய் இதப் பார்த்துக்கலாம்... கல்லு ஓடியா போகப்போகுது... இங்கேதான் கிடக்கும்... எப்பவேணாலும் தூக்கிப் போடலாம். போங்க மாப்ளே..." என்று சமாதானப்படுத்த முயன்று தோற்றுப்போனார்கள்.

"சரி... மாப்ளே வேகமாக இருக்கிறார்... ரொம்ப பழக்கம் போலும்" என்று விட்டுவிட்டு வேடிக்கை பார்ப்பதில் மும்முரமாகி விட்டார்கள்.

மாப்பிள்ளை, கல்லைத் தூக்கி எறிவதில் கை தேர்ந்தவர்தான். இது மாதிரி 'சுருக்' தட்டிய வார்த்தைகளால் நிறைய கல்லைத் தூக்கி எறிந்தவர்தான். அந்த மதப்பில் அங்கே கிடந்த இளவட்டக் கல்லை பார்த்திருக்கிறார். பார்வையில் சின்னக்கல்லாக இருந்திருக்கிறது. தூக்கிய பிறகுதான் தெரிந்தது மாப்பிள்ளைக்கு. தான் பார்த்த கல்லுகளை விட கொஞ்சம் கனம் ஜாஸ்தி என்பது. பாதியில் போட முடியுமா? தம் கட்டி நெஞ்சு வரை ஏத்தியவர் அதற்குமேல் தள்ள முடியாமல் தள்ளாட... ஊர் ஜனம் கூடியிருக்கிற இடத்தில் அவமானமாகி விடுமே என்கிற அச்சத்தில் இன்னும் கொஞ்சம் தம் கட்டி... கல்லை உருட்டி தோளுக்கு ஏத்த... அவர் பண்ணின பந்தாவில் கடுப்பாகி நின்றிருந்த இளந்தாரி... ஒருத்தன் "உள்ளூர்ல நூத்தியெட்டு பேரு வரிசையில நின்னான்... பெண்ணு கேட்டு!

அதெல்லாம் விட்டுட்டு "அசலூர்ல போய் சரியான 'ஆம்பளையை'த்தான் பிடிச்சிக்கிட்டு வந்திருக்காங்கய்யா..." என்று கிண்டலடிக்க... 'விசுக்'கென்று கல்லைக் கீழே போட்ட மாப்பிள்ளை... எகிறிப்போய், பேசியவனை கன்னத்தில் ஒரு குத்துவிட்டு "அதான் தூக்கிட்டிருக்கேன்ல... இடையில என்னடா கொழுப்பெடுத்த வார்த்தை" என்று மீண்டும் ஒரு குத்துவிட... அவ்வளவுதான்.

அடிபட்டவனின் பங்காளியெல்லாம் ஒன்றுகூடி, "உள்ளூர்க்காரனை அசலூர்காரன் அடிச்சதை ஒப்புக்க முடியாது..." என்று ரகளை பண்ணப்போக, பெண் வீட்டுக்காரர்கள் அவர்களை கெஞ்சிக் கூத்தாடி அமைதிப்படுத்திவிட்டு, மாப்பிளையைப் பார்க்க, மாப்பிள்ளை அவரது ஊரை நோக்கிப் பாதி வழியில்...

பிறகென்ன... பெண்ணைக் கூட்டிக்கொண்டு மாப்பிள்ளை ஊருக்கு ஓட, "இனிமேல் அந்த ஊருக்குள் என் காலடியும் படாது. இவ காலடியும் படாது. இதுக்கு ஒத்துக்கிட்டா பெண்ணை விட்டுட்டுப் போங்க..." என்று மாப்பிள்ளை கண்டிசன் போட, பெண் வீட்டார் மறுப்பு சொல்லமுடியாமல் பெண்ணை விட்டுவிட்டு வந்துவிட்டார்கள்.

பதினெட்டு வருடங்களுக்கு முன்னால் நடந்த சம்பவம் என்றாலும் (ஒரு முறை தகப்பன் சாவுக்கு வந்து போனது தவிர) இன்னும் அந்தப் பெண் (பேத்தி எடுக்கிற நிலையிலிருக்கும் பொம்பளை) சொந்த ஊருக்குள் ஒருமுறைகூட காலடி எடுத்து வைத்ததில்லையாம்.

நடந்ததென்னவோ படிப்பறிவில்லாத பாமரனின் முரட்டுத்தனமோ, அல்லது பைசா பெறாத அந்த ஜனங்களின் முன்கோபம், அறியாமை விளையாட்டுதான் என்றாலும், அந்தச் சம்பவம் சுட்டிக்காட்டியது. அவர்களது வாழ்க்கை! ஒளிவு மறைவு இல்லாத யதார்த்த முகம்! இனி இந்த பாமரத்தனங்களும், உப்புப் பெறாத சண்டைகளும் நடக்கப் போவதில்லை. காரணம், இளவட்டக்கல்லையே பெரும்பாலான கிராமங்கள் தொலைத்து விட்டனவே! விதையே இல்லை என்கிறபோது விழுது எங்கே?

ஆனால் ஒன்று! இந்த மாதிரி நடந்த 'அசம்பவங்களை' ஒதுக்கிவிட்டுப் பார்த்தால் இளவட்டக் கல்லுக்குப் பின்னால் ஒரு ரம்மியமான வாழ்க்கை தெரியும்.

"யே... யாத்தா...! ஓம் புள்ள இளவட்டக் கல்லை வீசி எறியறான். மப்பு அடங்குறதுக்குள்ளே சீக்கிரமா கல்யாணம் கட்டி வச்சுடு...' என்று சொல்வதற்கும்,

"ஏன்டா... கல்யாணம் கட்டணும்னு ஒங்காத்தாளை உரிச்சு எடுக்கிறியாமே... முதல்ல கல்லைத் தூக்கியெறிந்து விட்டு, கல்யாணத்தைப் பத்தி யோசிக்கிறவன்தாண்டா ஆம்பளை..." என்று நக்கல் பண்ணுவதற்கும்,

"வாடா பில்லா... நீ சரியான ஆம்பிளன்னா ஒரு முக்குல இந்தக் கல்லைத் தூக்கியெறி. நான் உனக்குப் பொண்டாட்டி..." என்று சவால் விடுவதற்கும்,

"ஒன் ஆள் வீரம் யாருக்குடி வரும்? ஒரே மூச்சுல, அத்தம் பெரிய கல்லை தூக்கியெறிஞ்ச ஆளாச்சே!" வயசுப் பிள்ளைகள் பேசுவதற்கும்,

"மண்ணை கையில தேய்ச்சுத் தூக்கிறது பெரிசில்லைப்பா... வெளக்கெண்ணையை தடவி, தூக்கிறவன்தான்டா மீசை முளச்ச ஆம்பளை..." என்று பெரிசுகள் சீண்டி விளையாடவும் இளவட்டக்கல் தேவைப்பட்டது ஒரு காலத்தில்!

அன்றைய இளைஞர்களின் வீரத்தையும், உடல் வலிமையையும் ஊருக்குப் பறைசாற்றிய 'சாசனம்' என்று கூடச் சொல்லலாம் – இந்த இளவட்டக்கல்லை.

முதல் மரியாதை சிவாஜி கல் தூக்கிற ஸ்டைலைப் பார்த்துவிட்டு 'பூ இவ்வளவுதானா' என்று நினைத்து விடாதீர்கள்.

இளவட்டக் கல்லை தூக்கிற வகை தெரியாமல் தூக்கினால் குறுக்கு (இடுப்புப் பகுதி) உட்கார்ந்துவிடும். தூக்குவதற்கும் ஒரு முறை உண்டு.

குத்த வச்சு உட்கார்ந்து, இரண்டு கைகளை கல்லின்மீது பரப்பி, நெஞ்சுக்குப் பதமாகக் கட்டிப்பிடித்து, 'விசுக்'கென்று மேலே தூக்கி தொடையில் நிறுத்த வேண்டும். (தொடைக்கு வராமலேயே நெஞ்சுக்கு ஏத்துகிற பராக்கிரமசாலிகளும் இருந்தார்கள்), அல்லையோடு அணைத்துமேல் நோக்கி மெதுவாக உருட்டி, இடதுபக்கமோ, வலது பக்கமோ தோள்பட்டை தாண்டி தூக்கி எறியும் லாகவம் தெரிந்திருக்க வேண்டும். கொஞ்சம் தவறி முதுகு வழியாக கல்லு உருண்டால், அப்புறம் காலாகாலத்துக்குக் கஞ்சியும், கழிவும் ஒரே தட்டில்தான்.

இளந்தாரிகள் மட்டுமல்ல, அடுத்த மட்டத்திலிருக்கும் வாண்டுகளும், தூக்கிப் பழகுவதற்கென்று அடுத்தடுத்த சைஸ்களில் சின்னச்சின்னதாய் 'இளவட்டக் கல்'கள் கிடக்கும். சில பெரிசுகள் தங்கள் 'நரம்புத்திமிறு' காட்ட அவ்வப்போது நெஞ்சில் தூக்கி நிறுத்தி சுற்றி நிற்கிற எல்லோரையும் (கிழவிகள்) ஏங்க வைப்பதும் உண்டு.

மாலை நேர கிராமத்து நிகழ்வுகளில் இளவட்டக்கல் முக்கியத்துவம் மறுக்க முடியாத ஒன்று. இன்று?

பன்னியான்.

செக்காணூரணிக்கு அருகிலிருக்கும் ஒரு சின்னக் கிராமம். நாகமலையின் அடிவாரத்திலிருக்கும் அந்தக் கிராமத்துக்குச் செல்லும் பாதை – சீரழிவின் முகம் காட்டியது. அத்தனை ஓட்ட உடைசல். பெயர்ந்து ஒவ்வொரு சரளிக்கல்லிலும் அரசியல் வாதியின் முகம் தெரிந்தது. கல்வெட்டி, டயர் வெடித்தால் எத்தனை கிலோ மீட்டர் வண்டியைத் தள்ள வேண்டி இருக்கும்…" என்கிற பயத்திலே சென்றுகொண்டிருந்தபோது அப்பாடா… ஊர் வந்துவிட்டது.

எதிர்பட்ட ஜனங்களிடம் பொதுவான விஷயங்கள் பேசிவிட்டு, இறுதியாக இளந்தாரிக் கல்லு பற்றி பேச்சுத் திரும்பியது.

அம்மன் கோவிலுக்கு முன்னால் கிடந்த இரண்டு இளந்தாரிக் கல்லுகளைப் பார்த்தபடி கேட்டேன்?

"இத தூக்குகிற இளந்தாரிகள் இந்த ஊர்ல இருக்காங்களா?"

சுற்றி நின்றிருந்தவர், ஒருவரையொருவர் பார்த்து சிரித்துக் கொண்டார்கள்.

"யெல! எவனாவது ஒருத்தன் தூக்கிப் பாருங்கடா" என்றார் ஒரு முதியவர். அந்த இளைஞர், முதியவரைப் பார்க்க அந்த முதியவர் "அந்தக் காலமெல்லாம் மலையேறிப் போச்சு தம்பி. தாலி கட்டுறதுக்கு முன்னாடியும் தூக்கிப் போட்டுட்டு, எல்லாத்தையும் முடிச்சிக்கிட்டு வந்து தூக்கிப் போட்டு குளிக்க போன காலமெல்லாம் போச்சுங்க. இப்ப இருக்கிற பயக எல்லாம் பிஞ்சுல வெம்பிப்போன பயக…" அலுப்போடு பேசினார்.

"ஏப்பா… அந்த மூன்று பெண்டாட்டிக்காரன் எங்கே! அவனை கூப்பிடுங்கப்பா. 'விசுக்'னு தூக்கியெறிஞ்சிடுவான்" என்றதும் சுற்றி நின்றவர்கள் முகத்தில் ஒரு திருப்தி.

சுற்றிய கிராமங்களில் சில ஊர்களில் "இளவட்டக் கல்லா… அது காணாமல் போச்சுங்க" என்றார்கள். அழகாபுரியில் "அந்தக் கல்லா… அதைத்தான் உருட்டிகிட்டு போயி உடைச்சு,

வானக்கால்ல போட்டுட்டானே" என்றார்கள். இன்னும் சில ஊர்களில் 'ஷாஜஹானின் காதல் சின்னம் தாஜ்மஹாலைப் போல இளைஞர்களின் வீரச் சின்னமாக மேடைக்கருகிலோ, மடத்துக்கருகிலோ, கோவில் முன்னாலோ (சிதறு தேங்காய் போடவாம்) மண்ணில் பாதிபுதைந்து கிடக்கின்றன.

பரவாயில்லை... இந்த ஊர் என்று நினைத்துக் கொண்டிருக்கும்போது, பத்மநாபன் என்ற அந்த இளைஞர் வந்தார்.

"ரெண்டு பொண்டாட்டிக்காரனாகத்தான் சார் இருந்தேன். ரெண்டு வாரத்துக்கு முந்திதான் இன்னொருத்தி சிக்கினாள். மூணாவதா அவளையும் இழுத்திட்டு வந்தேன். இல்லேன்னா, ஒரே மூச்சுல தூக்கியெறிஞ்சுடுவேன். உங்களுக்காக முயற்சி பண்ணிப் பார்க்கிறேன்..." என்று சொல்லி, கல்லைக் கும்பிட்டு குத்தவச்சு உட்கார்ந்து இரண்டாவது தவணையில் பின்பக்கமாக தூக்கியெறிந்து வெற்றிப்புன்னகை வீசினார்.

"நேரங்கெடைக்கிறதேயில்லை சார்... அதான் 'டச்' விட்டுப்போச்சு..." என்றவர், "என் பொண்டாட்டி ரோட்டுல வெயிட் பண்றா (எத்தனையாவது?) வர்றேன் சார்..." சட்டையை மாட்டிக்கொண்டு கிளம்பிப் போனார்.

கேமிரா தட்டிய வெளிச்சத்தைப் பார்த்த இன்னொரு இளைஞரும், நெஞ்சுவரை கல்லை ஏற்றி முடியாமல் கீழே போட்டார். நிச்சயம் ஊரை விட்டுக் கிளம்பினாலும் நான்கைந்து பேர் முயற்சி செய்திருப்பார்கள் என்று நம்புகிறேன்... கேமிரா உபயம்!

இந்தப் பழக்கம் பற்றி முதலைக் குளத்துக்காரர்கள் கொடுத்த விளக்கம் வித்தியாசமாகத்தான் இருந்தது.

"அதெல்லாம் காவாலிப்பயலுகளும், வேலையத்துப்போய் மடத்துல இருக்கிற பயல்களும் செய்கிற வேலை தம்பி. குறுக்கொடிய, காட்டுல வேலை செஞ்சிக்கிட்டு வந்து இம்புட்டு கனத்தைத் தூக்கி, அடுத்த நாளைக்கு அவன் புள்ளைக்குட்டி சாப்டறதா, வேண்டாமா?"

"அந்தக் காலத்திலே எப்படி பண்ணினாங்க...?"

"அந்த மனுஷங்களோடு இந்தக் காலத்துப் பயல்களை வச்சுப் பேசமுடியுமா? அந்தக் காலத்து ஆளுக தின்ன தீனி

என்ன? இன்னைக்கு இருக்கிறவன் அம்புட்டுபேரும் டீ தண்ணியாலதான் உசிரையே வச்சிருக்காங்கே... சுருங்கிப்போன குண்டியை மறைக்க 'தொள தொள'ன்னு பேண்ட் போடவே நேரம் சரியா இருக்கே... இவங்களைப் போய் கல்லைத் தூக்கச் சொன்னா, அப்புறம் ஆஸ்பத்திரி செலவு நம்ம தலையிலதான் விடியும்" என்றார்கள் சிரித்தபடி.

இளைஞர்களுக்கு, உடல் வலிமை மட்டுமல்ல, எதையும் எதிர்கொள்கிற மனப்பக்குவம் கூடக் குறைந்துவிட்டது என்பதற்கு மறைந்த இளந்தாரிக் கல்லுகளே சாட்சி. அதற்குக்கூட பல காரணங்கள் உண்டு.

அரைகுறை படிப்பு ஏற்படுத்திய கூச்சம். தூக்கமுயன்று தோற்றால் ஊர் கேலி பேசுவதைத் தாங்கிக்கொள்ள முடியாத மனோபாவம். அதனால், முயன்று பார்க்கவே தய்க்கம். கிராமத்துப் பெண்களின், மாறிய பார்வைக் கண்ணோட்டம்கூட ஒரு காரணம் என்று சொல்லலாம்.

'இளவட்டக் கல்' தூக்கியவன் பலசாலி என்கிற நினைப்பில் அவனை சூப்பர்ஸ்டாராக நினைத்து ஏங்கி உருகி, காதலித்த பெண்கள் அன்று அதிகம்.

ஆனால்...

இன்று சூப்பர் ஸ்டார் மாதிரி கருப்பு – கருப்பு கலரில் உடை உடுத்திக்கொண்டாலே போதும். அந்தக் காதலும் அதே உருக்கமும், ஏக்கமும் கிராமத்துப் பெண்களுக்கு வந்துவிடுகிறதே... வீணாக எதற்கு இந்த வெட்டி வேலை?

இன்னொரு விளக்கமும் கிடைத்தது. ஆடு மாடுகளுக்கான புல்லோ, இலைதழையோ கிடைக்கிறவற்றை உருட்டுக் கட்டாகக் கட்டி தனி ஒரு ஆளாகவே தூக்கி வரவேண்டிய கட்டாயம் இருந்தது. அன்றைய மனிதர்களுக்கு! அதற்கு இந்த கல்தூக்கிய பயிற்சிகூட உதவியாய் இருந்தது. (காட்டுக்குள் வருகிற மக்கள் தொகையும் குறைவு) இன்னைக்கு சைக்கிள் பின்னால் வச்சு கட்டிட்டு வந்திடறானே. தலைச்சுமை பழக்கமும் குறைந்துபோனதே!

அடுத்த தலைமுறைக்கு இதுபற்றி கேள்வி ஞானமாகச் சொல்லக்கூட ஊரில் ஆளில்லை. தப்பித்தவறி ஏதாவது வாயைத் திறந்தால், "யே பெரிசு... கட்டைல போகவேண்டிய காலத்துல. என்னை 'லொலலொலன்னு' பேச்சு – செம

அறுவைடா" என்று கலங்கடிக்கும் ஒரு புதிய தலைமுறை வந்துவிட்டது.

ஆனாலும், கேட்டால் அனுபவம் சொல்ல ஆளிருக்கிறார்கள். கிராமங்களில்! "நானும் பொண்டாட்டி ஊர்ல மாட்டிக்கிட்டு இளவட்டக் கல்லைத் தூக்கினவன்னு சொன்னா நம்புவீங்களா?" என்று வெள்ளையும் சொள்ளையுமாய் உடுத்தி, பல்காட்டிச் சிரித்த ராசுத்தேவர் கேட்டார் (தென்கரை).

பொண்டாட்டி ஊருக்குப்போன இடத்திலே ஊர்க்காரர்களோடு நின்று அரட்டை அடித்துக்கொண்டிருக்க, யாரோ ஊருக்குள் செம்மறி ஆடுகளை ஓட்டிக்கொண்டு வந்திருக்கிறார். சுற்றி நின்று பேசிக்கொண்டிருந்தவர்கள் ஏதோ சைகை காட்ட ஆட்டுக்கூட்டம் அவர்களை ஒரு சுற்று சுற்றிவிட்டு சென்றிருக்கிறது.

பேச்சு மும்முரத்தில் இந்த ராசுவுக்கு ஆடுகள் புழுக்கை போட்டதை கவனிக்க நேரமில்லை.

"ஸ்க்ஸ்க்..."

காலில் சாணி ஒட்டிக்கொள்ள 'ஐய்யய்ய... சாணி மிதித்தது தெரிந்தால் அதற்கும் கிண்டல் செய்வார்களே என்று பயந்து மூணாம் பேருக்குத் தெரியாமல் மறைத்துவிடலாம்' என்று நினைத்து பேச்சு பராக்கில் பக்கத்தில் கிடந்த கல்லில் ரெண்டு தேய்ப்பு தேய்த்திருக்கிறார். அது அந்த ஊர் இளவட்டக் கல்.

பார்த்துவிட்டார்கள்.

"என்ன மாப்ளே எங்க ஊர் இளவட்டக்கல்லு மேல கால வச்சதே குத்தம். அதலையும் சாணியை இழுகினது குத்தத்துல மேல குத்தம்..."

"இப்ப என்ன பண்ணணும்?"

"ஒண்ணு கல்லைத் தூக்கணும். இல்லைன்னா வெத்தலையும் கால் ரூபாயும் கல்லு மேல வெச்சி நெடுஞ்சாண்கிடையா விழுந்து எந்திருக்கணும்..." என்று கண்டிசன் போட, சாப்பிட்ட விருந்து சாப்பாடு போன இடம் தெரியவில்லையாம் ராசுவுக்கு? அவரே மேற்கொண்டு சொன்னார்.

"கல்லுக்கு முன்னாடி விழுந்தா அதை வம்சா வம்சத்துக்கும் சொல்லிக் காட்டுவானுகளே... ஒருநாள் அவகாசம் கேட்டேன்.

ம்ஹூம்னுட்டாங்களே! அப்புறம் முக்கித்தக்கி கல்லைத் தூக்கியெறிஞ்சுட்டுத்தான் பொண்டாட்டியைக் கூட்டிக்கிட்டு வந்தேன்."

அது சரி... அன்று செருப்பு போடாமல் திரிந்ததால் சாணியை மிதித்து அதனால் கல் தூக்க வேண்டியிருந்தது. இன்று எந்த மாப்ளே செருப்பு போடாமல் பொட்டலில் நடக்கப்போகிறார்?

இப்படி எத்தனையோ நுண் மாற்றங்கள். சொந்த ஊர் பொட்டலில் கிடந்த இளவட்டக் கல்லைப் பற்றி விசாரித்தபோது, அந்தக் கல் என்ன ஆனது? என்பது பற்றி தெரியவில்லை. இன்றைய வாரிசுகளுக்கு ஞாபகமில்லை.

இனி வருகிற காலங்களில் பிறந்து வளர்கிற கிராமத்துக் குழந்தைகளிடம் இளவட்டக் கல் பற்றிப் பேசினால், டான் பாஸ்கோ பள்ளி பையனுக்கு என்ன புரியுமோ அதுவே இவர்களுக்கும் புரியும்.

2

காணாமல் போன மூச்சுக்காற்று

நாட்டுப் பஞ்சாயத்து...

இது வெறும் வார்த்தையல்ல. கிராமியம் என்பதன் மூச்சுக் காற்று. இவையில்லாத கிராமங்கள் வெறும் கூடுகள். அதிகப் படிப்பறிவில்லாத கிராம மக்களுக்கு சந்தோஷப் பகிர்தலுக்கும் சண்டைத் தீர்வுக்குமுள்ள ஒரே அமைப்பு. இன்று அந்த அமைப்பின் சுவடுகளைக் கூட, தேடவேண்டிய நிலை!

பார்த்தால் மனதில் பதியும்! ஆனால் புரியாது. அப்படி ஒரு வயது. பஜனைக் கோவிலுக்கு முன்னால் நடந்த பஞ்சாயத்து விசாரணையை பக்கத்தில் நின்று பார்த்த ஞாபகம். அந்தப் பஞ்சாயத்து அன்று கொடுத்த தீர்ப்பை, இன்று யோசித்தாலும், வேடிக்கையாகவும், வினோதமாகவும் படுகிறது.

செழிப்பான துவரங்காடு! அந்த வருஷ கரிசல் பூமி வெள்ளாமை சக்கைப்போடு போட்டது. விதைச்ச விதையும், பேஞ்ச மழையும் ஒண்ணு சேர்ந்த நேரம்! கழுத்து மட்டத்துவரை துவரஞ்செடிகள், பூவும் பிஞ்சுமாய் பீச்சித் தள்ளின. அடிக்கிற உப்பங்காத்து பூவை உதிர்த்திடுமோன்னு 'ஒரு பார்வை' பார்க்கப்போன காட்டுக்குச் சொந்தக்காரர், ஐந்தாறு வெள்ளாட்டுக்குட்டிகள் எக்காலு போட்டு, பூவும் பிஞ்சுமாயிருந்த துவரஞ்செடிகளை 'கருக்கு புருக்கு'ன்னு தின்றுகொண்டிருப்பதைப் பார்த்தார். அவருக்கு மனசு தாங்கலை. பேசத் தெரியாத ஜீவன்களை அடிச்சு என்ன பயன்? பச்சைத் துவரஞ்செடிகளையே பிடுங்கி, கயிறுபோல முறுக்கி, ஆட்டுக்குட்டிகள் கழுத்துல வளையமாகக் கட்டி 'தரதர'ன்னு பொட்டலுக்கு இழுத்து வந்துவிட்டார்.

பஞ்சாயத்துக் கூடியது. ஆடுகளை மேயவிட்டவன், கைகட்டியிருந்தான். காவக்காரர் பக்கத்தில், ஆட்டுக்காரர் நின்றிருந்தார்.

"யெல... வெள்ளாமைக்குள்ளே குட்டிகள விட்டுட்டு நீ எங்கடா பரதேசம் போயிருந்தே...?"

மௌனம்.

"வாயில என்னத்தை வச்சிருக்கே...? பேசுடா..." ஒரு அதட்டல் குரல்.

"தரிசு ஓரத்துல ஆடுகளை மேயவிட்டு, அதலக்காய் பெறக்கினேன். அந்த நேரத்துல, எப்படியோ கண்ணை மறச்சிட்டு, குட்டிக வெள்ளாமைக்குள்ளே போயிட்..." மடியில் கட்டியிருந்திருந்த அதலக்காய்களைக் காட்டினான். (அதலக்காய் கரிசல் நிலத்து வெஞ்சனம். நாலு வெங்காயம் நறுக்கிப் போட்டு, எண்ணெய் ஊத்தி வதக்கினால், அத அடிச்சிக்கிற ருசி எதுக்கும் இல்ல.)

ஐம்பது ரூபாய் தண்டனை. ஒரு மணி அவகாசத்துக்குள்ளே கட்டிட வேணும்.

அடுத்த நிமிடம் தீர்ப்பு சொல்லப்பட்டது.

உடனே, மேயவிட்டவன், "ஐயா, தாங்காது" என்று சொல்லிக்கொண்டே, பஞ்சாயத்தார் முன்னால் நெடுஞ் சாண்கிடையாக விழுந்து நிமிர்ந்தான்.

"சரி, நாற்பது ரூபா... போ..."

"ஐயா... தாங்காது..." மீண்டும் விழுந்தான்.

"என்னப்பா, முப்பது ரூபா போடலாமா?"

"ஐயா... தாங்காது..." மீண்டும் விழுந்தான்.

"சரி... போ... பத்து ரூபா கட்டிடு..."

"ஐயா... தாங்காது..." மீண்டும் விழுந்தான்.

"சக்தியில்லைன்னு தெரியுதில்லை. ஒழுங்கா ஆடு மேய்க்கிற புத்தி எங்கடா போச்சு... சரி, கடைசியான தீர்ப்பு... அஞ்சு ரூபா கட்டிடு..."

"ஐயா... தாங்காது" மீண்டும் விழுந்தான்.

எல்லோரும் சிரித்தார்கள்.

"சின்னப் பய... முதல் தடவை தப்பு பண்ணியிருக்கான். ஒரு தடவை மாப்பு (மன்னிப்பு) விட்டுடலாமா...?" கேட்டுக்

கொண்டே, "சரி... எட்டணாவுக்கு எண்ணெய் வாங்கி பிள்ளையார் கோவில்ல ஊத்திடு..."

இறுதித் தீர்ப்பு வழங்கிவிட்டு, பஞ்சாயத்துத் தலைவர் எழுந்து போனார். பஞ்சாயத்தும் கலைந்தது.

இன்று, இது மாதிரியான பிரச்சினைக்கு. இப்படி ஒரு தீர்ப்பை யாராவது சொல்லியிருந்தால் என்ன நடந்திருக்கும்?

ஒன்று – தீர்ப்பு சொன்னவர் கை, கால் போயிருக்கும் அல்லது வருகிற வழியிலேயே ஆட்டுக்கால் சூப்பிற்குப் போயிருக்கும்.

கோவிலுக்கு எண்ணெய் வாங்கி ஊத்துவதெல்லாம் ஒரு தண்டனையா?

இல்லை. அது, சம்பிரதாயமாக, ஒரு தீர்வுக்காகச் சொல்லப்பட்ட வார்த்தை, தண்டனைத் தொகையைக் குறைக்கச் சொல்லி பஞ்சாயத்து முன்னால் பல முறை விழுந்தானே... அதுதான் தண்டனை! அவன் விழுந்ததுகூட, மனிதர்களுக்காக அல்ல... கடவுளுக்காக! காரணம் பஞ்சாயத்து நடந்தது கோவிலின் வாசலில். ஆக, கடவுளிடம் காலில் விழுந்து பலமுறை வணங்கியவன் மன்னிக்கப்பட்டதன் அடையாளமே அந்த வார்த்தை.

மடத்தனமோ, மூடத்தனமோ, அநியாயமோ... போலீசுக்கோ, கோர்ட்டுக்கோ போவதை விரும்பவில்லை அந்த மக்கள். அடித்தாலும் பிடித்தாலும், ஊர் எல்லைக்குள் தீர்த்துக் கொள்ளவே ஆசைப்பட்டார்கள். காரணம்...

அவர்களது பிரச்சினைகளுக்கு உடனடி நீதி கிடைத்தது என்பது உண்மை.

"தன் கை வெத்தலைக்கு, அடுத்தவன் கை சுண்ணாம்பு வாங்கக்கூடாது." இப்படிச் சிந்தனை கொண்ட பெரிய மனிதர்கள் தலைமை தாங்கிய பஞ்சாயத்துகள்!

சண்டை சச்சரவுகளைத் தீர்த்து வைப்பது மட்டுமல்ல.

கண்மாய் தூர் எடுப்பது; குளிக்கிற தெப்பத்தை ஆழப்படுத்துவது; குளத்துக்குத் தண்ணீர் வருகிற ஓடையை ஒழுங்கு பண்ணுவது; அவற்றுக்கெல்லாம் கூடி வரி போடுவதோடு; வேலைக்கு வீட்டுக்கொருவராக

ஆள் சேர்ப்பது; தலைக்கட்டுக்கென்று வரி நிர்ணயித்து, வசூலித்து, விழாக்கள் நடத்துவது; வெள்ளாமை களவு போகாமலிருக்க காவக்காரர்களை நியமிப்பது; ஊருக்கு வரும் அரசு அதிகாரிகளை உபசரிப்பது, கிராமத்துக்குக் குடியேற வரும் புதியவர்களை, விசாரித்து அங்கீகரித்துக் கொள்வது; சொல் கேட்காதவனை ஊரைவிட்டுத் தள்ளிவைத்து, அவன் பணிந்தவுடன், மீண்டும் சேர்த்துக் கொள்வது; ஒருவரது மாடு தொலைந்துவிட்டால், யார் யார் எந்தெந்தத் திசைக்கு என்று ஆள் பிரிப்பது; ஊரோ, ஊர் மக்களோ தாக்கப்பட்டால் எதிர்தாக்குதல் பற்றி முடிவெடுப்பது; எந்த மரத்தில் குச்சிகள் வெட்டினால் அடிஅடிக்கு வசதிப்படும்... என்கிற வரையில் பஞ்சாயத்துக்கூடி முடிவெடுப்பது உண்டு.

இன்று, கண்மாய் எடுப்பதா... கவர்மெண்ட் காசு கொடுத்தால் யோசிக்கலாம்! குளத்துக்குத் தண்ணீரா... குளத்தினை மூடினாலும் கவலையில்லை. பம்பு செட்டு வந்துவிட்டது! வரிபோடுவதா... தான் பத்து ரூபா சாப்பிட்டால் எதிர்க்கட்சிக்காரனுக்கு ஐந்து ரூபா கொடுக்கவேண்டும். கட்சி, ஜாதி தகராறுகளால் பல ஊர்களில் விழாக்களே இல்லை! வெள்ளாமை களவா... அவனவன் பார்த்துக்க வேண்டியதுதான்! அதிகாரிக்கு உபசரிப்பா... அரசாங்கம் சம்பளம் கொடுக்கலை. அது அவனவன் டியூட்டி!

சொல் கேட்காதவனைத் தள்ளிவைப்பதா... அப்பாடா, ஊர்த்தொல்லை விட்டது. இப்படி எண்ணங்கள் பரவிப் போய்விட்டதால், பஞ்சாயத்தாவது? மண்ணாவது?

பஞ்சாயத்து செய்த நல்ல காரியங்களெல்லாம் நடந்தது 'சுதந்திரம் அடைவதற்கு முன்னால்' என்று நினைத்து விடாதீர்கள். பதினைந்து வருடங்களுக்கு முன்பு வரை, பல கட்டுப்பாடுகள் எனது ஊரிலேயே கடைப்பிடிக்கப்பட்டதைப் பார்த்திருக்கிறேன். கூட்டு முயற்சிக்கு வெற்றி நிச்சயம் என்பதை எல்லாக் கிராமங்களும் பரிபூரணமாக நம்பின காலம். நல்ல தலைமையிருந்ததும் ஒரு காரணம்.

நல்ல தலைமை என்றால்?

சண்டை சச்சரவுகளில் அவர்கள் வழங்குகிற நடுநிலையான பாரபட்சமற்ற தீர்ப்பே அவற்றை முடிவு செய்யும்.

இன்று பாரபட்சமற்ற மனிதர்கள் இல்லை. பஞ்சாயத்து இல்லை. அதனால் தீர்ப்பும் இல்லை. அதற்குப் பதிலாகக் கட்சிக் கரை வேட்டி கட்டிய 'அண்ணன்கள்' கட்டப்பஞ்சாயத்து நடத்துகிறார்கள். தீர்ப்பும் வழங்குகிறார்கள். எப்படியோ, கிராமங்கள் ஏற்றுக்கொண்டுவிட்ட இந்த மனிதர்களாலும், தத்துவ அரசியலாலும் ஒரு அருமையான அமைப்புமுறை அழிந்தே போய்விட்டது.

இதற்கு யார் காரணம்?

உரப்பனூர் கிராமத்து மக்கள் அழகாகச் சொன்னார்கள்.

"தீர்ப்பு சொன்ன பெரியாளுக, பஞ்சாயத்துல உட்கார்றதுக்கு முன்னே,

"வேதாளம் சேருமே
வெள்ளெருக்கு பூக்குமே
பாதாளமூலி படருமே
மூதேவி சென்றிருந்து
வாழ்வாளே
மன்றோர் சொன்ன மனை....."

அப்படின்னு சொல்லித்தான் விசாரணையை ஆரம்பிப்பாங்க. தீர்ப்பு தப்பினால் குடும்பமே தீஞ்சு போயிடும்ன்னு பயந்தவங்க. பஞ்சாயத்துன்னு உட்கார்ந்திட்டா சொந்தபந்தம் கண்ணுக்குத் தெரியாது. அப்படி வாழ்ந்த 'பெரியாளுக', என்னைக்கு செத்தாங்களோ... அவங்களோட எல்லாமே செத்துப் போச்சய்யா..." என்றார்கள்.

பண்ணையார்களும், ஜமீன்தார்களும் நடத்திய பஞ்சாயத்துகளோ தனிரகம். அவை இவற்றில் அடங்காது. சாதாரண மக்களில் ஒருவர் நடத்திய பஞ்சாயத்துகளே, இங்கே குறிப்பிடப்படுபவை! அந்தச் சாதாரண தலைவர்களும் (சமீபத்திய தலைமுறை) ஆட்டுக்கறிக்காகவும், கோழிக்கறிக்காகவும், நாக்கைத் திருப்பித் தீர்ப்பை மாற்றியபோது இந்த நம்பிக்கையும் போனது. 'தீவிர அரசியல்' வந்ததும் அவ்வளவும் போனது.

"நியாயமா வாழ்ந்தவங்க தீர்ப்பு சொன்னதாலே, அத மத்தவங்களும் ஒத்துக்கிட்டாங்க. இன்றைய நிலைமை வேறு. ஒருத்தனை அடிக்கணும்னா அதுக்கு முன்னாலயே, சொந்தக்காரனை போலீஸ் ஸ்டேஷன் பக்கத்தில் நிக்கவச்சிட்டு வந்து கலகம் பண்றான். அடித்தாலும், அடிபட்டதாக முதல்

ரிப்போர்ட் இவன் கொடுக்கணுமே... அதுக்கு! அப்படிப் போய்க்கிட்டிருக்கிறது சார் காலம்..." இப்படி ஓர் இளைஞர்.

பேசிய அத்தனை பேரிடத்திலும் அந்தப் பழைய வழக்கம் இல்லாத ஏக்கம் தெரிகிறது.

இளைஞர்களிடம் சும்மா ஒரு பேச்சுக்காகக் கேட்டேன்.

"மீண்டும் பழைய 'நாட்டுப் பஞ்சாயத்து' முறைகள் வந்தால் ஏற்றுக் கொள்வீர்களா?"

"கண்டிப்பாக ஏத்துக்குவோம் சார். ஆனால், அந்த மாதிரி பெரிய மனுஷங்க வேணுமே." அவர்கள் சிரித்தார்கள். குறுக்கிட்ட ஒரு பெரியவர், "அதெல்லாம் வராது தம்பி. சாக்கடைத் தண்ணிச் சண்டைக்கு 'வா... கோர்ட்டுல பார்த்துக்கலாம்'ம்னு வேட்டியைத் தூக்கறான். முக்குக்கு முக்கு தெருவுல கறுப்புக் கோட்டு போட்டு நிக்கிற ஆளுக (வக்கீல்) பெருத்துப் போச்சு. இனி எங்கே தம்பி...?" என்றார் விரக்தியாக.

இன்றெல்லாம் ஆட்டோ சங்கர் மாதிரியான கேஸ்களுக்கு மட்டும்தானே கோர்ட்டுகளில் வேடிக்கை பார்க்கக் கூட்டம் கூடுகிறது. கிராமங்களில் அப்படியில்லை. பஞ்சாயத்துக்கென்று வந்துவிட்டால் அத்தனை வழக்குகளையும் ஊரே வேடிக்கை பார்க்கும். இந்த அவமானத்தை நினைத்தே குசும்பு பண்ணுகிறவர்கள் கூட வாலைச் சுருட்டி வீட்டுக்குள் அடங்கிவிடுவதுண்டு. 'கைகட்டி நின்னா கௌரவம் போயிடுமே'ன்னு பயந்து, வீட்டுக்குள்ளே, தீர்ந்து போன பிரச்சினைகளும் உண்டு. தாங்கமுடியலை என்கிறபோது தெருவுக்கு வரும்.

அப்படி நடக்கிற விசாரணைகளை வேடிக்கை பார்ப்பதுகூட அலாதியான பொழுதுபோக்கு – அந்தக் கிராமத்து மக்களுக்கு!

மணியக்காரர் – இப்படி ஒருவர்! பஞ்சாயத்தில் உட்காரும் படிப்பு வாசனை உள்ளவர். ஊழியக்காரர் – இவரிடம்தான் புகார் மனு கொடுக்கப்பட வேண்டும். தலைவரிடமும், அடுத்த மட்டத்து பெரியவர்களிடத்திலும், 'சங்கதி' – சொல்கிறவரும் இவரே. பெரிய 'தலைகள் கூடி பஞ்சாயத்து நாளும் நேரமும் குறிக்க, அந்தத் தகவலை, இரண்டு தரப்பிற்கும் தெரியப்படுத்துபவரும் இவரே. விசாரணையின்

குறுக்கே யாராவது நா துடுக்காகப் பேசினால் "யாருடா அவன், பெரியவங்க பேசும்போது சலம்பல் பண்றது...?" என்று அதட்டி, பஞ்சாயத்தை வழிநடத்துகிறவரும் இவரே. மீறினால், "பிடிச்சு வண்டிக்கால்ல கட்டுங்கடா..." என்று வருகிற உத்தரவை, அமலாக்குவதும் இவரே! ஒன்றைக் கவனிக்க வேண்டும். இத்தனை செய்வதற்கும் ஊதியம் என்று ஒரு பைசாவும் கிடையாது. ஊழியக்காரர் என்கிற பட்டம் கிடைக்கும். அவ்வளவே. பஞ்சாயத்துத் தலைவர் பதவியும் கிட்டத்தட்ட இப்படித்தான். மற்றவர்களைப் போல வீட்டுக் காரியங்களையும் (உழவு, விதைப்பு, நடவு) பார்த்துக்கொண்டு, ஊர்க்காரியங்களையும் பார்க்க வேண்டும். லாப நோக்கம் இல்லாமல் பொதுக்காரியம் செய்வது புண்ணியம் என்று தங்களைத் தாங்களே ஈடுபடுத்திக் கொண்டவர்கள். இரண்டு பதவியும் பெரும்பாலும் சந்ததி வழி வருபவையே!

பஞ்சாயத்து கூடிவிட்டது. பிறகு? புகார் கொடுத்தவரும், புகாருக்குரியவரும், தலைப்பாவை எடுத்து (துண்டு) சுருட்டி, பஞ்சாயத்து முன்னால் முறிவைக்க வேண்டும். (கிரீடத்தை இறக்கி வைத்தல்!). பஞ்சாயத்துக்குக் கட்டுப்படுவதாக வாக்கு கொடுத்துவிட்டு, இரண்டுபேரும் தரையில் ஒருக்களித்து உட்கார்ந்து தலை மண்ணில் படும்படி, வணங்கி எழுந்திருக்க வேண்டும். உடனே பெரியவர்கள், "சிவசிவா... சாமிக்கு! எந்திரியப்பா" என்று சொன்னதும் பஞ்சாயத்து துவங்கும்.

காலில் விழுவதைக் 'கடவுளுக்கு' என்று ஒதுக்கிவிட்ட கௌரவம் அது! ஊர் ஜனங்கள் முன்பு விழுந்தோமே என்ற உறுத்தலை தவிர்க்கச் செய்த முயற்சி! (இன்று காலில் விழுகிறவர்களின் ஸ்டைலை ரசிக்கிற தலைவர்கள் வந்துவிட்டார்கள் என்பது வேறு விஷயம்.)

இப்படி, முறி எடுத்து வைப்பதிலும், விழுந்து எழுவதிலும், இருக்கிற கொஞ்ச நஞ்ச கொழுப்பும் இரண்டு பேருக்கும் அடங்கிப்போகும். அடங்காதவர்களுக்கு 'வாய்தா' கொடுப்பதும் உண்டு. முடிவில் தீர்ப்பு.

ஆக்ரோஷம், அழுகை, வசவு, நக்கல், சிரிப்பு, கோபம் இப்படி எல்லா ரசங்களும் கலந்த ஒரு பொழுதுபோக்குச் சினிமாவாக சிலசமயம் அமைந்துவிடுவதும் உண்டு. அதனாலே வேலை வெட்டிகளைப் பாதியில் போட்டு விட்டு, பஞ்சாயத்தை

வேடிக்கை பார்க்க வரும் ஆம்பிளை, பொம்பளைகள் அதிகம்.

தீர்ப்பின் முடிவில், 'தண்டனைத் தொகை' விதிக்கப்பட்டால், அதனை வசூலித்து கோவில்களில் சேர்ப்பிக்க வேண்டிய வேலையும் ஊழியக்காரரிடம் ஒப்படைக்கப்படும் (தண்டனைத் தொகை கோவில்களுக்கே!)

இப்படி, ஊழியக்காரர் தெருவில் ரெண்டு நடை சேர்த்து நடந்தால், "என்ன ஊழியக்காரரே... இன்னைக்கு யாருக்குத் திருவிழா?" என்று விசாரிப்பதும், சுவாரஸ்யமான சச்சரவுகளாய் இருந்தால் "சீக்கிரமா மாட்டைத் தண்ணிக்கு விட்டுட்டு வாடா... வேடிக்கை பார்க்கப் போவணும்..."

"நில்லுங்கடியத்தா, நானும் வர்றேன். கூழ்பானை அடுப்புல கெடக்குது. ரெண்டு கிண்டுகிண்டி இறக்கி வச்சுட்டு வர்றேன்..." என்று ஆளாளுக்கு தயார் செய்து கொள்கிற முஸ்தீபுகளும் கிராம வாழ்க்கையின் விகல்பமில்லாத ஆனந்தங்கள்.

இந்த முறை நீடித்திருந்தால், கணவனைத் தேடிப்போன பெண் காவல் நிலையத்தில் கற்பழிக்கப்பட்டது குறைந்திருக்கும். "செயினைத் திருடியவன் நீதானே..." என்று விசாரணையிலேயே அடித்துக் கொன்ற லாக்கப் கொலைகள் குறைந்திருக்கும். போலீஸ்காரர்களின் கிம்பள வருமானம் குறைந்திருக்கும். கோர்ட்டுகளில் தூசிபடிந்து கிடக்கும் கட்டுகளின் எண்ணிக்கை குறைந்திருக்கும்.

ஒரு வழக்கு. இரண்டு கிராமங்கள் சம்பந்தப்பட்டது. ஒரு கிராமத்தைச் சேர்ந்த கிழவி, இன்னொரு கிராமத்தைச் சேர்ந்த மற்றொரு கிழவியிடம், ஒரு அண்டாவை அடகு வைக்கிறாள். பஞ்சம் வரும்போது அடகு வைப்பதும், ரெண்டு தானியம் விளைந்ததும், அடகு வைத்த பொருளைத் திருப்பிக் கொள்வதும் இங்கு வாடிக்கை.

அடகு வாங்கிய கிழவிக்கு ஒரு பேரன், ஒண்ணா நம்பர் குடிகாரன். வீட்டுக்கு வந்த அடகு அண்டாவைத் தூக்கிக் கொண்டுபோய், விற்றுத் தண்ணியடித்து விட்டான். அடகு வைத்த கிழவி, மீட்டுக்கொண்டு போக, பணத்தோடு வருகிற இடத்தில் தண்ணியடித்த கதை தெரிகிறது. அடகு வாங்கிய கிழவி புதிய அண்டா (வெண்கலப் பாத்திரம்) வங்கித் தருவதாகச் சொன்னதும், "அது 5 கிலோ அண்டா" என்று வந்த கிழவி ஞாபகப்படுத்த... "நீ கொடுத்தது 3 கிலோ அண்டாதான்"

என்று வாங்கிய கிழவி வாதாட... வாக்குவாதம் முற்றி, விஷயம் பஞ்சாயத்துக்கு வந்தது. இரண்டு ஊர்க்காரர்களும் கூடி நிற்கிறார்கள். பஞ்சாயத்துத் தலைவர், இருவரைத் தவிர, இரண்டு ஊர்களைச் சேர்ந்தவர்களையும், மற்றவர்களையும் விசாரித்துவிட்டு ஒரு முடிவுக்கு வருகிறார்.

அடகு வைத்த கிழவியைப் பக்கத்தில் அழைத்து கன்னத்தில் 'பளார்' என்று ஓர் அறை.

"உம் மூஞ்சிக்கு 5 கிலோ அண்டா வச்சிருந்தியா? ஒரு கிலோ அண்டாவுக்கு அடகுத்தொகை எவ்வளவு? 5 கிலோ அண்டாவ 50 ரூபாய்தான் அடகு வைப்பாங்களா? சொல்லு... உண்மையைச் சொல்லு?" என்று ஓர் அதட்டல் போட அழுதபடி அந்தக் கிழவி ஒத்துக்கொள்ள, மூன்று கிலோ புதிய அண்டா அந்தக் கிழவியிடம் ஒப்படைக்கப்பட்டது.

இப்படி ஒரு தீர்ப்புச் சொன்னவர் குருவங்காளை மூக்கன்.

37 ஆண்டுகளாக '47 ஊர்கள் கட்டுப்பட்ட ஒரு பஞ்சாயத்துக்கு'த் தலைவராக இருந்தவர். லங்கோடு – என்ற மறைந்துவிட்ட 'ஆடைவகைதான்' இவரது நிரந்தர உடுப்பு. இவரது வகையறாக்களுக்கு (சந்ததி) திருமலை நாயக்கர் காலத்தில் பஞ்சாயத்துத் தலைவர் என்று அங்கீகரித்து கொடுக்கப்பட்ட செப்புப்பட்டயமும் உண்டு. ஆளைப் பார்த்தால் அப்படியா தெரிகிறது? அவரது அனுபவம்...

காலம் : இருபதாண்டுகளுக்கு முந்தையது.

அழகான பொண்ணு. மூக்கும் முழியுமா 'செக்க சிவீர்'னு அம்சமான தோற்றம். பிறந்த ஊரைவிட்டு, அசலூர்ல கல்யாணம். சொந்த தாய்மாமன்தான் மாப்ளே. திருப்பூட்டு (தாலி கட்டுதல்) முடிஞ்ச கையோட, புது ஜோடி, பொண்ணு ஊருக்குப் போகிறது.

ஏற்கெனவே, சொந்த ஊர்ல அந்தப் பொண்ணுக்கு வேறொரு ஜாதிக்காரனோடு 'ஒரு தொரட்டு' (உறவு) இருந்திருக்கும் போல! எதுவும் தெரியாத மாப்ளே வந்த களைப்பிலே 'செத்த' கண்ணசந்தார்! அரிசிப் பொட்டியை வீட்டுக்குள்ளே இறக்கி வச்சிட்டு, புதுப்பொண்ணு 'பழைய ஆளை' பார்க்கப் போயிட்டா! என்ன பேசினாங்களோ தெரியலை. ரெண்டு பேரும் ஊரை விட்டு ஓடிப்போயிட்டாங்க!

சொந்தக்காரங்க ஊரையே சல்லடை போட்டு சலிச்சிட்டிருக்கிற நேரத்துல, பக்கத்து ஊர் போலீஸ் ஸ்டேஷன்ல, ஓடிப்போன தம்பதிகள் கழுத்துல கிடக்கிற தாலியை மறைத்து, சர்க்கிள் இன்ஸ்பெக்டரிடம், ஏதோ பொய்யும் புரட்டும் சொல்ல, இன்ஸ்பெக்டரும் நம்ப, அவர் முன்னாலேயே, போலீஸ் ஸ்டேஷனில் வைத்து, அந்தப் பெண்ணுக்கு இன்னொரு கல்யாணம் நடந்துவிடுகிறது!

கொஞ்ச நேரத்தில், போலீஸ் ஸ்டேஷனை நோக்கி ஓடிவருகிற கூட்டத்தை பார்த்த பிறகுதான் இன்ஸ்பெக்டருக்கே மண்டையில் உறைக்கிறது!

"கழுத்துல ஒரு தாலி கிடக்கிறது தெரியாம, இன்னொரு தாலி கட்ட வச்சு, சட்டப்படி கல்யாணம் செஞ்சுவச்சது தப்புதான்! பஞ்சாயத்தைக் கூட்டுங்க! அவங்க சொல்கிற தீர்ப்புக்கு நானும் கட்டுப்படுகிறேன்..." என்று இன்ஸ்பெக்டர் சொல்ல, பஞ்சாயத்து கூடுகிறது! அந்தப் பஞ்சாயத்துக்குத் தலைமை தாங்கியவர் குருவங்காளை மூக்கன்.

சினிமாப் பஞ்சாயத்துத் தலைவர்களுக்கும், இவருக்கும் ஆறேழு வித்தியாசங்கள் உண்டு! சன்னமான குரல். அதிர்ந்து நடக்காத நடை; ஆடம்பரமில்லாத உடை; ஜாதிப் பஞ்சாயத்து; ஊர்பஞ்சாயத்து – இரண்டு சபைகளையும் நடத்திய அனுபவம்; பாட்டன் முப்பாட்டன் காலத்திலிருந்து இவரது மூதாதையர் நடத்திய வழக்குகளைக் கேட்டு, பார்த்துப் பக்குவப்பட்ட சிந்தனை... அவரே சொன்னார்...

"அந்தப் பொண்ணு கழுத்துல ரெண்டு தாலி கிடக்கு! ஒண்ணு ஊர் மக்களை சாட்சியாவச்சு கட்டினது! இன்னொன்று –போலீஸ் இன்ஸ்பெக்டரை சாட்சியா வச்சு கட்டினது! (தாலி சென்டிமெண்ட் டைரக்டர்கள் கவனம்!) எந்தத் தாலியை விடுறது? எந்தத் தாலியை அக்கிறது? அந்தப் பெண்ணு யாருக்குச் சொந்தம்... இதுதான் பிரச்சினை... பஞ்சாயத்து உட்கார்ந்தாச்சு!"

"ரெண்டு ஊரு பிரச்னை மட்டுமில்ல... ரெண்டு ஜாதி சம்பந்தப்பட்டிருக்கே... என்ன செய்றதுன்னு எங்களுக்கே குழப்பம்தான்! ஒரு வழியா விசாரணையை ஆரம்பிச்சோம்! சில சமயங்கள்ல பைசா பெறாத சிக்கலெல்லாம், 'வாய்தா வாய்தா'ன்னு வருசம்பூரா இழுத்துக்கிட்டு கிடக்கும்!

‘வெட்டுறேன் குத்துறேன்’னு நிக்கிற பிரச்சினை ‘சடக்’னு முடிஞ்சு போயிடும். அதுமாதிரி தான் இந்த ‘ரெண்டு தாலி’ வழக்குக்கு ‘மொதமாப்ளே’ விசாரணையிலேயே தீர்வு வந்திட்டது...” என்றார்.

“ஏப்பா...! யாரும் நினைக்காதபடிக்கி, இப்படி நடந்து போச்சு, ம்... உம் பங்குக்கு என்ன சொல்லணும்னு நினைக்கிறே... என்ன செய்யலாம்...? – இது பஞ்சாயத்தார்!

‘முதல் மாப்ளே’ சொன்ன பதிலை யாரும் எதிர்பார்க்கலை.

“எங்கிட்டே எதுக்கய்யா கேட்கறீங்க? இந்தப் பொண்ணுக்கு நானா தாலி கட்டினேன். பொண்ணோட நாத்னா, என் தங்கச்சியைப் போயிகேளுங்க. அவதான் பொண்ணுக்குத் தாலி கட்டினவ! அவகிட்டே தான் ‘என்ன செய்யலாம்னு’ கேக்கணும்...” இது முதல் மாப்ளே’.

பேச்சு முடிவில், ‘அந்தப் பொண்ணுக்கு என்னைப் பிடிக்கலை. பேசாம அத்து விட்டுடுங்க. அதுதான் எனக்கும் நல்லது. அவளுக்கும் நல்லது...’ என்று ‘முதல் மாப்ளே’ பிடிவாதம் பண்ண, பஞ்சாயத்தாருக்கு ஒரு வகையான நிம்மதிப் பெருமூச்சு. முதல் கணவன் தானாக விலகிக் கொள்கிறான்!

இரண்டாவது கணவனையும் அந்தப் பெண்ணையும் ஒன்றாக நிறுத்தி தீர்ப்பு வழங்கத் தயாராகிறது பஞ்சாயத்து.

“இந்தா பாரப்பா... ஒரு தாலி இருக்கும்போது, அதைத் தீர்வை செய்யாம இன்னொரு தாலி கட்டினது கிராமத்தையும், ஜாதி வழக்கத்தையும் அவமதிச்சதா ஆகுது! உனக்கு 50 ரூபா தண்டனை விதிக்கிறோம். அதக் கட்டிட்டு இவளை கூட்டிட்டுப் போ... (அவனுக்கு)

இந்தா பாரம்மா... பொம்பளைப் புள்ளையா இருந்திட்டு இப்படி ஒரு காரியம் பண்ணி, எல்லாரையும் தலைகுனிய வச்சிட்டே... நீயே முதல் தாலியை அவுத்துக் கொடுத்துட்டு (இது அவளுக்கு தண்டனை) இவனோடு கிளம்பிப்போ!

“நாய் கவ்வின சட்டியும், நாயுமாக’ போய் வாழுங்க! உங்க பிரச்சினையில் இனி இந்தப் பஞ்சாயத்து எதுக்காகவும் தலையிடாது...” இப்படித் தீர்ப்பு வழங்கியது.

“அதுக்குப் பிற்பாடுதான் இந்தப் பக்கத்துல (ஏரியா) தாலி கட்டும்போது, மாப்பிள்ளையே மூணு முடிச்சையும்

போடணும்னு ஒரு வழக்கம் வந்திச்சு...” என்றார் குருவங்காளை மூக்கன்.

மாவட்டத்தின் மிகச் சில கிராமங்களில், மூத்த தலைமுறையின் உதவியுடன் இன்னும் பஞ்சாயத்துகள் நடந்து கொண்டிருக்கின்றன. ஆனால் முன்னைப் போல் ஒழுங்கு முறையில்லை. ஆர்வமும் இல்லை. அதே நேரத்தில் பழைய நினைவுகளைச் சுமந்து நிற்கும் கிராமங்கள் ஏராளம். ஒவ்வொரு கிராமத்திற்கும் ஒன்றிரண்டு விசித்திர வழக்குகள்... எல்லா வாரமும் இதையே எழுதுகிற அளவுக்கு! இவையெல்லாவற்றில் இருந்தும் ஓர் அடிப்படை உண்மை விளங்கியது!

அது அன்றைய பஞ்சாயத்துகளின் வெற்றிக்கு, பஞ்சாயத்து தலைவர்களின் சாதுர்ய புத்தியும், வக்கணையான பேச்சும் மட்டுமே காரணமல்ல! கடவுளைக் காட்டி, வாதி, பிரதிவாதிகளைச் ‘சாமி’ என்கிற பெயரில் மிரட்டி உண்மையைப் பேசவைத்து வழக்குகளைத் தீர்த்ததே வெற்றியின் ரகசியம்! உதாரணமாக ஒரு வழக்கு!

மாப்பிள்ளை – கண்ணியம் பட்டி. பெண் – கிருஷ்ணாபுரம்! கல்யாணமான சில வருடங்களில் மாப்பிள்ளை இறந்துவிடுகிறான். மாப்பிள்ளை இறந்த ஒரு வருடம் கழித்து, அவள் கர்ப்பவதியாகிறாள். அவளைச் சேர்ந்த சிலரது தூண்டுதலினால், தன் கர்ப்பத்துக்குக் காரணமானவனைப் பஞ்சாயத்து முன்னால் நிறுத்துகிறாள். வழக்கம் போல விசாரணை.

குற்றம் சாட்டப்பட்டவன் மண்ணில் புரண்டு அழுகிறான்... “ஐயா... இந்தக் கர்ப்பத்துக்கும் எனக்கும் சம்பந்தமே இல்லங்கய்யா...! என்கிட்டே சொத்து இருக்கிறதாலே என்ன மட்டும் சிக்க வச்சிருக்காங்க! இந்தப் பொண்ணுக்கு எத்தனையோ பேர் தொடர்பு உண்டுங்க! அதுல நானும் ஒருத்தன். ஆனா, இவ கர்ப்பத்துக்கு நான் பொறுப்பு இல்லை...” என்று கதறுகிறான்.

அந்தப் பெண்ணைப் பார்க்கிறார்கள்! இவன்தான் கர்ப்பத்துக்கு காரணமென்று ஊன்றிச் சொல்கிறாள்.

பஞ்சாயத்தார் ஒரு முடிவுக்கு வருகிறார்கள். தரையில் ஏழு கோடு கிழித்து, அந்தப் பெண்ணை அழைத்து கோட்டில் நிற்கச் சொல்கிறார்கள்! “உசக்க ஆகாயவாணி, கீழே பூமாதேவி...

காளியாத்தா பொதுவா இவன்தான் காரணம்னு சொல்லு…! கடவுள் முன்னால பொய் சொன்னா, ‘வெள்ளிடி’ விழுகும் (வெள்ளி தீஞ்சு விழுவது). நிதானிச்சுச் சொல்லு…” என்று கட்டளையிடுகிறது பஞ்சாயத்து.

அந்தப் பெண், கூனிக்குறுகி, கோட்டுக்கு வருவதற்கு மறுகுகிறாள். கண்ணியம்பட்டி, அல்லி குண்டம், சின்னாரெட்டிபட்டி, வன்னிவேலம்பட்டி, கிருஷ்ணாபுரம் இவ்வூர்களைச் சேர்ந்தவர்கள் ‘புறப்பஞ்சாயத்து’ கூடி (கொஞ்ச தூரம் தள்ளி முக்கியமானவர் கூடிப் பேசி முடிவெடுப்பது) அந்தப் பெண்ணுக்குத் தண்டனை வழங்குவதென்று முடிவெடுக்கிறார்கள்.

அந்தப் பெண்ணுக்கு 5000 ரூபாய் தண்டனை விதிப்பது என்றும், காலில் விழுந்தால் குறைத்துக்கொண்டே வந்து, காலில் விழக்கூடாது என்று 750 ரூபாய் தண்டனை விதிக்கலாம் என்றும் உறுதி செய்யப்படுகிறது!

அந்தப் பெண் காளியாத்தாளுக்கோ, மாரியாத்தாளுக்கோ பயந்து பொய் சொல்லப் பயந்ததால், பஞ்சாயத்து தீர்ப்பு சொல்ல வசதியாகப் போய்விட்டது! இல்லையென்றால் கர்ப்பத்துக்குக் காரணமானவனைக் கண்டுபிடிக்க கடவுளைத்தான் கூப்பிட வேண்டும்! இதுபோலவே இன்னுமிரண்டு வழக்குகள்.

வண்டாரியைச் (சாப்டூர் அருகே) சேர்ந்த ஒருவர், மாடு பிடிக்கப்போன இடத்தில் விதைப்பு நேரமாக இருந்ததால், மாடு கிடைக்காமல், கரிசல் குளத்து நண்பர் வீட்டில் தங்குகிறார். பணமிருக்கிற சட்டையை நண்பர் வீட்டில் கழற்றிக் கொடுத்துவிட்டு, திண்ணையில் படுத்துத் தூங்கிவிடுகிறார். பொழுது விடிந்ததும், பாவடிப்பட்டியில் மாடு அமைந்துவிடுகிறது. பணத்தைப் பார்த்தால் 200 ரூபாய் குறைகிறது என்று நினைத்தார்! கரிசல் குளத்திலே பஞ்சாயத்து கூட்டப்பட்டுவிட்டது! ‘உண்ட வீட்டுலயே கன்னம் வச்ச மாதிரி இருக்கே’ என்று அவர்கள் புலம்ப, ‘உங்களைத் தவிர வேறு யாருமில்லை” என்று வண்டாரிக்காரர் வாதாட, பிரச்சினை தீர்ந்தபாடில்லை. அடுத்து பெரிய பஞ்சாயத்துக்கு ஓலை அனுப்பப்படுகிறது! சோலைப்பட்டிக் கருப்பசாமி கோவிலில் ‘பணம் எடுக்கவில்லை’ என்று கரிசல் குளத்துக்காரர் சத்தியம் பண்ணிக் கொடுப்பது என்பது தீர்ப்பாகிறது.

"வால் நீண்ட கருங்குருவி
வலமிருந்து இடம் போனால்
கால் நடையா போனவரு
கனக தண்டியில் ஏறுவார்..."

"செந்தலைக் கருடன்
இடமிருந்து வலம் போனால்
கங்கையிலே போனபொருள்
தன்கையிலே வந்து சேரும்..."

இது, சத்தியம் செய்யப் போகிறவர், ஊருணியில் குளித்து, கோவில் நோக்கிச் செல்கிறபோது சொல்லப்படுவது! கரிசல் குளத்துக்காரர் சூடம் ஏற்றி அணைத்து சத்தியம் செய்து கொடுத்து தீர்ப்பை நிறைவேற்றினாராம். (மூன்று மாதங்களுக்குப் பிறகு வண்டாரிக்காரர் இறந்துவிட்டதாகக் கிராமத்து மக்கள் சொல்கிறார்கள்.)

இதுபற்றிப் பேசும்போது, மூக்கன் இன்னொரு வழக்கைப் பற்றியும் சொன்னார்!

இரண்டு கிராமங்கள். வலுவான ஜாதிகள் உள்ள ஊர், தென்னந்தோப்புக்குள் தேன் எடுக்கப் போனவனை 'நீதான் இத்தனை நாளா இளநீ திருடிட்டு போறவனா' என்று சொல்லி தோப்பு முதலாளி, அவனைத் தென்னை மரத்தில் கட்டி உரித்தெடுக்கிறார்! ஏற்கெனவே, அப்போதைக்கப்போது உரசிக்கொண்டிருந்த இரண்டு கிராமத்துக்கும், இது ஒரு கௌரவப் பிரச்சினையாகிவிட்டது. இதற்கிடையில் தோப்புக்காரன் போலீஸுக்குத் தகவல் கொடுத்து விட, எஸ்.ஐ.யும் வந்துவிடுகிறார். இரண்டு ஊர் ஆட்களும் கூடி நிற்கிறார்கள். ஒன்றும் முடிவெடுக்க முடியாத எஸ்.ஐ.இரண்டு ஊருக்கும் பொதுவான ஒரு கிராமத்தில் ஏறுதல் (தாவா) வைத்துக் கொள்ளச் சொல்ல, பஞ்சாயத்து கூடியது.

தேன் எடுத்தவனை, ஏழு கோட்டில் நிற்கவைத்து, "உன்னைக் கட்டி வச்சு அடிச்ச காரணம் என்ன...? உண்மையைச் சொல்லு..." என்று பஞ்சாயத்தார் கேட்க.

"அய்யா... முக்காளி சத்தியமா தேன் மட்டும்தான் எடுக்க வந்தேன். அவரே ரெண்டு இளநீ-யைப் பிடுங்கிப் போட்டு, கட்டிவச்சிட்டாருங்கய்யா..." என்று ஓ-வென்று அழுதிருக்கிறான்!

சுசி கணேசன்

அடித்தவரும், அடிபட்டவரும் வெவ்வேறு ஜாதி என்பதால், ரெண்டு பக்கமும், "கரேமுரே..." என்று ஒரே இரைச்சல். பஞ்சாயத்து சமூகமாக தீர்வாகவில்லையென்றால் நிச்சயம் வெட்டு, குத்து, பலி... என்கிற நிலை!

தோட்டக்காரரையும், ஏழு கோட்டில் நின்று, கடவுள் சத்தியமாக உண்மையைச் சொல்லச் சொல்கிறார்கள்.

தோட்டக்காரருக்கு மனசு சஞ்சலப்படுகிறது. "நான்தான் தப்பு பண்ணிட்டேன்..." என்று மன்னிப்புக் கேட்க.

"ஏய்யா... பெரிய மனுசனா இருந்துகிட்டு, கொஞ்ச நேரத்தில சாதி சண்டை இழுத்துவிடப் பாத்தியே... உனக்கு 500 ரூபாய் தண்டனை..." என்று பஞ்சாயத்து தீர்ப்பு வழங்கியது. அதனை, மூன்று ஊர் கோவிலுக்கும் சமமாகப் பிரித்துக் கொடுத்துவிட்டார்கள்! (இன்று - அடித்தவனை மரத்தில் கட்டி திருப்பி அடித்தால்தான் மனசு ஆறும்! தன்மான உணர்ச்சி!)

"இதயே, இன்னைக்கு தீர்வையா சொன்னா, அடிபட்டவன் நான் இங்கே கிடக்கியில, கடவுளுக்கு எதுக்கய்யா காசுன்னு இந்தத் தலைமுறை கேள்வி கேட்கும்... அதெல்லாம் பழசு..."

எது நல்லது? எது கெட்டது? தெரியவில்லை. ஆனால் ஒன்று புரிகிறது. 'கடவுள் இல்லை' என்கிற பகுத்தறிவு இயக்கங்கள் முளைவிட ஆரம்பித்ததும், இந்த அமைப்புகள் மரணத்தைத் தழுவவேண்டிய கட்டாயம் ஏற்பட்டிருக்கிறது! (ஆனால், இன்று ஐயப்பன், பழனி, திருப்பதி - கோவில்களை நோக்கி கிராமங்களிலிருந்து பஸ்களிலும், வேன்களிலும் படையெடுக்கும் பக்தர்கள் கூட்டம் பெருகிக்கொண்டிருப்பது கசப்பான உண்மை அல்லது சரியான தண்டனை!) செல்லம் பட்டியைச் சேர்ந்த அய்யாவு இன்னொரு கருத்தைச் சொன்னார்.

"வேட்டி சட்டையை வெளுக்கும் போது, சுத்தமா வெளுத்திட்டா, சீக்கிரம் அழுக்குப் பிடிச்சிடும்னு சொல்லுவாங்க! அதனால், வெளுக்கும்போது ரெண்டு அழுக்கை விட்டுட்டு வெளுக்கணும்! அதுமாதிரி, கொஞ்ச மூடத்தனம் இருந்தாதான், பஞ்சாயத்து அமைப்பையும், அதனோட சர்வாதிகாரத்தையும் ஒத்துக்க முடியும்..! கம்ப்யூட்டர் காலத்துக்கு அதெல்லாம், ஒத்துவராதுங்க!"

அது என்ன சர்வாதிகாரம்? இன்று வி.ஏ.ஓ.விலிருந்து, தாசில்தார், கலெக்டர், மக்கள் தேர்ந்தெடுக்கும் எம்.எல்.ஏ., மந்திரி... யார் தான் மக்களை கேட்டு செய்கிறார்கள்...? அவரது பதில் வேறு ஒரு கோணம் காட்டியது!

மூக்கனிடம் கேட்டேன்.

"முப்பது வருஷத்துக்கு மேல, பஞ்சாயத்து நடத்துனீங்க, ஏன் இப்போ விட்டுட்டீங்க...?"

சிரித்தார்.

"நமக்கு அடுத்து வந்த வேகமான தலைமுறையோட ஒத்துப் போக முடியலை... அதான் ஒதுங்கிட்டேன்..." என்றார்.

தொடர்ந்து, "இதுவரைக்கும் மண் பாத்திரமோ, வெண்கலப் பாத்திரமோ தவிர வேறெதிலேயும் சாப்பிட்டதில்ல. மூதாதையர் கொடுத்த சத்தியவாக்கை இன்னைக்கு வரைக்கும் நியாயத்தோடு வாழ்ந்து காப்பாத்திட்டேன்.

எங்கிட்டே இருக்கிற நிலங்கள் பெருகவும் இல்ல. அழியவும் இல்ல. அதே கஞ்சி. அதே கூழு. இன்னைக்கும் வராங்கருது அறுத்துப் போட்டுத்தான் வந்திருக்கேன்..." என்றார் அவர்.

இன்றைய நடைமுறைகளுக்கேற்ப, படித்த கிராமத்து இளைஞர்கள் (வேலை கிடைக்கும் வரையாவது) கட்சி சாயம் ஏதும் பூசிக் கொள்ளாமல், இந்த அமைப்பிலிருக்கும் நல்ல அம்சங்களை (தங்களுக்குள் பேசித் தீர்த்துக்கொள்வது) மட்டும் எடுத்துக்கொண்டு (தற்கொலையை ஒன்றுபட மறைக்கும் ஒற்றுமையல்ல) தலைமை தாங்க முன்வந்தால் ஒருவேளை போன மூச்சு திரும்பக்கூடும்.

நடக்குமா என்ன?

சுசி கணேசன் | 33

3

பானை ரகசியம்

'மாமியா ஒடச்சா மண்குடம்
மருமக ஒடச்சா பொன்குடம்'

இப்படி ஒரு சொலவம் (பழமொழி) எல்லா இடத்திலும் உண்டு. எல்லோருக்கும் தெரிந்த பழமொழியும் கூட! ஆனால் இன்றைய சூழலில் இது ஒரு (out dated) 'சொலவம்!' ஏன்?

மண்குடம் இருந்தால்தானே மாமியார் உடைப்பதற்கு?

மண்பாண்டங்களின் வாசனையே இல்லாமல் வாழ்கின்ற கிராமங்களே இன்று எண்ணிக்கையில் பெருத்துக்கிடக்கின்றன. வேண்டுமானால், பழமொழி மீது அதிகம் பற்றுள்ளவர்கள் இப்படி மாற்றிக் கொள்ளலாம்.

'மருமக ஓடச்சா பொன்குடம்
மாமியா ஓடச்சா பிளாஸ்டிக் குடம்.'

அந்த அளவு கிராம வாழ்க்கைக்கும், மண்பாத்திரங்களுக்கும் இருந்த அன்னியோன்ய உறவு விவாகரத்து ஆகிப்போனது! ஒரு காலத்தில் 'அவை' வாழ்ந்த வாழ்க்கையென்ன!

இது ஓர் இயல்பான மாற்றம்! 'பழையன கழிதலும் புதியன புகுதலும்' என்பது இலக்கணத்திற்குப் பொருந்துகிறதோ இல்லையோ, கிராம மக்கள் புழங்கிய மண்பாண்டங்களுக்குப் பொருந்தும்!

இந்தத் தலைமுறையின் கண்முன்னேயே இது மியூஸியத்தில் வைக்கப்படும் பொருளானாலும் ஆச்சர்யமில்லை! இந்த மாற்றம் நாகரிக வளர்ச்சியில் தவிர்க்க இயலாதது என்றாலும், இந்தத் தொழிலை மட்டுமே நம்பி வாழ்ந்த ஓர் இனம் (குயவர்) சுருங்கி, வதங்கி, தவித்துக்கொண்டிருக்கிற செய்தி வேதனைதானே!

மேம்போக்காகப் பார்த்தால், நாகரிக வெளிப்பாடு என்று தோன்றலாம்! ஆழமாகப் பார்த்தால் கிராமங்களில் மெல்ல மெல்ல ஏற்பட்ட பொருளாதாரப் புத்துணர்ச்சியும் ஒரு காரணம் என்பது புரியும்!

'பணப்புழக்கம்' ஏற்படுத்திட்ட பாதிப்பு! "நாலு ரூபாய்க்கு ஒரு மண்பானை வாங்கினேன்" என்பதற்கும், "எண்பது ரூபாய்க்கு ஒரு சில்வர் பானை வாங்கினேன்" என்பதற்கும் இடையில் தெரிகிற கௌரவம் – ரொம்பப் பெரிசு! இந்த கௌரவப் பித்து வளர வளர, குயவர்களின் தொழில் படுத்து, கிராமங்களை விட்டுத் தாங்களாகவே வெளியேற வேண்டிய நிர்ப்பந்தம்!

நான் சுற்றிய பெரும்பாலான கிராமங்களில், பத்துப்பதினைந்து கிராமங்களை இணைக்கிற மாதிரி ஒரு குயவர் குடும்பம் வாழ்ந்ததும், தொழில் சுரத்தில்லாததால் அடுத்த தலைமுறை அந்தத் தொழிலை மறந்து, வேறு இடங்களுக்குக் குடிபெயர்ந்து விட்டதையும், கண்கூடாகப்

பார்க்க முடிந்தது! "அந்த நொண்டிக் கிழவனோட அந்தக் குடும்பமே தூர்ந்து போச்சய்யா..." என்று அங்கலாய்த்த ஊரும் உண்டு! ஆனால் ஒரு ஆறுதல், நகரத்தை அண்டினவர்கள் 'தலைப்பாகை தப்பிய புண்ணியவான்கள்' ஆகிவிட்டார்கள்! (நகரத்தில் மண்பானைகளுக்கு மவுசு இருக்கிறதோ?)

கிராம அமைப்பு முறையில் அரசர்கள் காலத்திலிருந்து குயவர்களுக்கென்று ஓர் இடம் உண்டு! அவர்களையும், அவர்களது தொழிலையும் மக்கள் பெரிதும் சார்ந்து வாழ்ந்ததே அதன் காரணம்!

இப்போதும் நன்றாக நினைவில் இருக்கிறது - சின்ன வயதில் பார்த்த காட்சிகள்!

மூங்கில் தப்பைகளால் ஆன கூட்டு வண்டி! தப்பைகள் வெளியே தெரியாத அளவுக்கு, நெருக்கக் கட்டித் தொங்கவிடப்பட்ட மண் சட்டி, பானை, குடங்கள், வத்தலும் தொத்தலுமாய் இரண்டு மாடுகள். மாடு இழுக்கிறதா, வண்டி தள்ளுகிறதா... என்கிற மாதிரியான அசைவு! பாவம் மாடுகள்... பானைகள் விற்பதற்கும், விற்ற பின்னால், வீடு போய்ச் சேருவதற்கும் உயிரோடு இருந்தால் போதும் என்கிற நினைப்பில் வளர்க்கப்படுபவை!

சுண்டின உடம்புக்காரர் ஒருவர் வண்டியை ஓட்ட (குயவர்), அவரது மனைவியும், குழந்தையும் வண்டி பின்னால் நடந்து வருவார்கள் (வண்டிக்குள்ளேயும் வைக்கோல் பரப்பி மண் பாண்டங்கள் அடுக்கி வைத்திருப்பார்கள்!) வண்டி லம்பினால் (குலுங்கினால்) மண்சட்டிகளுக்குச் சேதம் வருமென்பதால், அதிக வேகமில்லாது, ஆடாமல் அசையாமல் வந்து நிற்கும் வண்டி! (ஒவ்வொரு கிராமத்துக்கும் மாதமிருமுறை இவர்களது விசிட் உண்டு! இதுதவிர சந்தைகளும்!)

சட்டி பானைகளை மூடும் ஓலம்படிகளிலிருந்து, வடிதட்டு, அடுப்பு, மொடாப்பானை, ஊறல் பானை... என்று எல்லாவித மண்பாண்டங்களையெல்லாம் பொட்டலில் பரப்பிவிட்டு, எட்டணா காசு செலவு பண்ணி தண்டோரா போடவைப்பார்கள்! பொழுது உச்சியை விட்டுச் சாய்ந்ததும் ஆரம்பிக்கும் வியாபாரம், பொழுது இருட்டும் வரை நடந்து கொண்டிருக்கும்!

நெல், வரகு, சோளம், கேப்பை (கேழ்வரகு), பயறு வகைகள் - இப்படி ஒவ்வொரு தானியத்துக்கும் தனித்தனியாகச்

சாக்குப் பைகள் வைத்திருப்பார்கள். அந்தந்தத் தானியத்தின் மதிப்பிற்கேற்ப, பெரிசோ சிறிசோ... சட்டிப்பானைகள் கிடைக்கும்! ஓழக்குத் தானியத்தை முந்தியில் அள்ளிப்போட்டு, பொட்டலுக்கு வரும் பொம்பளைகள், பண்ணுகிற அரட்டல் உருட்டல்... அப்பாடி ரொம்ப ரசனையான சமாச்சாரங்கள்!

இந்த மாதிரி நேரத்தில், வயசான கிழவிகளுக்கும் கிராக்கி வந்து விடும்.

‘ஏத்தா... திண்ணையிலே சும்மாதான படுத்துக் கிடக்கிற...’ பொட்டல்ல வண்டிக்காரன், இறக்கியிருக்கானாம்!’ செத்த... என்கூட வாயேன்! நல்ல பானை ரெண்டு தட்டிப்பார்த்து எடுத்துக் கொடுத்தா குறஞ்சா போவே...” என்று வலுக்கட்டாயமாக இழுத்துக்கொண்டு போவதும், அவர்களும் தோரணையோடு வந்து, ஒவ்வொரு பானையாக எடுத்து விரல் மடித்து “டொங்... டொங்...” என்று தட்டிப் பார்ப்பதும், சுட்ட பானையா? சுடாத பானையா? இன்னும் சந்தேகம் வந்தால் காதுக்கு பக்கத்தில் தட்டிப்பார்த்து சத்தம் ‘ணங்’ன்று கேட்கிறதா என்று பரிசோதித்து... “ங்... இத எடுத்துக்கடியாத்தா... நல்லா வெந்திருக்கு!” என்று சொல்லி, பெருமிதமாய் பார்ப்பதும், மாலை நேரத்து கிராமத்தின் சின்னச் சின்ன ஆசைகள்!

நான்கைந்து ஆம்பளைகளும், ஒரு ஓரமாய் நின்று பானை சட்டிகளைத் தட்டிக்கொண்டிருப்பார்கள் (கைம்பொண்டாட்டிகள் – மனைவியை இழந்தவர்கள்!)

“பொம்பளை மாதிரி இத்தனை நொட்டை பாக்குறியே...! எடுத்துட்டு போ மாமா... சீக்கிரம்!...” என்று கிண்டலடிக்கும் முறைப் பெண்களும், “இப்படி ஒரு புருஷன் கிடைச்சும் கொடுத்து வைக்காம, போய்ச் சேர்ந்திட்டாளே அந்தச் சிறுக்கி...” என்று ‘ஒரு சோட்டு, பெண்கள் எகத்தாளம் பேசுவதும்... ஆம்பளை பதிலுக்கு நையாண்டி பேசுவதும், மண்பாண்டம் விக்கிற இடமென்றாலும், மண்வாசனை கலந்த பேச்சும் சிரிப்புச் சத்தமும் கேட்டுக்கொண்டேயிருக்கும்.

தானியத்தைக் கொடுத்து, மண்பாத்திரம் வாங்குகிற ‘பண்டமாற்று முறை’ பத்தாண்டுகளுக்கு முன்பு வரைகூட கிராமங்களில் நடந்து வந்தது. பண்டமாற்றில் நெல்லுக்கும், பயறு வகைகளுக்கும்தான் அதிக மவுசு! நெல்லு போடுகிற பொம்பளைகளுக்குக் கிடைக்கிற மரியாதையே தனி! அந்தக் குயவர் பெண்ணே நல்ல பாத்திரமாகப் பொறுக்கிக்

கொடுப்பாள்! எந்தத் தானியமாக இருந்தாலும், அளந்து போட்டு விட்டு, வெறும் மடியோடு எந்தப் பொம்பளையும் திரும்ப மாட்டார்கள்! ஒரு கொத்து அள்ளி, திரும்பவும் மடிக்குள் போட்டுத் திரும்புவார்கள் (தனலட்சுமியைத் துடைத்து அனுப்பக்கூடாதாம்!)

அந்தக் குயவப் பொம்பளையோடு, ஊர்க்கதை, உலகக்கதை பேசி, (ஊருக்குள் நடந்த, அடிதடி வெட்டு, ஓடிப்போனவ கதை) ஓசியில், ரெண்டு மண்சட்டிகள் வாங்கிவரும் பெண்களும் உண்டு! அதே பொம்பளைக்கு, தூக்குவாளியில், கஞ்சியோ, கூழோ ஊத்திக் கொடுத்து, “சாப்பிடுடியம்மா...! பொழுது இருட்டித்தான் ஊரை விட்டுக் கிளம்புவே! வீட்டுக்கு எந்நேரம் போயி, உல வச்சு கஞ்சி காய்ச்சி குடிக்கிறது? பிள்ளைக்கும் கொடுத்து நீயும் குடிச்சி பசியாறிப் போங்க...” என்று பரிதாபத்தில் பசியமர்த்தும் பெண்களும் உண்டு! ஊரைவிட்டுக் கிளம்புவதற்குள், யாராவது ஒருவர், அன்னமிட்டு விடுவார்கள்! அது பிச்சை அல்ல, அன்பு! வியாபாரிகளைக் கூட தன் வீட்டுக்காரர்களாய்ப் பாவித்த காலம்!

சண்டை போடுகிற பெண்களும் உண்டு! “ஏண்டி...! (அவளே... இவளே என்று) போன தடவை வந்தப்போ, ‘நல்ல அடுப்பு ஆத்தா... மூணு வருசம் தாங்கும்னு’ கொடுத்தே! அத நம்பி நானும் பதிச்சிட்டேன்! இத்தனூண்டு பாத்திரத்தைத் தண்ணியோட தூக்கி வச்சேன்! ‘பொடுக்’னு கொண்டை (அடுப்பு) ஒடஞ்சி போச்சே... இதான் உங்க தொழிலு லட்சணமா...?” இப்படி எகிறுபவர்களும், புதுப் பாத்திரம் எடுத்தவுடன், கிணற்றடிக்கு ஓடி, ரெண்டு வாளி தண்ணி இறச்சி ஊத்தி, கசிவு அடிக்கிறதா’ என்று பரிசோதிப்பவர்களும் உண்டு! எல்லோரையும் சமாளிக்கும் திறன் வேண்டும்!

இதில், அடுத்த தடவை வரும்போது என்னென்ன கொண்டு வர வேண்டும் என்று ‘லிஸ்ட்’ கொடுப்பவர்களும் உண்டு!

எப்படியோ, கோபப்பட்டாலும், வைதாலும், இந்த ஜனங்களுக்கு, அவர்களை விட்டால் வேறு கதியில்லை. காரணம் அவர்கள் வாழ்க்கையின் பெரும் பகுதி, மண் பாத்திரங்களையே நம்பியிருந்தது!

ஒவ்வொரு வீட்டிலும், கவுச்சிக்கென்று ஒரு மண்சட்டி (கறிசட்டி), சாம்பார் மற்றும் குழம்புகளுக்கென்று தனி சட்டி– இப்படி புழக்கத்திலிருக்கும்!

சோறுக்கென்று தனிப் பானை

கூழுக்கென்று தனிப் பானை

சுடுதண்ணி போடுவதற்கென்று தனிப் பானை!

வெண்கலப் பானைகள் பயன்படுத்தினாலும், குடி தண்ணீருக்காக ஒரு மண்குடம் (ஏழைகளின் ஃபிரிட்ஜ்)... உறியில் தொங்கும் மோர் சட்டியிலிருந்து, பொழுது விடிஞ்சதும் வாசல் தெளிக்க சாணியள்ளும் ஒலம்பட்டி வரை மண்பாத்திரங்களே!

அரிசி, பருப்பு, புளி, மிளகாய், சேமித்து வைக்க... பயன்பட்டதும் அடுக்கடுக்கான, மண்பானைகளே! (அடுக்களை – கூம்பு மாதிரி அடுக்கப்பட்டிருக்கும் பானைகள்.) பொம்பளைகளின் 'சுருவாட்டுப் பணத்தின்' பேங்க் லாக்கர்கள்! இன்று 'ஹேண்ட்பேக்' பயன்படுத்துகிற நடுத்தர வர்க்கம் கிராமங்களிலும் தோன்றிவிட்டது! வசதி படைத்தவர்கள் 'காத்ரெஜ்' பீரோ வரை போகிறார்கள்!' ('சுருக்குப் பை' கிழவிகளோடு போனது.)

மாடு கன்னுகளுக்குப் புண்ணாக்கு, தவிடு போட்டுத் தண்ணிகாட்ட... மண் குழுதாடிகள் (ஊறல்) – இப்போது கான்கிரீட் தொட்டிகள்!

கார்த்திகை தீபம் ஏற்ற 'கார்த்திகை சிட்டி'கள்! இப்போது பீங்கான் சிட்டிகள் கிராமங்களுக்கே வந்து விட்டன! இன்னும் சிலர், ஒரு படி மேலே போய், ஒரு பாக்கெட் மெழுகுவர்த்தியில் 'கார்த்திகை தீபம்' ஏற்றிக்கொள்கிறார்கள். மண் சட்டி என்றால், முதல்நாளே தண்ணீரில் ஊறப்போட்டு எடுத்துவைக்கணும்... (எண்ணெய் உறிஞ்சாமல் இருக்க) அந்த வேலையெல்லாம் இப்போது மிச்சம்தானே!

மாட்டுத் தொழுவத்தில் கோமியம் வடியுமிடத்தில் பதிக்கப்பட்டிருப்பதும் மண்சட்டி! அதனை அள்ளிக்கொண்டு போய் குப்பையில் ஊற்றப் பயன்பட்டதும் மண் சட்டி – இப்போது விவசாய சம்சாரிகளின் எண்ணிக்கை மாடுகளின் எண்ணிக்கையும் கூடக் குறைந்து போனது!

ஆமணக்கு முத்து எடுத்து, உரலில் இடித்து வெளக்கெண்ணெய் காய்ச்சப் பயன்பட்டது 'மொடா பானை'. அன்று வெளக்கெண்ணெய் இல்லாத வீடு கிடையாது! கால்களுக்கென்றாலும், அடிவயிறு பிசைந்தாலும், வெளக்கெண்ணையே 'உடனடி நிவாரணி!' இப்போது

வெளக்கெண்ணெய் காய்ச்ச வேண்டாம்... கடைகளில் காசு நீட்டினால், அலுப்பில்லாமல் கிடைக்கிறதே!

நெல் அவிப்பதற்கும் இந்த மொடாப் பானைகளே!

கண்மாய் அழியும்போது, அயிரை மீன் பிடிக்கவும் 'மண்முட்டி' தேவை! மீன் பத்தலில் அயிரை மீன் விழ பத்தலுக்குப் பின்னே, மண்முட்டி, தரையில் பதிக்கப்பட்டிருக்கும். இப்போதெல்லாம் யாரும் தன்னிச்சையாக மீன் பிடிப்பதில்லை. பெரும்பாலான கண்மாய்களில் 'மீன் ஏலம்' போய்விடுகின்றன! அயிரை மீன் பிடிக்க கண்மாய் ஓரத்தில் மண்முட்டி பதிக்கும் கைவண்ணமே மறந்துபோனது!

ஏகாலிகள் வெள்ளாவி வைக்கவும், மண்பானைகள் வேண்டும்! 'உவர் மண்' சலவைக்கும் தாழிகள் வேண்டும்! இப்போதெல்லாம் ஏகாலிகள் வெளுப்பதைவிட, வெளுத்த துணியைத் தேய்ப்பதில் மட்டுமே ஆர்வம் செலுத்துகிற நிலைமை.

உடைந்துபோனாலும் மண் பாண்டங்களுக்கு ஒரு 'சோலி'யிருந்தது! வரையோடு - முட்டைகளை அடைகாக்க கோழிகளுக்கு கொடுக்கப்பட்ட 'உச்சாணி இருப்பிடம்'. பானையின் அடிப்பகுதியை உடைத்தெறிந்துவிட்டு, வளையத்தை கீழே கவுத்தி, மேல்பரப்பு வரை தவிடு பரப்பி வைப்பார்கள். ஒன்றுக்கும் பயன்படாமல் போகும் சட்டி, பானைகளை ஊரை ஒட்டிய ஓடப்புகளில் (ஒதுக்கப்பட்ட இடம்) வீசியெறிவார்கள்.

அதைச் சின்னப் பயல்கள் பொறுக்கி எடுத்து, ஓடுகளைத் துண்டு துண்டா உடைச்சி, கண்மாய்க் கரையில் நின்று 'தவக்காகல்' விடுவதும் தனி அழகு! பானைகளே இல்லையென்கிறபோது ஓடுகளுக்கு எங்கே போக! இப்போது சிறுவர்களின் விளையாட்டே வேறு!

'மண்சட்டியில் கொழம்பு வைத்தால், ருசி அதிகமாக இருக்கும்...' என்று சிலர் சொல்லக் கேள்விப்பட்டதுண்டு. உண்மையா, பொய்யா என்பது தெரியாது! ஆனால், ஈயச்சட்டியில் (அலுமினியம்) கொழம்பு வைப்பவர்கள், அதனை உடனடியாக வேறு பாத்திரத்திற்கு மாற்றுவதுண்டு...! பாத்திரத்தில் உப்பு பூக்குமாம்! ஆனால், மண்சட்டியில் குழம்பு வைப்பவர்கள், மூணு நாளைக்குச் சுண்ட வைத்தாலும்,

சட்டியை மாற்றுவதில்லை...! மற்ற பாத்திரங்களைவிட இதற்கு ஒரு தனிக்குணம் இருக்கிறது போலும்!

'மண்பானைச் சமையல்' என்று போர்டு போட்டு நகரத்தில் சாப்பாடு கிடைக்கிறது. ஆனால், கிராமத்தில் அது இன்று கிடைக்காது! ஒரு வீட்டில் மண் பாத்திரங்கள் இருந்தால், "இன்னும் கர்நாடகமாகவே (அநாகரிகம்) இருக்காங்களே..." என்கிற எண்ணம் என்று வளர்ந்ததோ அன்றே இந்த மண்பாண்டங்களுக்குக் கிராமத்து ஜனங்கள் 'டாடா' காட்டிவிட்டார்கள்.

ஆனாலும், சாமி காரியத்துக்கும், சாவு காரியத்துக்கும் மண்பாத்திரங்களை இவர்களால் தவிர்க்க முடியவில்லை! ஆயிரம் கண்ணுபானை வைக்கிறேன்; தீச்சட்டி எடுக்கிறேன் என்று நேர்ந்துகொண்டவர்களும், குயவர்களைத் தேடிப் போகவேண்டியிருக்கிறது!

இழவுக்குக் கொள்ளி போடுகிறவர்களும் புதுப்பானைக்காக, குயவர்களைத்தேடி ஓடவேண்டியிருக்கிறது.

நாகரிகமும் பகட்டும்தானா இவை மறைந்து போனதற்குக் காரணம்? இல்லை. கரிசக்குளத்தைச் சேர்ந்த பேச்சியக்கா, வேறொரு கோணத்தில் பதில் சொன்னார்:

"மண்பானை சட்டியில் சமைச்சுச் சாப்பிட்டா நோய்நொடி அண்டாதுன்னு எங்க காலத்திலயுந்தான் சொன்னாங்க! அந்தக் காலத்துல அதவிட்டா வேற வழி...? இப்ப எவ விறகு அடுப்புல சோறு ஆக்கணும்ங்கிறா... எல்லாரும் சீமத்தண்ணி அடுப்பு (ஸ்டவ்) வேணும்னுல்ல கேட்கிறா...? அதுல மண்சட்டியை வச்சா வேலையாகுமா? 'அடியே... மண்பானையிலே சோறு ஆக்குடி.... ருசியாயிருக்கும்'னு என் மருமகக்காரிகிட்டே சொன்னா. "அதுக்கு வேறமருமகளைப் பாருங்கறா..." என்று சிரித்தார்.

"அந்தக் காலத்துல எல்லா வீட்லயும் விறகு அடுப்புதான்! விறகும் நிறைய கெடக்கும். ரெண்டு விறகுக் கட்டையை எடுத்துவச்சு மளமளன்னு எரிச்சா... சீக்கிரம் அடுப்பு வேலை முடியும்...! இப்ப மூணு நாளா பெறக்கிறேன்... ஒரு கட்டு விறகு பெறக்க முடியலை... கிராமத்திலயே விறகுக்கு பஞ்சம் வந்திடுச்சப்பா... அலுமினியச் சட்டியில, கொதிக்கவச்சா சீக்கிரம் வேலையாயிடுது! அதான், இப்ப மண்பாத்திரம்

யாரும் புழங்கறதேயில்லை. இப்போ அடுப்படியிலே எல்லாக் கழுதையும் கையில கரிபடாம சோறாக்கணும்னுல்ல நினைக்கிறா...! அதுமட்டுமல்லப்பா, இந்தச் சனியன் (மண் பாத்திரங்கள்) எப்போ உடையும், உடையாதுங்கிறதே யாருக்கும் தெரியாது... அதுதான் முதக்காரணம்..." என்றார்.

"ஊர்நாட்ல, எத்தனையோ பிரச்னைகெடக்குது. அதை விட்டுட்டு, மண்பானையைப் பத்தி கேட்கறியே நீ? ரோடு இல்ல. குடிக்க தண்ணியில்ல அது எழுது..." என்றார்.

அட, ஆச்சரியம்!

"எந்தக் கட்சிக்கு ஓட்டுப்போட்டே" நான்!

ஒரு கட்சிப் பெயரைச் சொன்னார். நான் ஒரு பதில் சொல்ல... மழுப்பலாகச் சிரித்துக்கொண்டே நடந்தார்!

"போட்டோ?" என்றதும், "ஏ... யப்பா... நீ மோசக்கார ஆளா இருப்பபோலிருக்கே... நான் மாட்டேன்..." என்று முகத்தை மூடிக்கொண்டு வயலுக்குள் இறங்கிவிட்டார்.

சில நேரங்களில் அடுப்பில் இருக்கும்போதே பானை உடைந்து... கஞ்சியோ கூழோ, சிந்தி எரிகிற நெருப்பை அணைப்பதும் உண்டு! கூழு கிண்டுகிற பக்குவம் தெரியாவிட்டாலும், அகப்பை நுனியே பானையை உடைத்துவிடும்!

ஒரு ஞாபகம்!

ஐந்தாம் வகுப்பு. அரைப் பரீட்சை லீவு! 'புனுகுப்பூனை' மாதிரி வீட்டுக்குள்ளேயே சுற்றிக்கொண்டிருந்தேன். அடுப்படியில் அம்மா. (மதுரை பட்டணத்திலிருந்து ஐம்பது ஆண்டுகளுக்கு முன்பே, பட்டிக்காட்டுக்கு வாக்கப்பட்டு வந்த பெண்! 'ஆத்தா' என்கிற வார்த்தைக்கு வீட்டில் தடை! பல ஆண்டுகளுக்கு முன்பே நடந்த ஒரு பட்டணத்துத் தாக்கம்) கூழு காச்சிக்கொண்டிருந்தது. (அம்மா, அப்பாவை – அது இது என்று சொல்லுவது ஒரு வழக்கம்!)

"தின்றதுக்கு ஏதாவது பண்ணிக்கொடு... இல்லேன்னா கூழ்ப்பானைய உடைச்சுப்புடுவேன்..." கவட்டைக் கம்போடு நின்றிருந்தேன்.

"இருடா... இருடா... வர்றேன்" என்றபடி, அடுப்புத் தீயை அமத்தி, 'கங்கு சூட்ல கொஞ்சநேரம் கிடக்கட்டும்'

என்று ஓலம்பட்டியை எடுத்து கூழ்ப்பானையை மூடிவிட்டு, எள்ளுருண்டை இடிக்க ஆரம்பித்தது எனக்காக! வறுத்த எள்ளும், வெல்லமும் இடிக்க இடிக்க... வாசனை, தூக்கியது.

"செத்த உலக்கையப் பிடிச்சுக்கடா... கூழ்ப்பானையை, இறக்கி வச்சிட்டு வர்றேன்..." என்று அம்மா சொல்ல,

"நீ இடி... நான் இறக்கி வைக்கிறேன்..." என்று அடுப்படிக்குள் ஓடினேன்!

"ஏய்... ஏ... வேண்டாம்டா..... உனக்குத் தூக்கத் தெரியாது..." சொல்லிக்கொண்டிருக்கும்போது, கரித் துணியை எடுத்து, கனமான பானையை விசுக்கென்று தூக்கி (அதுவரை சரிதான்), அதே வேகத்தில் தரையில் வைத்தேன்!

'டு...ப்...'

தரையில் லேசாகக் கூழ் கசிவது மாதிரி இருந்தது? கொஞ்ச நேரத்தில், ஸ்லோமோஷனில் கூழ்ப்பானை உடைந்து சாய்ந்தது! அடுப்படியெல்லாம் சுடுகூழு! சோளக்கூழு!

அம்மாவின் கவலையெல்லாம் கூழ் சிந்தியது பற்றியதல்ல... வண்டிக்காரன் வருகிற வரை கூழ்ப்பானைக்கு எங்கே போறது...? என்கிற கவலைதான்!

உடையும் தன்மை ஒருபக்கம் இருக்கட்டும்! மலிவு விலை என்பதாலே, நல்ல பொருளெல்லாம்கூட வியாபாரத்தில் தோற்றுப்போவதுண்டு! இந்தப் பாத்திரங்களின் எளிமையும், மலிவும்கூட இதன் மறைவுக்கு ஒரு வகையில் காரணமே! பருத்திக்கு மண்சட்டி, பானை கொடுத்த காலமும் உண்டு. பண்டமாற்று மாறி, 'காசு'க்குக் கொஞ்ச காலம் விற்றார்கள். ஆறேழு வருடங்களுக்கு முன்புகூட, அந்தக் கூடார வண்டி ஊர் பொட்டலுக்கு வந்து சட்டிபானை விற்றுவிட்டுப் போனது. இப்போது அவர்களைச் சந்திக்க முயன்றேன். அவர்களது தடயம்கூடத் தெரியவில்லை. கல்லுப்பட்டி, பேரையூர், திருமங்கலம் சந்தையெல்லாம் கூடத் தேடிப் பார்த்தாயிற்று...

சந்தைக்கு வரும் வேறு குயவர்களையாவது பார்க்கலாமா? "சந்தைக்கு வர்ற மண்பானை சட்டிகளோட வரத்து குறைஞ்சு போச்சு சார்..." என்றனர். கடைசியாக வாடிப்பட்டிச் சந்தையில் ஒரு குயவர் கம் வியாபாரி சிக்கினார்.

"கொண்டு வந்த சட்டிபானைக விக்காமப் போனா, அத அப்படித் திருப்பி எடுத்துப் போறதிலே, யாருக்கு நஷ்டம்?

சுசி கணேசன் | 43

அதனால, பெரும்பாலும் சந்தையிலே வந்து விக்கிறவங்க குறைச்சல். வேணுங்கிறவங்க... நேரா செய்யற இடத்துக்கே போயி வாங்க வேண்டியதுதான்...” என்று விரக்தியாகச் சிரித்தார்.

“நீங்க மட்டும் சந்தைக்கு வந்திருக்கிங்களே?”

“வேற பொழைப்பு...! இன்னும் ஒரு வருஷத்திலே இந்தத் தொழிலை விட்டுடலாம்னு இருக்கேன் சார்! யாரும் முன்ன மாதிரி விரும்பி வாங்கறதில்லை. இந்தத் தொழிலை நம்பி வாழ முடியுமா? இதவிட்டா வேற தொழிலும் எனக்குத் தெரியாது. அதான் முழிச்சிட்டிருக்கேன்...” என்றார்.

யாராவது சட்டி வாங்குவார்கள். போட்டோ எடுக்கலாம் என்று இரண்டு மணி நேரமாகக் காத்திருந்துவிட்டு, கடைசியில், பேத்திக்கு கவுன் எடுக்க வந்த கிழவியையும், காய்கறி வாங்க வந்த ஒரு பொம்பளையையும், ‘போஸ்’ கொடுக்க வைத்து போட்டோ எடுத்தேன். நடிப்புக்காக, “சட்டி எவ்வளவு...” என்று தட்டிப்பார்த்தபடி அந்தக் கிழவி விலை கேக்க... “ஏழு ரூபா! அஞ்சு ரூபானு எடுத்துக்கத்தா...” என்று அவர் சொன்னபோது (நடிப்புக்காகதான்) அவரையும் அறியாமல், முகம் கொஞ்சம் பிரகாசம் காட்டியது.

வெளிச்சம் பட்டவுடன், ‘விசுக்’ கென்று சட்டியைக் கீழே வைத்துவிட்டு, நகர்ந்துகொண்டார்கள் கிழவியும் அந்தப் பொம்பளையும்!

வருகிற போகிறவர்களைப் பார்த்தபடி, “இப்பெல்லாம், பொம்பளைகளைவிட ஆம்பளைங்க வந்துதான் மண்சட்டி வேணும், மண்பானை வேணும்னு கேட்கிறாங்க...” என்று சொல்லிக்கொண்டே யாரையோ சத்தம் போட்டுக் கூப்பிட்டார்.

இடைப்பட்ட நேரத்தில் சஸ்பென்ஸ் தாங்க முடியவில்லை? ஆம்பளைங்களா? எதற்கு?

“ஆமாங்க பாட்டுக் கேட்க, பானைக்குள்ளே ஸ்பீக்கரை வச்சா ‘கும் கும்’னு சத்தம் கேட்குதாமே...” அந்தக் கடைசி வார்த்தையில் ‘ஏக அர்த்தம்’ இருந்தது.

4

சாமக்குறி

சாப்டூர் அருகே ஒரு கிராமம். செழிப்பான ஊர்தான். 'கார வீட்டுக்காரர்' என்று ஒரு பிரபலமான குடும்பம். (இன்று ஊருக்குள் நிறைய கார வீடுகள் வந்துவிட்டன என்றாலும்) 'கார வீடு' என்று சொன்னாலே கிராமத்து மக்கள் இன்றும் அந்த வீட்டைத்தான் காண்பிக்கிறார்கள். ஊரிலுள்ள

மற்ற வீடுகளில் எல்லாம் உயிரோட்டம் இருக்க, இந்தக் 'காரவீடு' மட்டும் இன்று பாழடைந்து நிற்கிறது. காரணம்?

ஒரு கதை சொல்லப்படுகிறது. வசதி வாய்ப்பான குடும்பம். ஆண்டபண்டம் அறுபதும் வீட்டுல உண்டு. ஆனா குடும்பத்து 'பெரியாம்' பளைக்கு 'சண்டியர்தனம் எதுவும் கிடையாது. ஓங்குதாங்கா உயரமான ஆளு. வட்டக்கழுத்து ஜிப்பா போட்டு தெருவில நடந்து போனா ஆம்பளை கண்ணுகளுக்கும் 'சொக்குப் பொடி' தான்! சுண்டியிழுக்கும்! பீடி, சிகரெட், தண்ணி, கூத்தியா... இப்படி எந்த வாசனையும் கிடையாது. ஒரு பொண்டாட்டி, ஒரே ஒரு மகன். உருவத்தில் குத்தம்குறை சொல்ல முடியாது. பேச்சில...? அவருக்கிருக்கிற ஒரேயொரு கெட்ட பேரு இதுலதான்!

"யெல... உங்கப்பனங்க... கோமணம் அவுக்கப் போயிட்டானா...?"

விசாரிப்பதென்றாலும் இப்படித்தான் ஆரம்பிப்பார். பொண்டாட்டியைக் கொஞ்சுவதாக இருந்தாலும் ரெண்டு மூணு கெட்டவார்த்தை 'அப்படி' வந்து போகுமாம்! (உயிரோடிருந்தால் ஒரு டிக்ஷனரி (Dictionary) போடுமளவு!)

கர்ணன் கவச குண்டலங்களோடு பிறந்ததைப்போல, 'கெட்டவார்த்தை' களோடு பிறந்திருப்பார் போலும் (சில சமயங்களில் அவரது நவரசத்தைக் கிராம மக்களும் ரசிப்பதுண்டு!) பிள்ளை தோளுக்கு மேல் வளரும் வரை சரி. அதுவும் பட்டணத்தில் படித்து முடித்து பெரிய உத்தியோகத்தில் உட்கார்ந்த பிறகும், அவரது 'வார்த்தை வாசனை' மாறாவிட்டால் எப்படி? இதனாலேயே கூட அப்பனுக்கும் மகனுக்கும் லேசான மனஸ்தாபம் ஏற்பட்டதும் உண்டு. ஒரே பிள்ளையென்பதால், மகனது அறிவுரையை அவரால் தட்ட முடியவில்லை. அப்படியும் அவரையறியாமல் கெட்ட வார்த்தைகள் எட்டிப் பார்ப்பதும் உண்டு.

அப்படித்தான் ஒரு நாள், பொண்டாட்டி, கேதம் விசாரிக்க பக்கத்து ஊருக்குப் போயிருந்த நேரம். வீட்டில் இவரும், வேலைக்காரர்களும் மட்டும் இருந்திருக்கிறார்கள்.

வாசலில், கைக்குழந்தையோடு ஒருத்தி, ஈயத் தூக்குவாளியோடு நின்றிருந்தாள்.

"அம்மாவ்... கஞ்சியிருந்தா ஊத்துங்கம்மா..."

"பொம்பளையாளு வீட்ல இல்ல போயிட்டு அப்புறம் வரச்சொல்லு! ஆள் விட்டு அனுப்பி போகச் சொன்னார்.

"அய்யோவ் குடுகுடுப்பக்காரங்க நாங்க. புள்ளக்கி ரொம்ப பசிக்குது, இருக்கறது ஏதாவதை ரெண்டு கை போடுங்க... போதும்..." மீண்டும் பிச்சைக்குரல்.

விறுவிறுவென்று வாசலுக்கு வந்த பெரியவர், "குடுகுடுப்பைக்காரன் (சாமக்கோடங்கி) பொண்டாட்டின்னா கொம்பா...! உனக்கு மட்டும் – வேற ஏதாவது இருக்கா? வீட்டுல 'ஆளு' இல்லைன்னு சொல்றேன்ல... ஆம்பளையா அடுப்படிக்குள் போகமுடியும்? சொன்னா சட்டுன்னு கேப்பியா அத விட்டுட்டு, குடுகுடுப்பக்காரன் பொண்டாட்டி, ...தி பொண்டாட்டின்னு நின்னுகிட்டு...?" வசவென்றாலும், வயிறு பொறுக்க வசவு!

அடுத்து எங்கேயும் பிச்சைக்குப் போகாமல் அழுது கொண்டே போயிருக்கிறாள் அந்தப் பெண். பொழுது விழுந்ததும், ஊர்பெரியவர்கள் இரண்டு பேரைக் கூட்டிக்கொண்டு சத்தமில்லாமல், குடுகுடுப்பைக்காரன் 'காரவீட்டுக்கு' வந்து விட்டான்.

"ய்யா... நாங்க ஊர் நாடெல்லாம் பிச்சையெடுத்து கஞ்சி குடிக்கிறவங்கதான். ஆனா மான ரோசம் கெட்டவங்கயில்ல. ஒரு பொம்பளை கிட்ட பேசுற பேச்சா என் சம்சாரத்துகிட்டே பேசினீங்க. கோ... மா... னு வந்து அழுகிறா... இது உங்களுக்கே நாயமாயிருக்கா?

"யெல...! எச்சிக்கலை நாயி! எம்புட்டு தெய்ரியம் இருந்தா என் வீட்டுப் படியேறி வந்து என்னையே கேள்வி கேப்பே? நான் எந்திரிக்கறதுக்குள்ள திரும்பிப் பாக்காம ஓடிப்போயிடு."

ஊர்க்காரர்கள் பக்கம் திரும்பி, "ஏய்யா... ஏதோ இன்னைக்குத்தான் நான் புதுசா பேசறதா நினைச்சி அவன் பேசறதைக் கேட்டு வந்திருக்கீங்களே... உங்களுக்குத் தெரியாதா என்னைப் பத்தி..." என்று சொல்ல, பிரச்சினை 'சப்' என்று முடிந்து போனது.

பொழுது விடிந்தது.

வாச தெளிக்க வந்த வீட்டுக்காரம்மா, ரெண்டு வளைந்த பெரம்புக் குச்சி வாசலில் கிடப்பதைப் பார்த்து என்ன ஏதென்று தெரியாமல் எடுத்து தாழ்வாரத்தில் சொருகி வைத்திருக்கிறார் (கிடைப்பதையெல்லாம் தாழ்வாரத்தில் சொருகி வைக்கும் பழக்கம் உண்டு பெண்களுக்கு). விசயம் பெரியவருக்குத் தெரிய வர, ரெண்டு குச்சியையும் ஒடிச்சி வீதியில் எறிந்து விட்டு குடுகுடுப்பைக்காரரைத் தேடியிருக்கிறார். அதற்குள் ஊருக்குள் செய்தி 'தீ'யாகப் பரவியது.

"கார வீட்டுக்காரர் வீட்டு முன்ன மந்திரிச்ச குச்சியைப் போட்டுட்டுப் போயிட்டானாம்."

"ஒரு கை கஞ்சிக்கு வாயைக் குடுத்து, வேளாவேளைக்கும் ஜோசியக்காரன், ஜாதகக்காரன்—னு பார்த்துக்கிட்டிருக்கார்..." இப்படி ஊர் பேசிக்கொண்டது.

மூன்று மாதங்களுக்குப் பிறகு, பம்பாயில் மகன் பைக் ஆக்ஸிடென்டில் இறந்து போக, இதற்கும், அதற்கும் அழகாக முடிச்சு விழுந்தது! வாரிசுக்கு ஒரே பிள்ளை! அந்தக் கவலையில், ரெண்டு தலைகளும் சீக்கிரம் மண்டையைப் போட, சித்தப்பா பிள்ளைகள் சொத்துகளைப் பகுந்து கொண்டார்கள். வீடு? யாரும் பொருட்படுத்தவில்லை. அப்படியே கிடக்கிறது.

மந்திரம் வென்றதா? இயற்கை வென்றதா? –தெரியாது. ஆனால் குடுகுடுப்பைக்காரர்களுக்கு கிராமங்களில் 'மந்திரவாதி மாயை' இருந்தது உண்மை! இந்த மாதிரி கதைகளே தலைமுறைகளுக்கும் போதுமே! இன்றைய நிலைமை?

சற்றே சந்தோசப்படலாம்! அந்த பயமும், மாயையும் கிராமங்களில் வெகுவாகக் குறைந்துவிட்டன. உசிலம்பட்டித் தொகுதியில் சுற்றிக்கொண்டிருந்தபோது, கோவில்பட்டி என்ற கிராமத்தில், குடுகுடுப்பைக்காரர்கள் 'டேரா' போட்டிருப்பது தெரிந்தது.

பேய், பிசாசு, பில்லி சூனியம், காத்து கருப்பு இவற்றின் மீது மக்களுக்கு இருந்த பயமும், ஈடுபாடும் சன்னமாகக் குறைய ஆரம்பித்திருப்பது ஆறுதலான விஷயம்! பேயாடுகிறவர்கள், பேயோட்டும் கோடாங்கிகள் எண்ணிக்கையும் கூட குறைந்து போய்விட்டது கிராமங்களில் (பகுத்தறிவு இயக்கங்களின் புண்ணியம்) அந்த லிஸ்டில் இந்தக் குடுகுடுப்பைக்காரர்களும் அடங்குவர்!

கோவில்பட்டி. ஊர்முகப்பிலேயே பாண்டிய மன்னன் காலத்தில் கட்டப்பட்ட பழங்கோவில்! நெல் காயப்போடப் பயன்படுகிற இந்தக் கோவிலின் வராந்தாவில் – 'கசகச'வென்று இந்த 'காட்டுநாயக்கர்' கூட்டம்! (நாட்ராயன் – இந்தக் குடும்பத்தின் தலைவர்) கிராமங்களை அண்டி வாழ்ந்த நாடோடிகளின் வாழ்க்கைக்கூட மாறிப்போய்விட்டது, புரிந்தது!

நடுராத்திரியில்தான், கிராமத்துத் தெருக்களில் இவர்களது கை ஓங்கும். நடு நிசி நேரம். ஒத்தை உடுக்கு ஒலி. கரகரப்பான தெலுங்கு கலந்த தமிழ் உச்சரிப்பு! தூரத்தில் மாறிமாறி நாய்கள் குரைக்கும் சத்தம்.

அந்த அமைதியான நேரத்தில், ஒவ்வொரு வீட்டுக்கு முன்னாலும் நின்று, இந்த 'குடுகுடுப்பை' நாயக்கர், 'சாமக்குறி' (அந்த வீட்டில் நடக்கப்போகும் நல்லது, கெட்டது, தோஷம், எச்சரிக்கையான விஷயங்களை அறிவிப்பது) சொல்ல ஆரம்பித்தால்... அவ்வளவுதான் வீட்டுக்குள்ளே தூங்குகிறவர்களுக்குத் தூக்கம் பிடிக்காது – குறிப்பாகப் பெண்களுக்கு! அவர்கள் தூங்காததோடு, "என்ன குறி சொல்றான்னு உத்துக் கேளு..." என்று பக்கத்தில் படுத்து தூங்குகிறவர்களையும் எழுப்பிவிட்டு... விடிந்த பிறகும் 'குசுகுசு'வென்று பேசிக்கொண்டிருப்பார்கள்! அதுவும் கெட்ட குறியாக இருந்துவிட்டால் வீடு முழுக்க இழவு சோகம்தான்! இந்த மாதிரி நேரங்களில், இழுத்துக்க பறிச்சுக்கன்னு கிடக்கிற கிழடு கட்டைகளுக்கு தொண்டக்குழி வறண்டு போகும்! உடுக்குச் சத்தம் ஓயும்வரை, ஏதோ திகில் படத்தின் 'ட்ரெய்லர்' மாதிரியிருக்கும். கிராமங்கள் இவர்களை எமனின் 'நேரடி தூதுவனாக' நினைத்த காலம்!

"முன்ன மாதிரி ஜனங்க உங்களுக்குப் பயப்படுறாங்களா?" கேட்டதும், அர்த்தத்தோடு சிரித்தார் நாட்ராயனின் மகன் மாரியப்பன்.

"எங்க பாட்டன் பூட்டன் காலத்துல எல்லாம் உடுக்குச் சத்தம் கேட்டாலே, தெருவுல, 'டப்டப்'னு கதவு மூடுற சத்தம் கேட்கும். அந்த பயமெல்லாம் இப்போ இல்லீங்க. திண்ணையில் உக்கார்ந்துகிட்டு "என்ன நாயக்கரே பிள்ளை குட்டியெல்லாம் சவுக்கியமா"னு கேட்கிற காலம் வந்துடுச்சு. அன்னைக்கு

எங்காளுக சாமக்குறி சொல்ல உடம்புல துணியில்லாம அம்மணமாத்தான் தெருவுல போனாங்க. ஊரே 'கும்'முன்னு இருட்டா கிடந்துச்சு... இன்னைக்கு போக முடியுங்களா? பேட்டரி அடிச்சு பார்த்து ஊரைவிட்டே விரட்டிடுவாங்க" என்று சிரித்தார்.

'குடுகுடுப்பைக்காரன் வாயில விழுந்தா நாசம்'னு நினைச்சதெல்லாம் அப்போ! நாங்க தங்கியிருக்கிற இடத்துப்பக்கமே ஊர் ஜனங்க வராது. இருந்தாலும் 'அவுக (மூத்த தலைமுறை) வயித்துல பொறந்ததுதானே இதுகளும்! பல தண்ணி குடுச்சு, பல கறி தின்டவங்க நாக்கு, சொல்ற வாக்கு பலிச்சிடும்–னு நம்புற ஜனங்களும் இருக்கத்தான் செய்றாங்க. அந்தப் பயம் இல்லைன்னா, இவகளால (பொம்பளக) இப்படி காடு கரை சுத்தி திரிய முடியுமா? நம்பினா நம்பிக்கை, இல்லைன்னா இல்லை" என்றார்.

"சாமக்குறி சொல்றீங்களே... அது எதவச்சு?"

"அது வகுத்துக்காக வேண்டிய பொழப்பு! சுடுகாட்டுக்கு போயி, பலிகொடுத்து (கோழி) சாமிகிட்ட (சக்கம்மா) உத்தரவு கேட்டு, சாமக்குறி சொல்லப் புறப்படுவோம். பொழுது விடிஞ்சதும், குறிசொன்ன வீட்டுக்குப் போனா, உப்பு, மிளகா, புளி, காப்பிடி, அரைப்படி தானியம் இப்படி எது கொடுத்தாலும் வாங்கிட்டு வந்து பொங்கித் தின்னுவோம்!"

"சொல்றதெல்லாம் பலிக்குமா என்ன?" (வெள்ளந்தியான மனிதர்கள்...! கணீரென்று பதில் வந்தது.)

"அதெல்லாம் சொல்ல முடியாதுங்க. நாலு பொய்யிருக்கும் நாலு நெசமிருக்கும்... நீங்க உழைக்கப் பிறந்தவங்க. நாங்க திங்க பிறந்தவங்க" என்று மீண்டும் சிரித்தார்.

உடனே அவரது மனைவி குறுக்கிட்டு, "நாங்க சொன்னது பலிச்சதுன்னா, சீலை, வேட்டி, தோடு, நகை, மூக்குத்தி எடுத்தும் போடுவாங்க! எல்லாம் சக்கம்மா வாக்கைப் பொறுத்தது! எங்க ஊர்க்காரரை, செயலலிதாவுக்கு ஜோசியம் சொல்ல பிளசர் கார்ல வச்சு கூப்பிட்டுப் போனாங்க. இப்போ, மாடி வீடு கட்டி, ரொம்ப வசதியா வாழறாரு" என்றபோது ஒருவித விரக்தி தெரிந்தது.

சக்கம்மா? அதே! கட்டபொம்மனின் குலதெய்வம் சக்கம்மா! இப்படி காடுகளில் சுற்றுவதுகூட கட்டபொம்மனின்

வாக்குதானாம் – நாடாறு மாதம், காடாறு மாதம். எங்கே சுற்றினாலும், 6 மாதங்கள் ஆனதும் சொந்த ஊருக்குத் திரும்பி விட வேண்டும். கல்யாணங்காட்சிகள், சாமி கும்பிடுதல், கொஞ்சம் விவசாயம். முடித்துவிட்டு மீண்டும் காடு!

நாட்ராயனும், அவரது சம்சாரமும், களைத்துப் (கை ஜோசியம் பார்த்துவிட்டு) போய் வந்து சேர்ந்தார்கள். அவரது மனைவி ஓரமாய் உட்கார்ந்துகொள்ள, நாட்ராயன் பேசினார்.

“இந்த காடு 6 நாடு 6 வாக்கை யாரும் மீற முடியாது. எங்க ஜாதியில ஒரு ‘சப் – இன்ஸ்பெக்டர்’ இருக்கிறான். பக்கத்துலதான் வேலை பாக்கிறான். அவன் காக்கி உடுப்பு போட்டிருந்தாலும், உடுக்கை கையில எடுத்து மூணு நாளைக்குப் பிச்சையெடுத்தாகணும்... மீறினா உன்னையும் வாழவிடாது என்னையும் வாழவிடாது...” (அரசு இப்படி ஒருவருக்கு விலக்கு அளித்திருப்பதாகத் தகவல். தீர விசாரித்துக்கொண்டிருக்கிறேன்).

“நீங்க போட்டுருக்கிற சட்டை வேட்டியைப் பார்த்தா, குடுகுடுப்பைக்காரர் மாதிரி தெரியலையே.....”

“எம் பொம்பளையே (சம்சாரம்) ரொம்ப நாள் லவுக்கை (ரவிக்கை) போடாமத்தான் இருந்தாள். ஊரு மாறினா நம்மாளும் மாறிக்கணுமில்ல. அன்னைக்கு தெருவுல நடந்தா, ‘நாய்க’ தொந்தரவு ‘ஜாஸ்தி’யிருக்கும். இப்ப அதுகூட குறைஞ்சு போச்சு... அதுக்கும் உடுப்புதான் காரணம்” என்றார்.

கிராமங்களில் ஒரு வழக்கமுண்டு. குழந்தை பிறந்து முப்பது கழிவதற்குள் இறந்துவிட்டால், வாசலிலேயோ, வாசப்படியிலேயோ புதைத்து விடுவார்கள். அதிலயும், தலைப்பிள்ளை ஆம்பிளைப்பிள்ளை என்றால், சுடுகாட்டுப் பக்கமே போகமாட்டார்கள். அதற்குச் சொல்லப்படுகிற காரணம். அருதொழில் செய்கிறவங்களுக்கு (மந்திரம், சூனியம்) ‘தலைச்சன் பிள்ளை ஓடு’ (மண்டை ஓடு) கிடைச்சா, விடமாட்டார்களாம்!

“அருதொழில் பண்றதெல்லாம் எங்க பாட்டன், முப்பாட்டன் காலத்தோடு போச்சுங்க! இந்தத் தலைமுறைக்கு அதெல்லாம் தெரியாது! ஆகாசத்துக்கும் பூமிக்கும் இடையில் கிடக்கிற உயிர் ராசி அத்தனையும் ஒரு நாளைக்கு அழியப் போறதுதான். இதுல ஒண்ணையொண்ணு அழிச்சுக்கிட்டு இப்போதெல்லாம் அருதொழில் யாரும் பண்றதில்லை...” என்றார்.

இவர்களது வாழ்க்கையில் ஓர் ஆனந்தமும் உண்டு. வரதட்சணையே கிடையாதாம். ஆணையும் பெண்ணையும் பத்து நாளைக்கு ஒன்றாகப் பழகவிட்டு, மனசு பிடித்திருந்தால்... டும்டும்தான்!

“தேர்தல் நடக்கும்போது வோட்டு போடறதுண்டா?”

அர்த்தமாகச் சிரித்தார்.

‘நாங்க எங்க இருந்தாலும் கூப்டறதுக்கு கார் வந்துடும்! (அரசியல்வாதி புண்ணியம்) எங்கே இருக்கிறோம்னு அப்பப்போ ஊருக்கு பேப்பர் (கடிதம்) போட்டுக்கிட்டிருப்போமே.....” என்று சிரித்த நாட்ராயனின் ஒரு வேண்டுகோளை வாசகர்களிடம் பகிர்ந்து கொள்ளாவிட்டால்... அது பாவம்!

“எங்களுக்கு எல்லாத் தொழிலும் தெரியுமுங்க. நரி, முயல், கீரி, காவாலி, காடை.... எல்லாம் பிடிப்போம். சிலதுகளைத் திம்போம். சிலதுகளை விப்போம். இப்போ எங்களுக்கு உலக விசயம்கூட தெரியுது. எங்க தாத்தன் பாட்டனுக்கெல்லாம் அம்புட்டு அறிவில்லங்க. தங்களுக்கு ஒரு ஜாதியிருக்கு. அதப் பதிஞ்சு வைக்கணும்னு அறிவில்லாமப் போச்சு! அதோட விளைவு – ‘காட்டுநாயக்கர்’ சர்ட்பிகேட் கேட்டா, ‘உங்களுக்குச் சாதியே இல்லைன்னு சொல்றாங்க. அதிகாரிங்க! மனுசனாப் பொறந்தா சாதி இருக்கணுமில்ல? சாதி சர்டிபிகேட் இல்லாததால ஒரு லோன்கூட வாங்க முடியலை. (காட்டு நாயக்கர் சர்டிபிகேட், கலெக்டர்தான் கொடுக்க வேண்டுமாம்).

‘காட்டுநாயக்கர்’னு என்ன ஆதாரம் வச்சிருக்கேன்னு கேட்கிறாங்க. எங்க வாழ்க்கையைப் பாருங்க. இதுக்கு ஆதாரம் கேட்கிறாங்களே அதிகாரிங்க! பார்க்காத அரசியல்வாதி இல்ல... வர்றவங்கல்லாம் “வோட்டுப் போடு... ஜெயிச்சதும் உங்க வேலைதான்னு சொல்றாங்க. அதுக்குப் பிறகு காணாமப் போயிடறாங்க.”

விரக்தியாகச் சொல்லி முடித்த நாட்ராயன், “என் பையனை 4வது படிக்க வச்சிருக்கேன். இரண்டு வருசம் பாப்பேன். சர்டிபிகேட் கிடைக்கலைன்னா, ‘வாடா, நரி பிடிக்க’ன்னு கூப்பிட்டுப் போயிடுவேன்” என்றார்.

5

"மோடா" மாயாண்டி

ஆனா ஆவன்னா தெரியாது. பொது இடத்தில் 'நருவுசாக' நடந்துகொள்ளும் பக்குவம் தெரியாது. பஸ் சன்னல் ஓரத்தில் உட்கார்ந்தபடியே, பின்னாலிருப்பவர் மேல் தெறிக்காமல் துப்பத் தெரியாது. கொடையைக் கக்கத்தில் தவிர வேறெங்கும் இடுக்கத் தெரியாது. அக்கம்பக்கத்தார் பேசுவதைப் புரிந்துகொள்ளத் தெரியாது. சாதாரணமானக்கூட 'ஆ'வென வாய் பிளக்கும் ஆச்சரியத்தை அடக்கத் தெரியாது... மொத்தத்தில் 'கேணயன்' என்கிற மாதிரியே கிராமத்தானை நமது பெரும்பாலான படைப்புகள் (சினிமா) சித்திரிக்கின்றன. உண்மையில் அடிமுட்டாள்கள் இருந்த இடத்தில்தான் அதி புத்திசாலிகளும் இருந்திருக்கிறார்கள் (இன்றைய இளைஞர்

பட்டாளத்தின் எண்ணவீச்சே' வேறு!) சரியோ, தப்போ, அரட்டி, உருட்டி, மிரட்டி, தான் நினைத்ததைச் சாதிக்கும் வல்லமையும், புத்திக் கூர்மையும், படிப்பறிவு இல்லாத காலத் திலிருந்தே இருந்திருக்கிறது. பட்டிமன்றப் பேராசிரியர்களுக்கும் இணையாகக் 'குறுக்குச் சால்' கேள்வி கேட்பதில் வல்லவர்கள் (அரசியலில் மட்டும் தோற்றுப் போகிறார்களோ?) ஏமாற்றுவது என்றாலும் அதிலும் வித்தகர்கள் வாழ்ந்திருக்கிறார்கள்.

அப்படி ஒருத்தர்தான் இந்த மாயாண்டி! ஏமாற்றுவதில் கைதேர்ந்தவர். இவருக்கு 'அப்பென் ஆத்தா' வைத்த பெயர் மாயாண்டி. ஊர் வைத்த பெயர் 'மொடா' மாயாண்டி! பட்டப்பெயர்! இரண்டு சேர் அரிசியை ஆக்கிக் கொட்டினாலும் அலுங்காமல் குலுங்காமல் அள்ளிக் கொட்டிக்கிற வயிறு.

தின்று செமிக்கிற உடல் ஆரோக்கியம்! 'மொடா' பானையில் சோறு வடிச்சு தூக்கி வைத்தால், உட்கார்ந்த மேனிக்குத் தின்று தீர்க்கும் வல்லமை பெற்றதால், இந்தப் பெயர் - 'மொடா' மாயாண்டி! (பட்டப்பெயர்கள் பற்றிப் பின்னால் விரிவாகப் பார்க்கலாம்.)

ஒண்ணுமில்லாத 'ஓட்டாண்டி'யாக இருந்த போதிலும் உல்லாச வாழ்க்கை வாழ்ந்தவர்... அதற்கு ஒருவிதத்தில் உதவியாக இருந்தது, அவரது ஊர் சுடுகாடு. இடுகாட்டுக்கும் இவரது மணவாழ்க்கைக்கும் அப்படி ஒரு சொந்தம்! ஊர் மக்கள் கூடியிருக்க, தான் வாழ்ந்த வாழ்க்கையை அவரே 'மலரும் நினைவுகளாய்' சொன்னார்.

மார்பிலும், முகத்திலும் முடி முளைக்கிற வயது! 'கோயில் மாடு' மாதிரி ஊரைச் சுற்றித் திரிவதே வாடிக்கை. ஒரு வித்தியாசம்... 'கோயில் மாடு' வேலைக்குதவாது. ஆனால், இவருக்கு எல்லா வேலைகளும் தெரியும். பார் கட்டுவதாகட்டும், பரம்படிப்பதாகட்டும், களையெடுப்பதாகட்டும் கமலையிறைப்பதாகட்டும்... அத்தனையும் அத்துப்படி! ஆனால் இதுதான் வாழ்க்கை' என்று தீர்மானித்துக் கொள்வதில் ஒரு சுணக்கம்.

ஊருக்குள் சுற்றிக்கொண்டிருந்த 'கோயில்மாடு' பிறகு, ஊர் ஊராகச் சுற்ற ஆரம்பித்தது! 'வேலைப் பக்குவம்' தெரிந்த புண்ணியத்தில்... போகிற இடத்தில் வேலை... கஞ்சி... என்று காலம் ஓடியது! ஊரில் இவரை யாரும் ஒரு பொருட்டாக நினைப்பதேயில்லை.

வெளியூருக்குப் போன மாயாண்டி, ஒருநாள், ஊருக்குத் திரும்பி வரும்போது 'உருப்படி' ஒன்றைச் சேர்த்துக் கூட்டிக் கொண்டு வந்தார். பொண்டாட்டி. சந்தைக்குப் போனவன் ஆட்டுக்குட்டி பிடித்துக்கொண்டு வருவதுபோல.

மாயாண்டியின் முதல் கல்யாணம்!

ஊரே ஆச்சரியப்பட்டுப் போனது.

"வந்த வாழ்வப் பாத்தியா...! ஒண்ணுமில்லாப் பயலுக்குக் கிடச்ச பொண்ணைப்பாரு... கிளியாட்டமில்ல இருக்கா. யோகக்காரன்தான்..." என்று ஊர் பேசியது. அதே ஊர், "இவன் எப்பிடி இவள வெச்சுக் காப்பாத்தப் போறான்... ஓடுகாலனாச்சே..." இப்படியும் பேசியது.

வந்த புதுப்பொண்ணும் ஒருமாதம் மப்பும் மந்தாரமுமாகத் தான் இருந்தாள். உரசி உரசி மஞ்சளை ஓர் 'இஞ்ச்' அளவுக்குப் பூசி, காலணாத்துட்டு அகலத்து (புதிய சில்வர் துட்டல்ல) பொட்டு இட்டு, 'மாட்டு செவந்தி'யைக் கொண்டையில் அள்ளி வைத்துக் கொண்டு, அவள் தெருவில் நடந்த அழகு... ஊர் கண் பட்டே விட்டது.

மஞ்சக்கட்டி தேய்ந்ததைப் போல, அவளது பளபளப்பும் தேய்ந்து போனது! பிறகு? அப்பன் வீட்டிலிருந்துகொண்டு வந்த சீதனச் சரக்குகள் எத்தனை நாளைக்குத்தான் கூட வரும்? மண வாழ்க்கை கசந்தது! புருசனும் பொண்டாட்டியும் 'பாவக்காய்' ஆனார்கள்! வீட்டில் அடிக்கடி சண்டை.

வீட்டில் இருக்கும் பஞ்சத்தைக் கூடத் தாங்க முடிந்தது. 'ஒண்ணுமில்லாதவன் பொண்டாட்டி பவுசைப் பார்த்தியா' என்கிற 'ஊர் நொட்டையை'த் தாங்க முடியவில்லை. 'நிரந்தரமாத் தொழில் பார்க்கணும்' என்று புருஷனுக்கு புத்திமதி கூறப்போக... கோயில் மாட்டைக் கொட்டத்தில் அடைத்து தீனி போடமுடியுமா? மாடு திமிறியது.

"இந்தா பாருடி... இருந்தா இரு! இல்லேன்னா உங்கப்பன் வீட்டுக்கு ஓடிடு..." என்று மாயாண்டி திட்ட, ஒருநாள் சொல்லாமல் கொள்ளாமல் ஓடியே போய்விட்டாள்...! திரும்பவேயில்லை.

மீண்டும் ஆச்சரியம். ஊர் சுற்றப் போனவன், திரும்பி வரும்போது, ஒரு பெண்ணும் கூட வந்தாள். இரண்டாவது மனைவி!

“என்ன வித்தைடா வச்சிருக்கே? எம்புட்டு பொய்யைச் சொல்றியோ... உன்னை நம்பி எவண்டா பொண்ணு கொடுக்கிறான்?” இப்படி தனித்தனியாக கூட்டிப்போய் ஒவ்வொருவரும் வாய் பிளந்து கேட்க... மனதிற்குள் மாயாண்டி சிரித்துக் கொள்கிறார். ‘உலகமே ஏமாந்த உலகம்’ என்பது இவரது நினைப்பு. இவருக்குக் கிட்டத்தட்ட வெற்றியே கிடைத்து வந்தது. அவரது வாய்ச் சவடாலில் அவருக்கு அவ்வளவு நம்பிக்கை.

இரண்டாவது ஆட்டைப் போல... ‘ஐந்து ஆடு’கள். ‘ஐந்து ஆடு’களும் வீட்டில் தங்கவில்லை. குட்டி போடாமலேயே பிறந்த வீட்டுக்கு ஓடிப்போய் விட்டன. ஆறாவதாக வந்த ‘ஆடு’ இவரது வாழ்க்கையில் அதிக பாதிப்பை ஏற்படுத்திவிட்டது.

மாயாண்டியின் ஊரிலிருந்து (முதலக்குளம்) பதினைந்து மைல் தொலவட்டில் இருக்கும் மற்றொரு கிராமம். மூட்டை ஏத்தப்போன மாயாண்டி, தண்ணீர் தாகமெடுத்து ஒரு வீட்டுக்குள் நுழைந்தார். அது ஒரு பெரியதனக்காரர் வீடு. தோப்பு, தொரவு என்று வசதி வாய்ப்பான குடும்பம்! காலம் கடந்து பிறந்த ஒரே ஒரு மகள்! மாயாண்டிக்கு தண்ணிச் சொம்பு நீட்டியவளும் அவளே!

கூடயிருந்தவன் சும்மாயிருக்கமாட்டாமல், “ஏ... மாயாண்டி...! இந்தப் பெரிய வீட்டுக்காரப் பொண்ணைச் சாச்சிட்டன்னா நீதாண்டா ஆம்பளை...” என்று ஏவிவிட... ஒரு நிமிடம் தயங்கிய மாயாண்டி, சடசடவென்று காரியத்தில் இறங்கிவிட்டார்.

ஐம்பது அறுபது ஆடுகள் வைத்திருந்த தனது ஊர்க்காரனிடம், “உனக்கு, நல்ல மேச்சல் நிலம் ஒண்ணு காட்றேன்...” என்று அழைத்துக்கொண்டு போனார், மாயாண்டி. அவர் காட்டிய நிலம் ‘அவளது’ தோப்பு! அந்தப் பெரியதனக்காரர் கட்டிலில் படுத்திருந்தார்.

ஆடுகளைக் கடலைக் காட்டுக்குள் பத்திவிட்டு, கொஞ்சம் ஆடுகளை வரப்போரம் மேய விட்டார் மாயாண்டி.

“எந்த ஊர் நாய்களோ இங்க வந்து மேய்க்குது! யெல... கழுதைக்குப் பொறந்த பயகளா...” திட்டிக்கொண்டே ஓடிவந்தார் பெரியவர்.

“இப்படி வெள்ளாமைக்குள்ளே ஆட்டைப் பத்திவிட்டு வேடிக்கை பாக்குறியே... அறிவிருக்காடா உனக்கு...” பெரியவர்.

"தப்புதாங்கய்யா! ஓர் இடத்திலேயும் புல்லுபூண்டு ஒண்ணையும் காணோம். உங்க காட்டைச் சுத்தித்தான் தண்ணி கசிவடிச்சி கொஞ்சம் பச்சை தெரியுது...! இந்த ஆடுகதான் எங்க வயித்துக்குக் கஞ்சி ஊத்துதுக. திருடக்கூடாது; பொய் பேசக்கூடாது... நியாயமா உழைச்சு சம்பாதிக்கணும்னா இப்படி வசவுகளும் வாங்கிக்கணும்தான்..." என்று முனகியபடியே நடந்த மாயாண்டியைத் தடுத்து நிறுத்தினார் பெரியவர்!

"உங்க ஊர்ல விவசாய வேலை எதுவும் கெடையாதா?"

"மானம் பாத்த பூமியிலே, வெவசாயம் என்னத்த கிழிக்கப் போகுது...? எல்லாம் தரிசு பிடிச்சுக் கிடக்குது. உங்க தோட்டத்து பச்சையைப் பார்த்ததும் மனது நெறஞ்சு போச்சு. கஞ்சி குடிக்காம பாத்துக்கிட்டே கிடக்கலாம்னு தோணுதுங்க..." என்றார் மாயாண்டி.

'சேலை பிரமாதம்' என்கிற சொல்லுக்கு மயங்குகிற பெண்களைப் போலத்தான் – சம்சாரிகளும்! அவனது வெள்ளாமையைப் புகழ்ந்து பேசினால் மயங்காத சம்சாரியே கிடையாது! அந்த ஆயுதம் கிடைத்தது மாயாண்டிக்கு!

'ஒரே ஜாதி' தான் என்பதைத் தெரிந்துகொண்ட பெரியவர், "இப்படி வெயில்ல சுத்தாம, ஒரே இடத்தில இருந்து வேலை செய்யப் பிரியமா..?" என்று கேட்கவும், அவரது மகன் ரெண்டு மாடுகளை ஓட்டிக்கொண்டு வரவும் சரியாக இருந்தது.

"செத்த இருங்க..." என்ற மாயாண்டி, மாடுகளை மேலியில் பூட்டி, கமலையிறைத்து கடலைக்குத் தண்ணிப்பாச்ச ஆரம்பித்தார்! இவரது ஆர்வத்தில் அசந்து போனார் பெரியவர்.

பெரியவர் கொஞ்சம் கழுத்து திரும்புகிற நேரத்தில், மாட்டு வாலை 'நறுக்... நறுக்' என்று மாயாண்டி கடிக்க... 'கீச்... கீச்...' என்கிற கமலைச் சத்தமும், 'சொலக்... சொலக்...' தண்ணீர் விழுகிற சத்தமும் வேகவேகமாக கேட்டது!

தண்ணீர் எல்லா இடத்திலும் பாய்ந்தாலும் மூன்று பாத்தி மிச்சம் கிடந்தது. "என்ன?" என்று ஏறிட்டுப் பார்த்த பெரியவரை அழைத்து, கிணற்றைக் காட்டினார் மாயாண்டி! மனிதர் ஆடிப்போய்விட்டார். கிணற்றில் ஒரு பொட்டு தண்ணியில்லை!

"விடிய விடிய இறைச்சாதான் கிணறு வத்தும். எப்படியப்பா இப்படி?" பெரியவரின் பிரமிப்பும் வீட்டிலும் தோட்டத்திலும் மாயாண்டியை வேலைக்கமர்த்தியது. தமது தோப்பு துரவுகளைப்

சுசி கணேசன் | 57

பார்த்துக்கொள்ள இப்படியொரு 'மாப்பிள்ளை' வேணும் என்பதை அப்போதே முடிவு செய்துவிட்டார் போலும்! (அந்தக் காலத்தில் வேலைக்கஞ்சாதவனை மருமகனாக்குவது வாடிக்கை)

தனக்கென்று யாரும் கிடையாது! ஊரிலும்கூட தன் உதவிக்கென்று ஒருவருமில்லை... தனது கல்யாணத்தைப் பெண் வீட்டிலேயே நடத்த விரும்புவதாக முன்னமேயே காதில் போட்டு வைத்தார் மாயாண்டி! விளைவு அவரது ஊருக்குச் செய்தியில்லாமலேயே பரிசமெல்லாம் முடிந்துவிட்டது.

திடீரென்று பெரியவருக்கு ஒரு சந்தேகம் வந்தது!

"ஏம்பா... ஊர்ல நிலம்பொலம்னு ஏதாச்சும் இருக்குதில்ல...?" என்று கேட்டபோது மாயாண்டிக்குத் தூக்கிப்போட்டது.

"இந்த பாருப்பா... கூனன் குருடனுக்குக் கட்டிக் கொடுத்தான்னு சொல்றதைவிட, 'வெறும் பயலுக்குக் கட்டிக் கொடுத்தான்'னு ஊர் பேசினா என்னால தாங்க முடியாது. எனக்கு மாப்பிள்ளையா வர்றவனுக்கு குறைஞ்சது 5 குழி நிலமாவது இருக்கணும். அதையும் கல்யாணத்துக்கு முன்னாடியே பொண்ணு பேர்ல எழுதி வைக்கணும்..." என்று கண்டிஷன் போட்டார். வேறு வழி தெரியாத மாயாண்டி, வெள்ளைப் பேப்பரில் கைரேகை வைத்து, ஒரு கடிதத்தையும் எழுதிக் கொடுத்தார்.

கடிதத்திலிருந்தது இதுதான். "கண்மாய்க்கு மேல்புறம் தவசி உழவுக்கு தென்புறம், பொட்டு பூசாரி உழவுக்கு கீழ்ப்புறம், இதற்கு உள்பட்ட பத்து குழி நிலம் இனி என் மனைவிக்குப் பாத்தியப் பட்டது" என்று எழுதியும் கொடுத்திருந்தார் மாயாண்டி.

கல்யாணம் முடிந்தது! முரண்டு பண்ண ஆரம்பித்தார் மாயாண்டி – சொந்த ஊருக்குப் போகவேண்டுமென்று!

மாப்பிள்ளை முன்னால் நடக்க, பெண்ணும், அவளது வீட்டாரும் சீர்வரிசையோடு பின்னால நடக்க, கூட்டம், மாயாண்டியின் ஊர் நோக்கி நடந்தது. (அப்போது எங்கும் நடைதானே! ஊர் நெருங்க நெருங்க மாயாண்டிக்கு உதறலெடுத்தது.)

பாதையில் ஆடு மேய்த்துக்கொண்டிருந்தவனை வேகமாக அனுப்பி, சின்ன ஆத்தா வீட்டை ஒதுங்க வைக்க சொல்லி ஒரு வழியாகச் சமாளித்தார்!

எத்தனை நாளைக்குத்தான் ஏமாற்றத்திற்கு உயிர் இருக்கும்! மெல்ல... அரசல் புரசலாக தன் கணவனைப் பற்றிக் கேள்விப்பட ஆரம்பித்ததும், அவளால் ஒன்றும் செய்யமுடியாத நிலை. காரணம் அவள் கர்ப்பிணி! "நிலம் இருக்கிறதா சொன்னீங்களே... ஒரு நா கூட காட்டுக்குன்னு போன மாதிரி தெரியலையே..." இப்படி மனைவியின் கேள்விக்கெல்லாம், "மம்பெட்டி இல்ல... செதுக்கி இல்லை" ன்னு காரணம் சொல்லிக் கொண்டிருந்தார் மாயாண்டி. எத்தனை நாளைக்கு? வீட்டையே சுற்றி வருகிற புருஷன் மீது சந்தேகம் வந்துவிட்டது. பிறந்த வீட்டுக்குப் போனாள். "அந்த நிலம் அவரோடதுதானா" ன்னு கண்டுபுடிங்க..." என்று அவள் அலற, அடுத்த நாளே... அந்த ஊர்ப் பெரியவர்கள் சிலரைக் கூட்டிக்கொண்டு மாயாண்டியின் ஊருக்கு வந்துவிட்டார். அவளது அப்பா.

கூட்டம் கூடியது! ஊரே திரண்டது.

மாயாண்டி எழுதிக் கொடுத்ததை மக்களிடம் நீட்டினார் பெரியவர்.

"யெல... எல்லோரும் மனசுக்குள்ள வச்சுப் படிக்கணும்" –

மாயாண்டியின் இப்படி ஒரு அதட்டலைக் கேட்டதும், படித்து முடித்தவர்களெல்லாம், மனதிற்குள்ளேயே சிரித்துக் கொண்டார்கள். மற்றவர்களுக்கு சஸ்பென்ஸ் தாள முடியவில்லை.

"சரி... நடந்தது நடந்து போச்சு...

பிள்ளைக்காரியாயிட்டா... விட்டுட்டுப் போங்க. இனி எதுவும் நடக்காம பார்த்துக்குவான்..." ஊர்ப் பெரியவர்கள் சிலர் அறிவுரை சொல்லியும் எடுபடவில்லை.

"ஏய்யா... அவன்தான் பிராடுக்காரன்னா, ஊரே பிராடுக்கார ஊரா இருக்கும் போலிருக்கே. அந்த இடத்தைக் காட்டப் போறீங்களா? இல்லையா?" பெரியவர் கர்ஜிக்க... "சரி... எதுக்கு ஒங்க பொல்லாப்பு" என்ற முதியவர், "சரியப்பா... இவருக்கு அந்த இடத்தைக் காட்டுங்க..." என்று சொல்ல... ஊர்க்கூட்டம் முன்னால் ஓட அப்பனும் மகளும், சொந்தக்காரர்களும் பின்னே ஓடினார்கள்.

மாயாண்டியின் மாமனாரை ஒரு இடத்தில் நிறுத்தினார்கள் ஊர்க்காரர்கள்! "இதுதான் உங்க மாயாண்டி எழுதிக் கொடுத்தது?" என்றார்கள்.

மயானம்!

மண்மூடிய புதைக்குழிகளைக் காட்டி, “அஞ்சு குழி நிலம்தானே மாயாண்டிகிட்டே கேட்டீங்க... எண்ணிக்கங்க... முப்பது நாப்பது குழி தேறும்...” என்று ஒரு முதியவர் கேலியாய்ச் சிரிக்க, ஊரே சிரித்தது.

புள்ளைத்தாச்சியாகப் பிறந்த வீட்டுக்குப் போனவள், சாகும் வரைக்கும் மாயாண்டி பக்கம் திரும்பவேயில்லை. ஆனால், மாயாண்டி அவளைச் சந்திக்க முயன்றாராம். ‘சுடுகாட்டு பொய்யை’ அவளால் தாங்க முடியவில்லை.

மகள் பிறந்தது!

அள்ளியெடுத்துக் கொஞ்ச மாயாண்டிக்கு ஆசைதான்! நுழைய முடியவில்லை. அதன்பிறகு இரண்டு கல்யாணம் பண்ணி, இரண்டு பிள்ளைகள் இருக்கிறார்கள் என்றாலும், முதல் குழந்தையின் மீதிருந்த பாசத்தை மாயாண்டியால் மறக்க முடியவில்லை. மதுரை செல்லூரில் கல்யாணம் கூட முடிந்தது. போகமுடியாத சூழல்! மகள் மாசமாகி ஒரு குழந்தையும் பெற்றாள். தாத்தா பாசம் பீறிட்டது போலும்!

புதுச் சேலை துணிமணிகளை வாங்கிக்கொண்டு இரண்டு கோழியை கையில் பிடித்து செல்லூரில் மகளது வீட்டின் கதவைத் தட்டினார் மாயாண்டி! கதவு திறந்தது. எதிரே மகள்!

நீட்டிய பொருள்களை வாங்கிக்கொண்டாள்! அப்பாடா சாகப்போகிற வயதில், தன் மகள் தன்னை அங்கீகரித்த ஆனந்தம்!

உள்ளே போனவள், குண்டாச்சட்டியில் சாணியைக் கரைத்து, அதில் “புதுச்சேலையையும், கோழியையும், அமுக்கி, சாணியோடு மாயாண்டியின் முகத்தில் விசிறியடித்தாள். (அவமானப்படுத்தும் ஒரு கிராமத்து முறை!) “ஒன் ஒட்டும் வேணாம், உறவும் வேணாம்” கதவைப் படீரென்று சாத்தினாள் மாயாண்டியின் மகள்.

சர்வசாதாரணமாக எல்லோரையும் ஏமாற்றத் தெரிந்த மாயாண்டிக்குத் தன் மகளை ஏமாற்றத் தெரியவில்லை! முதன்முதலாக ஒரு ‘நிஜத்தின்’ முன்னால் தோற்றுப்போனார் மாயாண்டி!

6

அமிர்தம்

சூதுவாது அறியாத ஜனங்கள்; விசாலமான நெஞ்சம் கொண்டவர்கள்; அனுசரணையான விசாரிப்பிலும், அரவணைப்பிலும் உள்ளத்தைக் கிறங்க வைக்கும் அற்புத வித்தை அவர்களிடம் உண்டு! பேதமை கொண்டதுதான் இந்தக் கிராமத்துப் பெண் இனம்! ஆனால், அவர்களது பேச்சிலும், செயலிலும் ஒருவித 'தாய்மை உணர்வு'

மிஞ்சி நிற்கும். வயதில் மூத்த நண்பர் ஒருவர் சொன்ன சம்பவம் ஒன்று அதற்கு சரியான எடுத்துக்காட்டு.

1966-ஆம் வருடம்.

மதுரை வெள்ளைச்சாமி நாடார் கல்லூரி. புதிதாய் துவங்கப்பட்ட கல்லூரி. புதிது புதிதாய் மாணவர்கள்! வெவ்வேறு ஊர்களைச் சேர்ந்தவர்கள். ஹாஸ்டலில் தங்கியிருந்த ஒரு மாணவனுக்கு, புதிய சூழலும், தட்பவெப்பமும் ஒத்துக் கொள்ளாமல், சூடு கிளம்பிவிட்டது. கண்ணில் ஒரு 'கட்டி' புறப்பட்டது.

பிதுக்கு மருந்து (டியூப் மருந்து) வாங்கிப் போடலாம் என்கிற நினைப்பில் நாகமலை புதுக்கோட்டையிலிருக்கும் ஒரு பெட்டிக் கடைக்குத் தன் சகாக்களோடு (அந்தக் கூட்டத்தில் இந்த நண்பரும் ஒருவர்) வந்தார், அந்தக் கல்லூரி மாணவர். அப்போது இப்பகுதியெல்லாம் கிராமம்தான்!

"கண்ணுல போடறதுக்கு ஏதாவது ஆயின்மெண்ட் இருக்குதுங்களா..." பெட்டிக் கடைக்காரரிடம் கண்கட்டியைக் காட்டி விவரம் கேட்க, "இந்த ஊர்ல விக்காது தம்பி! மதுரைக்குத்தான் போகணும்..." என்று கடைக்காரரிடமிருந்து பதில் வந்தது!

சாமான்கள் வாங்க, வந்து நின்றிருந்த ஒரு கிராமத்துப் பொம்பளைக்கு இந்த வார்த்தைகள் காதில் விழுந்தன. ஏறிட்டுப் பார்த்தாள்.

“என்னய்யா இது? இத்தந்தண்டி. கட்டியா கண்ணுல...” என்று பரிதாபத்தோடு விசாரித்துவிட்டு, “அமிர்தத்தை (தாய்ப்பால்) கண்ணுல விட்டா சரியாப் போகும்... செத்த கீழே உட்காரய்யா...” சொல்லிக்கொண்டே தன் நெஞ்சுப்பக்கம், கை கொண்டுபோக, வெட்கத்தில் ‘வேண்டாம்’ என மறுத்தாராம். அந்தக் கல்லூரி மாணவர்.

“ய்யா... உங்க ஆத்தா அக்கான்னு என்ன நெனச்சுக்க... கண்ண காட்டு...” என்றபடி தரையில் அவனை மண்டியிட வைத்து, கடைவாசலில், ஊர்க்காரர்கள் பலர் நின்றிருக்க, அந்த மாணவனின் கண்ணில் பால் பீச்சினார் கிராமத்துப் பெண்மணி.

“ஒண்ணும் பயப்படாதே! நாளைக்கு ஒருவாட்டி வந்து கண்ணுல விட்டுக்க... கட்டி ‘சருகு’ போலக் காஞ்சு போயிடும்...” அவள் பேசிக்கொண்டே போக அந்த மாணவனின் கண்களில் நீர் முட்டிக்கொண்டு நின்றது.

மாணவர்கள் சென்றபிறகு கடைக்காரிடம் ‘அந்தம்மா’ சொன்னாராம்: “பெத்த தாய் தகப்பனை விட்டுட்டு, இம்புட்டு தூரம் வந்து நம்மூர்ல படிக்கிறதே, இந்தப் புள்ளைக... திரும்பவும் அதுக ஊர்போய் சேருற வரைக்கும் நாமதானய்யா தாய் தகப்பன்...”

கல்லூரியில் விஷயம் காட்டுத்தீ போலப் பரவியது. நையாண்டி பொறுக்கமுடியாமல் (நாகரிகம்)! அடுத்த நாள் அந்த மாணவன் செல்லவில்லை. ஆனால் ‘நான் கண்ட கடவுள்’ என்று அந்தப் ‘பொம்பளை’ பற்றி நண்பர்களிடம் புலம்புவானாம்.

அந்த மாணவனுக்குப் பாடம் சொல்லித் தந்த வாத்தியார் களின் முகம் மறந்துபோயிருக்கும். அந்த தாயின் முகம்?

நண்பர் கேட்டார்: “இன்று இப்படி நடக்குமா? நடந்திருந்தால், அவளது புருஷனும், அந்த ஊரும் என்ன செய்திருக்கும்?”

இன்று தாய்ப்பாலை விட, சிறந்த மருந்துகளையெல்லாம் விஞ்ஞானம் கண்டுபிடித்துவிட்டது. அன்று அவள் காட்டியது மருந்தல்ல, மனசு.

ஊரார் பிள்ளைக்கே இப்படியென்றால், தன் பிள்ளைக்கு? இவர்கள் 'தாய்ப்பால்' ஊட்டுகிற அழகே தனிரகம்! அதுவும் வற்றாமல் பால் சுரக்கிற தாயாக இருந்துவிட்டால், அந்தக் குழந்தை கொடுத்து வைத்ததுதான். சளைக்காமல் பாலூட்டும் குணம் கொண்டவர்கள் இந்தப் பட்டிக்காட்டு ஜனங்கள்!

உடம்பெல்லாம் உப்புபடிய காடுகரையெல்லாம் வேலை பார்த்துவிட்டு, வீடு வந்து சேர்ந்ததும், ஒரு சொம்பு தண்ணீர் எடுத்து, 'ரெண்டு பக்க'த்தையும் வேர்வை உப்பு போக கழுவி விட்டு, தொட்டிலில் கிடக்கும் பிள்ளையை வாரியெடுத்து, திகட்டத் திகட்டப் பால் கொடுக்கும் தாய்மார்கள்.

வயிற்றுப்பிழைப்புக்கு உழைத்தாகணுமே... தலை நின்றவுடனேயே குழந்தையையும் காட்டுக்குத் தூக்கிக் கொண்டுபோய், நிழல் தரும் மரம் தேடி, கிளை கண்டுபிடித்து, தொட்டி கட்டி உறங்க வைத்து, அழும்போதெல்லாம் பால் புகட்டும் தாய்மார்கள்.

ஏனத்துப் பால் புளித்துப் போவதைப்போல, இந்த பாலும் புளித்துப் போவது உண்டு. புளித்த பால் குழந்தைக்காகாது என்பதால் மண் சுவத்தில் பீச்சிவிடும் தாய்மார்கள்.

இப்படிப்பட்டவர்கள் வாழ்ந்த பூமியில் இன்றைய நிலவரம்? நகரத்துப் பொம்பளைகளுக்கு நாங்கள் ஒன்றும் குறைச்சலில்லை என்கிறார்கள் இன்றைய கிராமத்துத் தாய்மார்கள்.

புட்டிப்பால் தொடாத தாய்மார்களை இன்று கிராமங்களில் விரல் விட்டு எண்ணிவிடலாம். காரணம் என்ன?

'குழந்தையின் பசியைப் போக்கவே, உடம்பில் இந்த ஒரு 'பாகம்' படைக்கப்பட்டது என்றிருந்த எண்ணம் மறைந்துபோய், 'அது காம இச்சைக்கான களம்' என்கிற நினைப்பு வளரத் துவங்கியிருப்பது. இந்த நூற்றாண்டில் சமீபத்திய நாகரிகம் விதைத்துவிட்டுப் போன மோசமான வித்து! 'அழகு கெட்டுப் போயிருமே...' என்கிற நகரத்துச் சித்தாந்தம், கிராமங்களையும் தொற்ற ஆரம்பித்திருப்பது கண்கூடாகத் தெரிகிறது. (படிப்பறி வில்லாத கிராமத்து ஜனங்கள், இருக்குமிடத்தில் இந்தக் கருத்துகள் இன்னும் எட்டவில்லை என்பது ஒருவகையில் ஆனந்தம்!) ஆவடையம்மாள் அழகாகச் சொன்னார்: "எல்லாக் கழுதையும் டி.வி., சினிமா பாத்து கெட்டுப் போகுதய்யா... பால் கொடுக்கணும்னு தெரியும்! பாடிக்கு (பிரா) மேலபாடி

போடாட்டி என்ன... அப்பன் வீட்டு சொத்து குறைஞ்சா போகும். அத அவுத்து உள்ள இருக்கிறத அவுக்கிறதுக்குள்ளே, குழந்தை அழுகையே நின்னு போகுது. கேட்டா இதான் நாகரிகம்ன்றாக! நானும் ஏழெட்டு மக்களைப் பெத்தவதான். பொடச்சிகிட்டோ, அரைச்சிக்கிட்டோ இருக்கேன்! அப்போதான் லவுக்கை போட மாட்டோமே! அது பாட்டுக்கு வந்து (குழந்தை) அது பாட்டுக்குக் குடிச்சிட்டு, அது பாட்டுக்குப் போயிருங்க."

ஆனந்தமாக ரசித்துச் சொன்னார்.

தாய்ப்பால் ஊட்றது லேசு பட்ட காரியமில்லையா, தாயானப்பட்டவ வாயக்கட்டணும்! பாலு கொடுக்கிற காலம் வரைக்கும், பச்சை ஒடம்புக்கு என்னென்ன சேராதோ அதையெல்லாம், ஒதுக்கணும். நாக்கு ருசி தேடக்கூடாது. இருமல், காய்ச்சல் வந்தால் பிள்ளைக்குப் பதிலா தாய்தான் பத்தியம் இருக்கணும்... இம்புட்டு ரோதனை எதுக்குன்னுதான் எல்லாப் பொம்பளையும், மூணு மாசத்திலே சீசாபாலுக்கு (புட்டிப்பால்) போயிடறாளுக...!" என்றார் மங்கல்ரேவைச் சேர்ந்த சடச்சி.

உண்மைதான்... தியாகம் என்பது உடல், உள்ளம் இரண்டும் சம்பந்தப்பட்டது! ஆசாபாசம் அத்தனையும் ஒதுக்கி வைக்க வேண்டும். பால்குடி நேரத்தில் புருஷனைப் பக்கத்தில் அண்டவிடாமல், சமாளிப்பதேகூட (சவலைப் பிள்ளையாகிவிடும் என்பதால்) தலையாயப் பிரச்சினையாகிவிடும் இந்தத் தாய்க்கு! ஒரு சினிமாவுக்காக, பால்குடி நிறுத்திய தன் மருமகளைப் பற்றி பவனுத்தாயி சொன்னபோது, தியாகத்தின் அர்த்தம் புரிந்தது!

"எம் மருமவளுக்கு முதபிள்ளையே ஆம்பளைப் புள்ள! நாலு மாசம் ஆகிறதுக்குள்ள, 'பால்குடி மறக்கடிக்க... ஒரு வழிமுறை சொல்லுங்க அத்தை...'ன்னு கேட்டாள். 'ஏண்டியாத்தா... ஒனக்குத்தான் நல்லா சொரக்குதே... எதுக்கு நிறுத்தணும்கிறே'ன்னு கேட்டேன். 'போட்டுக் கடிக்கிறான்'னு சொன்னாள். தெரிஞ்சு போச்சு. 'ஆறேழு மாசம் போகட்டும்... அப்புறம் பார்த்துக்கலாம்'னு சொல்லிட்டேன்.

அன்னைக்கு டி.வி.ல படம் போட்டான். பஞ்சாயத்து டி.வி.யிலதான். ஊர் ஜனமே படம் பார்க்கும். எம் மருமவளும் படம் பார்க்கக் கிளம்பினாள். 'போகும்போது பிள்ளையையும்

தூக்கிக்கிட்டுப் போ... இடையில பசியெடுத்து கத்தினா, கூட்டத்தில உன்னைத் தேடி அலையணும்...'னு சொன்னேன். கையோட தூக்கிட்டுப் போனா.

அதே மாதிரி பசியெடுத்து குழந்தை அழுதிருக்கு! படத்தைப் பாதியில விட்டுட்டு வீட்டுக்கு வரவும் மனசு வரலை. அங்கேயே திறந்து பால் கொடுக்கவும் மனசு ஒப்பலை. 'ஆய்... உய்... 'னு சத்தம் போட்டு அழுகையை நிறுத்தப் பார்த்திருக்கா.

பக்கத்திலிருந்த பொம்பளைக, 'சினிமா கண்ணோடவா வரப்போகுது. போயி புள்ளைய அமத்துடி முதல்ல...'ன்னு சொல்ல, கோபத்தோடு வந்து, 'தாட்... பூட்...'னு அடுப்படிக்குள்ள சாமானை உருட்டினா.

அடுத்த நாள், சீசாவுல (புட்டிப்பால்) பாலை ஊத்தி, லப்பர் போட்டு வச்சிருந்தா.

'என்னம்மா... அதுக்குள்ளே சீசா பாலு'ன்னு கேட்டேன்!

"என்னமோத்தை... பக்கத்துல கொண்டு போனாலயே அழுகிறான்... அதான்"னு சொன்னாள்.

''அடி பாதகத்தி...! சினிமா பாக்க முடியலைன்னு இப்படி, வேப்ப எண்ணெய தடவி நக்க விட்டுட்டு... பக்கத்துல வரமாட்டேங்குறான்னு பொய்சொல்றியே... நல்லாயிருப்பியா'ன்னு சத்தம் போட்டேன். தலைய கவுத்துக்கிட்டு நின்னா. என்ன செயுறதய்யா... இப்ப தினமும் சீசாப்பாலுதான்..." என்று அவர் சொல்லி முடித்தபோது அவர் முகத்தில், தன் மருமகள் பற்றிய குறை தெரியவில்லை. இந்தக் காலத்துப் பெண்களின் மனநிலை பற்றின குறைபாடே தெரிந்தது.

"புள்ளைக்கு ஒண்ணுன்னா 15 நாளைக்கு பல்லு தேய்க்கமாட்டேன்" என்றிருந்த தாய்மார்கள் எங்கே? இவர்கள் எங்கே?

தியாகம் மட்டுமல்ல... உடல் வலிமைகூட இன்றைய தலைமுறைக்குக் குறைந்துபோனது... "எங்க காலத்துல ஒண்ணுரெண்டு, ஆஸ்பத்திரிக்கு 'அறுவை'க்கு (சிசேரியன்) போகும். இப்ப எவதான் வீட்டுல புள்ள பெறணும்னு நினைக்கிறா? 'தூக்கு ஆஸ்பத்திரிக்கு'ன்னு சொல்றாளுக! ஏன்... உடம்புல சக்தியில்ல. திண்டு செமிச்சு, ஓடியாடி வேலைன்செஞ்சிருந்தா இம்புட்டு கஷ்டமிருக்குமா?

எங்க காலத்துல, புள்ள பெத்தவுடனே, 'விடியக்காலம் ஒரு கோழி, சாயங்காலம் ஒரு கோழி'ன்னு உரிச்சி தின்போம். ஓலம்பட்டியில, கொழம்பு ஊத்தி, அதுல அரப்படி எண்ணெய் ஊத்தி, அலசி அலசி குடிச்சோம். இப்ப எவ அப்பிடி திங்கிறா? காப்பி... ரொட்டி... ஆம்பளைக மாதிரி, டீக்கடை முன்னாடி, தூக்குவாளி தூக்கிக்கிட்டு நிக்கிறா பொம்பளைக. இந்தக் காப்பி ரொட்டியிலதான் ரத்தம் ஊறி, பாலு சொரக்கப் போகுதாக்கும்?! நாலு கட்டி கருப்பட்டி, நெத்தி கருவாடு, பால் கருவாடுன்னு தின்டோம்! பத்துப் பிள்ளை பெத்தாலும் அதத்துக்கும் பால் கொடுத்தோம்..." என்றார் பூச்சம்மாள்.

அன்று – வெளி உலகு விஷயங்கள் தெரியாத தாய்மார்கள்! குழந்தைக்குத் தாய்ப்பால் தவிர வேறு உணவு தெரியாது! பால் வற்றிப்போனால் கம்மங்கூழோ, அரிசிக் களியோ ஊட்டுவதுண்டு. இப்போது சத்துணவு உருண்டை தெரியாத கிராமமும் இல்லை. டி.வி. விளம்பரங்கள் தொடாத கிராமங்களும் இல்லை. தாய்ப்பாலுக்கு மாற்றுப் பொருள்களைப் படிப்பறிவில்லாத பாமர தாய்மார்களும்கூட, பயன்படுத்த ஆரம்பித்துவிட்டது ஒரு புதிய ஆரம்பம்!

அதுபோலவே, பால் சொஸைட்டி இல்லாத கிராமம் கிடையாது. அதுவும் மீறினால் டீக்கடை இல்லாத கிராமமே கிடையாது. டீக்கடையில் பால் வாங்கினால் காய்ச்சுகிற வேலை கூட மிச்சம். அதனால், 'எடை கட்டின பால்' (தண்ணீர் அதிகம் சேர்த்த) தான் பெரும்பாலான குழந்தைகளின் பசி நிவாரணி.

ஒரு ஆறுதலான விஷயம்! (பிறந்ததும்) குழந்தைகளின் இறப்பு விகிதம் குறைந்து விட்டதால், அது தொடர்பான பெண்களுக்கு இருந்த உபாதைகளும் குறைந்திருக்கின்றன.

குழந்தை இறந்ததும், சுரக்கிற பாலைக் கட்டுப்படுத்த முடியாமல் அவர்கள் தவிக்கிற தவிப்பு! அதுவும் கட்டி சேர்ந்து விட்டால்... வலி பிராணனை வாங்கி விடும்! அதற்காகவே படுக்கும்போது, மல்லிகைப்பூவை 'இரண்டு பக்க'த்திலும் பந்து மாதிரி சுருட்டிக் கட்டி படுப்பது கிராமங்களில் உண்டு. வடி தண்ணியை அடுப்பு மண்ணில் பூசி களிமண் ஆக்கி, மார்பகங்களில் பூசிக்கொள்வதும் உண்டு.

இந்த மாதிரி சமயங்களில்தான் பார்வதி – ஞானசம்பந்தர் உறவைப் போல, பக்கத்து வீட்டுப் பிள்ளைகளுக்குப்

பாலூட்டுவது நடக்கும். அதற்கும் சில வரைமுறைகள் உண்டு. ஒரே சாமி கும்பிடுகிறவர்கள்தான் இந்தப் பரிமாற்றம் நடக்க வேண்டுமாம்! (சாமி கோவித்துக் கொள்ளும்!) பிள்ளையிருக்க தாய் இறந்து போனால்...? அப்போதும் இது மாதிரியான தாய்கள்தான் உதவுவார்கள். அந்த நேச உணர்வுகூடத் தேய்ந்துகொண்டே வருகிறது.

உணவு மட்டுமல்ல... 'தாய்ப்பால்' உறவில், குழந்தைக்குக் கிடைக்கும் ஆனந்தம்! தாயுடம்போடு கிடைக்கும் அந்நியோன்ய உறவு! கதகதப்பு. அரவணைப்பு! நேசம்! ஈடுபாடு... எல்லாம்! கால் அகட்டி, தரையில் கிடக்கும் புட்டிப்பாலை தானே எடுத்துக் குடிக்கும் குழந்தைக்கு இவை எங்கே கிடைக்கும்?

தாய்ப்பாலைத் 'தண்ணீ'ராகப் பயன்படுத்தியவர்களும் உண்டு. கரிசல் பகுதியில்.

வரகரிசிப் பொட்டு!

வரகரிசியைக் கருக வறுத்து, சூட்டோடு சூடாக நசுக்கி, மாவு பண்ணி, தண்ணீர் கலந்து வடிகட்டினால், கறுப்பு திரவம் படியும், அது காய்ந்தால் கறுப்புப்பொடி. தண்ணீர் கலந்து பொட்டு இட்டால் அத்தனை பளபளப்பாய் முகத்தில் முகம் தெரியும். அதையும்கூடத் தாய்மார்கள், தாய்ப்பாலால் நனைத்து பொட்டிடுவதைப் பார்த்திருக்கிறேன். ஸ்டிக்கர் பொட்டுகளுக்குத் தாவிவிட்ட கிராமத்து ஜனங்களுக்கு இவையெல்லாம்கூட அதிசயம்தான்.

பால் கொடுத்துக்கொண்டிருக்கும்போதே குழந்தை தூங்கிப் போனால், "பாத்துடியம்மா... வெடுக்குன்னு புடுங்காதே! பல்லுபட்டுடும். விரலை வாய்க்குள்ள கொடுத்து மெதுவா விலக்குடியம்மா... கொண்டா நான் தொட்டில்ல போடுறேன்..." என்று கை மாத்த வீடுகளில் கிழவிகள் இருந்தார்கள். மறந்துபோன விஷயங்களை மகளுக்கோ, மருமகளுக்கோ ஞாபகப்படுத்த இந்த மூத்த தலைமுறை இருந்தது. இவர்கள் மறைந்து போனால்...?

7

சுமைதாங்கிக் கல்

சுமைதாங்கிக் கல். ஊர் எல்லையானாலும், ஊருணிக் கரையானாலும், ரோட்டோரமானாலும்... இந்தக் கல் இருப்பதைப் பார்க்கலாம்.

ஒவ்வொரு கல்லுக்குள்ளும் ஒரு சோகக் கதை ஒளிந்திருப்பது தெரியும். வயித்துச் சுமையை இறக்கி வைக்காமலேயே இறந்துபோன கர்ப்பிணிகள் பற்றின கதை அது! கல்லுக்குள் ஒரு காயம்!

இயற்கையோ, செயற்கையோ கர்ப்பவதிகள் இறந்து போனால், அதுவும், உள்ளிருக்கும் குழந்தை 7 மாத மூப்படைந்துவிட்டால், கருமாதி அன்று அந்தப் பெண்ணின் நினைவாகச் சுமைதாங்கிக் கல் நடுவது கிராமத்து வழக்கம்! காட்டு வழிகளில் தலைச் சுமையைச் சுமந்து வருபவர்கள். செத்த நேரம் இந்தக் கல்லில் சுமையை இறக்கி

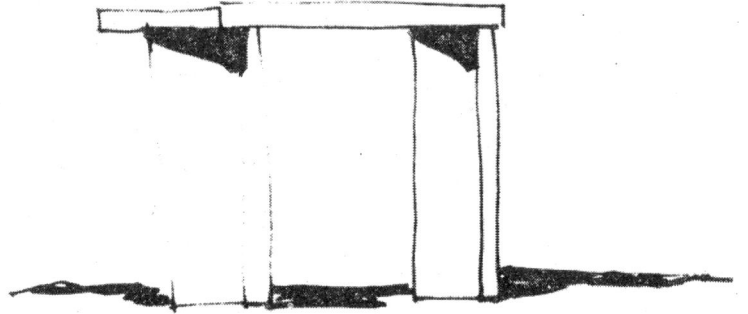

வைத்து இளைப்பாறினால், சுமையிறக்காமல் போய்ச் சேர்ந்தவளின் 'ஆத்மா' கொஞ்சம் ஆறுதலடையும் என்பது அன்று? நிலவிய நம்பிக்கை! நடந்துவிட்ட துக்கத்தையே 'பொதுச் சேவை' என்கிற போர்வையில் ஆத்திக் கொள்கிற 'மூடத்தனமான!)' ஜனங்கள் வாழ்ந்த காலம் அது.

இந்திராகாந்தி, ராஜீவ்காந்தி மரணங்களைப் போலவே பொம்பளைகளை, இதுமாதிரி நடக்கும் 'கர்ப்பிணிச் சாவுகள்' கலங்கடித்து, கண்ணீர் சிந்த வைக்கும்! ஒவ்வொரு கிராமத்துக்கும் இப்படிச் சம்பவங்கள் ஏராளமுண்டு. அதில் ஒன்று – மேலூருக்கருகே சந்தித்த வெள்ளச்சாமியின் வாழ்க்கை! கல்லுடைத்துப் பிழைப்பவர். (போட்டோ வேண்டாமெனக் கேட்டுக்கொண்டார்.)

கண்மாயை ஒட்டினாற்போன்றதொரு குன்று. நல்ல பாறை. சரளையிலிருந்து பட்டியல் கல் வரை, அந்த ஏரியா சப்ளை முழுவதும் அந்தப் பாறைதான். பாறையை நம்பி வாழ்ந்தவர்களில் வெள்ளச்சாமியும் ஒருவர்.

பாறைக்குச் சற்றுத் தொலைவில் ஒரு பிள்ளையார் கோவில், முன்னால் இரண்டு ஆலமரங்கள். மற்றொரு பக்கத்தில் சதுரவடிவக் கிணறு! கிணற்று மேட்டில் எப்போதும் ஒரு கடகால் (இரும்பு வாளி) கிடக்கும். கண்மாயில் விறகு பொறுக்க வருகிறவர்களுக்கும், வழிநடைப் பயணிகளுக்கும் அதுவே தாக தீர்த்தம்! கல்லுடைப்பவர்களுக்குக் கஞ்சி கரைப்பதற்குக்கூட இந்தக் கிணற்றுத் தண்ணீர்தான்!

அப்படி ஒருநாள், கிணற்றடியில் உட்கார்ந்து வெள்ளச்சாமி கஞ்சி கரைத்துக்கொண்டிருந்த போதுதான், காதலும் வந்தது. விறகு பொறுக்க வந்தவள் பார்வையோடு பார்வை கோர்க்க... கருவேலங்காடு பொத்திய கண்மாயே 'ஓடு தளம்' ஆனது! கல்யாணமும் முடிந்தது. கர்ப்பவதியும் ஆனாள்! விடியக்காலம் புருசனோடு புறப்பட்டு பொழுது சாய அவனுடனே வீட்டுக்கு வருபவளுக்கு, வயிறு பெருக்கப் பெருக்க... நடக்கவே மூச்சு வாங்கியது! மதியக் கஞ்சி மட்டும் எப்போதாவது கொண்டு வருவதுண்டு! மொட்டக் கூழுதான் என்றாலும் அவள் கைப்ட்டால் தனி ருசிதானே!

நிறைமாதம்.

ஈயத் தூக்குவாளியைத் தூக்கிக்கொண்டு ஆத்தமாட்டாம நடந்து வந்தாள்.

கல்லுடைக்கிற இடத்தில் கணவனைக் காணோம்! பக்கத்திலிருந்தவர்களிடம் விசாரிக்க, "ஓம் புருஷன்தானே! கம்மாய்க்குள்ள இறங்கிப் போனது போலத் தெரிஞ்சிச்சு. அப்புறம் கண்ணுல தெம்படலயே..." என்று அவர்கள் சொல்ல... அவளுக்கு முகம் சுண்டிப்போனது! காதில் விழுந்த சேதி உண்மைதானா? என்கிற கலக்கம்.

"கஞ்சி கொண்டாந்தேன். பிள்ளையார் கெணத்துக்கிட்டே ஒக்காந்திருக்கேன்னு சொல்லுமாமோ..." சொல்லிக்கொண்டே நடந்து ஆலமரத்து நிழலில் உட்கார்ந்தாள்.

'விசுக் –விசுக்'னு புருசன் வருவது தூரத்தில் தெரிந்தது.

"ஒன்ன கஞ்சி கொண்டு வரவேணாம்னு சொன்னேனே... இந்த நிறைவயித்தைத் தள்ளிக்கிட்டு எதுக்குடி இம்புட்டு தூரம் வந்தே?" பொய்க் கோபத்தோடுதான் கேட்டார் வெள்ளச்சாமி.

"ஏன்–? எந்தச் சிறுக்கியாவது கம்மாய்க்குள்ள வா... கஞ்சி குடிப்போம்னு சொன்னாளா?" காதலிக்கும்போது கண்மாய்க்குள் நடக்கிற கதைகள் எத்தனை சொல்லியிருக்கிறார்! கல்லுடைக்கிற நேரத்தில், கண்மாய்க்குள் என்ன வேலை! சந்தேகப் பேய் தொற்றிக்கொண்டது.

"கூழைக் கரச்சி ஊத்திட்டு ஒழுங்கா வீட்டுக்குப் போ! புள்ளத்தாச்சின்னு பாக்கிறேன்... இல்ல..." கடகாலை எடுத்து தண்ணீர் இறைக்க ஆரம்பித்தார் வெள்ளச்சாமி.

“புள்ளத்தாச்சியாய் இருக்கிறதாலதான் அடுத்தவளைத் தேடிக்கிட்டிருக்கே...”

“இல்லை... இல்லை” என்று வெள்ளச்சாமி வாதிட்டும் அவள் கேட்கத் தயாராயில்லை. அவள் ‘சுருக்சுருக்’னு கேட்ட கேள்விகள் வெள்ளச்சாமியை வெறியேத்த, தண்ணீர் இறைத்த கடகாலை தண்ணீரோடு அவள் பக்கம் விசிறியடிக்க, எழுந்து நடந்து வந்தவளின் வயித்தில் கடகால் ‘டொங்’ என்று இடிக்க... அலறியபடி கீழே விழுந்தாள். உடம்பெல்லாம் தண்ணீர் கொட்டி நனைந்திருந்தது. வலிதாங்க முடியாமல் உருண்டு அழுதாள்.

கல்லேத்த வந்த மாட்டு வண்டியை மடக்கி, ஆஸ்பத்திரிக்கு அள்ளிக்கொண்டு ஓட, பாதி வழியில் உயிர் பிரிந்தது.

ஊரெல்லாம், ‘தண்ணியிறைக்கப் போன இடத்தில் வழுக்கி விழுந்து அடிபட்டுடுச்சாம். பாத கச்சி... ரெண்டு உசிரை மாச்சிட்டாளே.....’ என்று பேசிக்கொண்டது! நனைந்த சேலை துணிமணி, வழுக்கி விழுந்ததன் அடையாள மாகிவிட, வெள்ளச்சாமி தப்பித்தார்! (இன்று வரை உண்மை வெளிவரவில்லை!)

வயிற்றுப் பிள்ளையோடு புதைப்பது வழக்கமில்லை என்பதால், மயானத்திலேயே வைத்து வயிற்றைக் கிழித்து பிள்ளையை (செத்தது) எடுத்து, அவளைப் போட்ட குழியிலேயே, கால்மாட்டில் போட்டுப் புதைத்தனர்.

வயித்துப் புள்ளைக்காரியாகச் செத்துப்போனவளுக்கு பதினாறாவது நாள் சுமைதாங்கிக் கல் நடணுமே?

இதுவரை ஊருக்குக் கல்லுடைத்த வெள்ளச்சாமி, முதன் முதலா தன்னோடு வாழ்ந்தவளுக்காகக் கல் உடைத்தார். பட்டியக்கல். அதில் மனைவியின் பெயரையும் அவரே செதுக்கினார். தான் செய்த பாவத்திற்கு இன்றும் இவர், இப்பகுதியில் சுமைதாங்கிக் கல்லுக்கென்று வருபவர்களிடம் பைசா வாங்காமல் இலவசமாவே அடித்துத் தருகிறார்.

அவருக்குப் பாவ விமோசனம் கிடைக்குமா என்பது தெரியாது! ஆனால் கல்லு கேட்டு வருபவர்களின் கூட்டம் குறைந்துவிட்டது தெரிகிறது.

காரணம். அன்றிருந்த கர்ப்பிணிச் சாவுகள் எண்ணிக்கை, இப்போது கணிசமாகக் குறைந்து போய்விட்டது. 'சிசேரியன்' அளவுக்கு அன்றைக்கு மருத்துவம் கிடையாது. தலை, பூமி பார்த்து வெளியேறினால் 'தாயும் சேயும்' நலம்! தப்பினால், 'பெரிய உயிரை ஆண்டவனே பார்த்துக்கொள்ள வேண்டும்' என்கிற நிலையிலிருந்த கர்ப்பிணிகளின் எண்ணிக்கையும் அதிகம். அதனால் சுமைதாங்கிகளின் எண்ணிக்கையும் அதிகம்! இன்று "ஆத்மாவாவது கீத்மாவாவது... வந்தா என்கிட்டே பேசட்டும்" என்கிற அளவிற்கு வளர்ந்துவிட்ட பகுத்தறிவு சித்தாந்தம்!

ஆனாலும், கிராம வாழ்க்கையில், 'சுமைதாங்கிக் கல்' பெண்ணின் ஆத்மாவோடு நின்றுவிடவில்லை. அந்த மக்களின் வாழ்க்கையோடும் சம்பந்தப்பட்டிருந்தது.

கிராம மக்களில் அன்று தலைச் சுமை சுமப்பவர்களே... அதிகம். கைகள் சூட்கேஸ் பிடிக்காத காலம். நெல்லுக் கட்டாகட்டும். புல்லுக் கட்டாகட்டும். பச்சைக் கொலை, மொச்சைக் கொலை சுமப்பதாகட்டும். விறகு சுமப்பதாகட்டும், தானிய மூட்டை சுமப்பவர்களாகட்டும், வியாபாரியின் மூட்டைகளாகட்டும்... இப்படி எல்லாவற்றிற்குமே 'தலைச்சுமை'யை நம்பின மக்கள்! தலைச்சுமையும், வயித்துச்சுமையும் சுமந்து பார்த்தாத்தான் தெரியும்... என்று சொல்லுவதுண்டு. உண்மைதான். எனது ஊர் நுழைவாயிலிலும் ஒரு கல்லு இருந்தது! அது எனக்கு உதவிய ஞாபகமும் வந்தது.

வடகாடு! துவரை நெத்து பிடித்திருந்தது! பதினைந்து ஆண்டுகளுக்கு முன்பே வேலைக்கு ஆட்கள் பஞ்சம். 'தனதாள்' வேண்டும் என்பதால் பள்ளிக்கூடத்துக்கு லீவு போட்டுவிட்டு, 'துவரங்கட்டு, சுமக்க என்னைக் காட்டுக்குக் கூட்டிப் போனார்கள்.

எல்லோருக்கும் 'ஒரே அளவாகத்தான்' கட்டுவார்கள். சின்ன வயசு என்றால் கொஞ்சம் குறைப்பதுண்டு. கழுத்து குன்னி விடுமே!

"என்னடா... பெரியாம்பளையாயிட்டே... இன்னும் கட்டு சுமக்கக் கூசுறே..." என்று ஒருவர் என்னை நையாண்டி பண்ண, "என்னடா எல்லோரையும் போல, சமமாகக் கட்டிவிடவா... தூக்கமுடியுமா?" வென எனது பெரியப்பா கேட்க, வீம்புக்கு சரியெனத் தலையாட்டி வைத்தேன். வினை!

பத்துஎட்டு எடுத்து வைப்பதற்குள் உடம்பும், கழுத்தும் குன்னியது (குறுகுதல்). தலையிலிருந்த சுருமாடு (உறுத்தாமலிருக்க) வேறு ஓரஞ்சாய்ந்தது.

காய்ந்த நெத்து சலசலத்த சத்தத்தைக்கூட கேக்க முடியாமல் காது கம்மியது. தலை கனத்து கால்கள் பின்னியதால் நடக்கவே முடியவில்லை. பாதையிலேயே 'டொப்'பென்று போட்டுவிடலாமென்று கூட வந்தது. எனக்குப் பின்னால், கட்டு சுமந்து வருகிறவர்களாலும், தூக்கிவிடமுடியாது "ஓம்மகன் பாதி வழியிலேயே போட்டுட்டான்" என்கிற செய்திபோனால், ஏதோ போட்ட இடத்திலேயே ஒரு மரக்கால் துவரை உதிர்ந்துபோனதாக நினைத்துப் 'பெரியப்பா ரெண்டு மிதிமிதிப்பாரே' என்கிற பயத்தில் முக்கிதக்கி ஓடினேன்.

ஊர் பாலத்தருகே கண்ணில் பட்ட சுமைதாங்கியைப் பார்த்ததும்... நான் அடைந்த மகிழ்ச்சி அப்பாடா... அத்தனை பெரிசு! கழுத்துக்கு உயிர் வந்தது. யார் உதவியும் இல்லாமல் பட்டியக்கல்லில் தலைச்சுமையை இறக்கி வைத்து, இளைப்பாறி, சுருமாடு கூட்டி மீண்டும் தலையில் தூக்கிக்கொண்டேன்.

இப்போது அந்தக் கல்லைக் காணோம். பத்து, பதினைந்துக்கு உட்பட்டவர்களுக்கு, 'சுமைதாங்கிக் கல்' என்கிற வார்த்தையே 'புதுசாக' இருந்தது அதைவிட ஆச்சரியம்.

விசாரித்தேன்.

"எருமை மாடுக ஏதாவது உரசித் தள்ளியிருக்குமப்பா..." என்றனர் சிலர்.

உண்மையில், கல் நாட்டியவர்கள்தான் அது சாய்ந்தாலும், தொலைந்தாலும் மீண்டும் வைப்பது வழக்கம்.

போர்க்களத்தில் மாண்ட வீரனின் நினைவுச் சின்னம் போலவே, பேறுகாலத்திற்காக உயிர் நீத்தவளின் நினைவுச் சின்னமாகப் போற்ற வேண்டியவர்களும் இவர்களே!

அப்படி ஒரு சம்பவம் பழையூரில் நடந்திருக்கிறது!

ஊருக்கு வெளியே பாலத்தருகே இருந்தது ஒரு சுமைதாங்கிக் கல். ஊருக்கு வரும் பாலம் சில மாதங்களுக்கு முன்பு இடிந்துவிட, ஊர்க்காரர்கள் சிலர் கூடி பக்கத்தில் இருந்த நீளமான (பெயர் பொறிக்கப்பட்ட) சுமைதாங்கிக் கல்லைத் தூக்கி, பாலமாக வைத்து விட்டார்கள்.

கல்லுக்குப் பாத்தியப்பட்டவர், பதறியடித்து ஓடிவந்து, "என்னங்கப்பா... நாங்க வருசம் ஒருமுறை சாமியெல்லாம் கும்பிட்டு வர்றோம்... நீங்க இப்படிச் செஞ்சிட்டீங்களே... அந்தப் பொண்ணு கனவில வந்து 'கோ'ன்னு அழுகுது... என்று சொல்லிக் கல்லைப் பழைய இடத்தில் வைக்கச் சொன்னாராம்.

கிராமங்களில் கேலி கிண்டலுக்குக் குறைச்சலா என்ன? இதைக் கேட்டு ஒருவர் சொன்னாராம். "என் கனவுலயும் வந்து அந்தப் பொண்ணு சொல்லிச்சு. 'இத்தனை நாளா எனக்கு வேலை இல்லாம இருந்துச்சு... இப்பத்தான் எனக்குச் சுமை கெடச்சிருக்கு! ரோட்டுல சுமதாங்கியா இருந்துக்கறேன்..."

இப்படி வாக்குவாதம் நடந்தாலும், கல்லுக்குப் பாத்தியப்பட்டவர் மனசு நோகுவது தெரிந்ததும், மாற்றுக்கல் ஏற்பாடு செய்து பாலத்தில் போட்டுவிட்டு, மீண்டும் இந்தக் கல்லைத் தூக்கி சுமை தாங்கியாகவே வைத்துவிட ஏற்பாடாகிக் கொண்டிருக்கிறது என்றார்கள் ஊர்ப் பெரியவர்கள்.

இப்படி வருசா வருசம் பூஜிக்கிற வழக்கம் ஒரு பக்கம் இருந்தாலும், மேலூர் பக்கத்தில் (சென்னகாரன் பட்டி) வேறு ஒரு வழக்கமும் இருக்கிறது. 6வது மாதத்தில் இறந்துவிட்டால், அப்போது, நட்ட சுமைதாங்கிக் கல்லை 4 மாதங்கள் கழித்து, சுமை இறங்கி விட்டதாகக் கருதியே, சம்பந்தப்பட்டவர்களே, கீழே தள்ளிவிடுகிற வழக்கமும் உண்டு. (அடுத்து வருகிறவர்களுக்கு வழியோ!) இப்பகுதியில் ரெண்டு தூண்கள் நிற்பதையே பார்க்க முடிகிறது.

முத்து ஆம்பளை என்பவர், சுமைதாங்கிக் கல் நடுகிற பழக்கம் குறைந்ததற்கு வேறு ஒரு காரணமும் சொன்னார்.

'நெற மாசத்தோடு இறந்து போறவளுக்கு, புருசன் வீட்டுலேருந்து செய்யற மருவாதிதான் இந்தச் சுமைதாங்கிக் கல். நம்ம வீட்டுக்கு வாக்கப்பட்டு வந்தவ, வாரிசு தரணும்கிறதுக்காக உசிரையே விட்டாளே...'ன்னு நன்றியுணர்ச்சியோடு செய்யிற காணிக்கைதான் இது. அந்தக் குடும்பம் அத்தனையும் அவளை நெனச்சிக்கிட்டே இருக்கும். இன்னைக்குப் பெண்டாட்டியைச் சாகக் கொடுத்த கையோட, ரெண்டாவது பெண்டாட்டி தேடுறவனுக்கு... சுமையாவது? பாரமாவது? பழசையெல்லாம் ஞாபகப்படுத்திக்கிட்டு, குறுக்கே எதுக்கு இந்தக் கல்லுன்னுதான் நினைக்கிறாங்க" என்றார் அவர்.

இது தவிர, இந்தக் கல்லின் மீது கிராமத்து மக்களுக்கு இருந்த பயங்களும் வித்தியாசமானவை. ஆள் புழங்குகிற இடத்திலிருக்கும் 'சுமை தாங்கி' அருகில் மட்டும் பயமில்லாமல் நெருங்குவார்கள்! ஒத்தையடிப்பாதையிலோ, ஆள் அரவமில்லாத இடத்திலோ இருக்கும் சுமைதாங்கியைக் கடந்து செல்லவே பெண்கள் அச்சப்படுவதுண்டு. அதுவும் மாசமாயிருக்கிற பெண்களை அந்தப் பக்கம் போகவே விடமாட்டார்கள்... 'யடியே, சுமைதாங்கிக் கல்லுப் பக்கம் போகாதடி...! ஒரு நேரத்தைப் போல ஒரு நேரம் இருக்காது... ஏக்கம் பிடிச்சவ பிடிச்சாலும் (பேய்) பிடிச்சுப் புடுவா" என்று பயமுறுத்துதலும் உண்டு.

இனி இந்தப் பயமுறுத்தல்களுக்கெல்லாம் அவசியமே இல்லை! முக்கால்வாசிக் கிராமங்களில் 'சுமைதாங்கி'களின் சுவடுகளே இல்லை. கிராமத்துக் கலாசாரத்தின் ஒரு மச்சத்தை அழித்த மருத்துவத்துக்கும், மருத்துவர்களுக்கும் நன்றி!

8

மஞ்சுவிரட்டு

மனுசனுக்கிருக்கும் மூர்க்கத்தனமும், முரட்டுத் தனமும் மாடுகளுக்கும் உண்டு. அதுவும் மூக்கணாங் கயிறு குத்தாத மாடுகளுக்குச் 'சொரணை' கொஞ்சம் ஜாஸ்தி, மனிதர்களோடு மோதி அலுப்புத் தட்டிய மனிதனுக்கு, மாடுகளோடு மோத ஆசை ஏற்பட்டதன் விளைவே, மஞ்சு விரட்டு (ஜல்லிக்கட்டு).

முட்டுவதற்கென்று பழக்கப்பட்ட இந்தக் காளைகள், சினங்கொண்டு சீறிப்பாயும்! அதே வேகத்தில் தாவி, ஒரு கையால் கொம்பையும் ஒரு கையால் திமிலையும் பிடித்து, உடம்போடு ஒட்டி, அதன் உதறலுக்கெல்லாம் தாக்குப் பிடித்து, மாட்டை மடக்கி மண்டியிட வைப்பது, நம்ம பெரிசுகள் சொல்லிக் கொடுத்துவிட்டுப் போன வீர விளையாட்டு. மனிதன் கை ஓங்கும்போது மாடு சாயும்! மாடு கொம்பு ஓங்கினால் மனிதன் சாய்வான்!

கம்ப்யூட்டர் யுகத்தில், இது அனாவசியமான விளையாட்டாகத் தோன்றலாம். விஞ்ஞானத்துக்கே புலப்படாத உயிரை, போயும் போயும் ஐந்தறிவு படைத்த மாடுகளிடமா பணயம் வைக்க வேண்டும்...? என்பது போல கேள்விகள் தோன்றலாம்! கிராமத்துக் கலாசாரத்தில், இதற்கென்று ஒரு தனி இடம் எப்போதும் உண்டு.

பதினைந்து, இருபதாண்டுகளுக்கு முன்பு எல்லாக் கிராமங்களுக்கும் அவசியமாகப்பட்ட இந்த ஜல்லிக்கட்டுத் திருவிழா... இன்று அபூர்வமாகிக் கொண்டிருக்கிறது.

பல கிராமத்து இளைஞர்களுக்கு, 'மஞ்சு விரட்டு' என்கிற வார்த்தையே அமெரிக்கன் கண்டுபிடித்த வார்த்தைபோலக் குழம்புகிறது! ஜல்லிக்கட்டு பார்க்காத அடுத்த 'பிஞ்சுத் தலைமுறை' உருவாகிக்கொண்டிருப்பது. நகரத்து நாகரிகத்தின் ஒரு வெளிப்பாடு.

காரணம், பல கிராமங்கள், ஜல்லிக்கட்டு நடத்துவதை நிறுத்தி பல வருடங்கள் ஆகிவிட்டன.

மாவட்டத்தில் ஜல்லிக்கட்டு எங்கே? என்றால் எல்லோரும் அலங்காநல்லூரையே கை காட்டுகிறார்கள். அதனைச் சுற்றி இருக்கிற ஒன்றிரண்டு கிராமங்கள், மேலூர், தேனி பக்கமிருக்கும் கிராமங்களையும் தவிர்த்துவிட்டுப் பார்த்தால் மாவட்டத்தில் ஜல்லிக்கட்டுக் கொண்டாட்டங்கள் 'இறுதி அத்தியாயத்திற்கு' வந்துவிட்டன.

ஆனால், இந்தக் கொண்டாட்டம் கிராமத்து மண்ணில் ஏற்படுத்திய ஆனந்தத்தையும், வாழ்க்கையையும் சீக்கிரத்தில் மறந்துவிட முடியுமா என்ன?

தீபாவளியெல்லாம் கிராமங்களில் பிரபலமாகாத நேரம்! அவர்களுக்குத் தெரிந்த ஒரே பட்டாசு, வாணவேட்டு

மட்டுமே! தைப்பொங்கலுக்கு அடுத்து, இந்த மக்கள் விரும்பிக் கொண்டாடியது ஜல்லிக்கட்டு.

கரையில் நடந்து வருகிற ஆம்பளை, பொம்பளை அம்புட்டும் தலையில், 'வாழக்கட்டு' சுமந்து வருகிறார்கள் என்றால் ஊருக்குள் ஜல்லிக்கட்டுக்கு சாட்டிவிட்டார்கள் என்பது அர்த்தம்.

வளைவிக்காரர்கள் வரத்து அதிகரித்துவிடும்! 'கிணிங்... கிணிங்.....' ஐவுளி வியாபாரிகளின் சைக்கிள் மணி தெருவெல்லாம் கேட்கும். தீபாவளிக்குப் புதுத்துணி உடுத்துகிறார்களோ இல்லையோ, ஜல்லிக்கட்டுக்கு எல்லோரது வீடுகளிலும், 'கோடித் துணி' மணி (புதியது) எடுத்து விடுவார்கள்.

பெண்ணெடுத்தவர்களும், பெண் கொடுத்தவர்களும் அவரவர் சம்பந்தி வீடுகளுக்கு ஆள் அனுப்பி, அழைப்பு விட வேண்டும்! (தபால் செய்தி அவமரியாதை!) ஊர்ப் பொட்டலில் கிடக்கும் ஆட்டுக்கல்லுக்கு அடிதடி சண்டை நடக்கும். இங்கெல்லாம் இட்லி, தோசைக்குப் போடுவது நல்ல நாளைக்குத் தானே! சட்டி, வாளி வரிசையா கிடக்கும்.

சுவரில் நாலைந்து ஆம்பளைகள் ஏறி நின்று பொம்பளைக்கு (பொதுச் சேவையாக) தண்ணீர் இறைத்து ஊற்றிக்கொண்டிருப்பார்கள். விருந்தாளிகள் வரவு என்பதால் பலசரக்குக் கடைகளில் வியாபாரம் சக்கை போடுபோடும், நாலணா எண்ணெயிலிருந்து முக்கா ரூபா எண்ணெய்க்கு வியாபாரம் உயர்ந்திருக்கும்.

ஊருக்குள் 'கசகச' வென்று கூட்டம் சேர்ந்து விடுவதால், பேச வேண்டியவர்களெல்லாம் (காதலர்கள்தான்) சிரமமில்லாமல், சந்தடிச் சாக்கில் பேசிக்கொள்வார்கள்!

உறுமி மேள வரவேற்போடு, முதல் நாளே ஊருக்கு வந்துவிடும் வேத்து ஊரு காளைகள்! பொம்பளைகள் வீட்டு வேலையை அப்படியப்படியே போட்டுவிட்டு, தெருவுக்கு ஓடிவந்து வேடிக்கை பார்க்கும் ஆனந்தம். அந்த மாடு பத்தின பயோடேட்டா (Bio-data) மெல்ல ஊருக்குள் பரவும்! மாட்டுக்குப் பின்னாலேயே தொயந்து செல்லும் குட்டி குருமான்கள்!

ஒவ்வொரு மாட்டுக்கும் பாதுகாவலாக 20லிருந்து 40 பேர் வருவதுண்டு. மொத்த ஜனத்துக்கும், ஊர் பொதுவில்,

வடித்து வடித்துக் கொட்டிக்கொண்டிருப்பார்கள். 'சாப்பிட வாருங்கள்' என்று ரேடியோவில் அழைப்பு ஒரு பக்கம்.

விடியக் காலமோ, சாயந்திரமோ மாடு அவுத்து விடுகிற நேரம் வந்துவிட்டால், சீவிச் சிங்காரிச்சு பவுடர், மஞ்சள் பூசி, பொம்பளைகள் கூட்டம் வேடிக்கை பார்க்க வந்து நிற்பதும், அவரவர் 'ஆள்' நிற்கிற இடத்திற்கு எதிரே 'வாகாக' நின்றுகொண்டு, அந்த இடத்தை மாடு கடக்கும்போது தாவி அணைத்து வீரத்தைக் காட்டும் ஆண்கள்.

வெரண்டு ஓடுகிற மாடுகள், நிற்காமல் ஓடிவிடுவதும் உண்டு. பொழுது சாய்ந்துவிட்டால் தொலைந்து போன மாட்டைக் கண்டுபிடிக்க 'ராந்தாவும் கையுமாக' ஒரு கூட்டம் கிளம்பும்... விருந்தாளிகளும் ஊருக்கு வந்த மாடுகளும் கிளம்பும் வரை ஊரே 'ஜே ஜே' என்று களைகட்டியிருக்கும்.

தை பிறந்து... அடுத்த மூன்று மாதங்களுக்கு ஊரெல்லாம் இதே பேச்சாயிருக்கும். திருவிழா நேரத்தில் ஒவ்வொருத்தன் பண்ணின கூத்தை நினைவுபடுத்திச் சிரித்து மகிழ்வார்கள். திண்ணை, மடம், மேடை, திட்டு தென்படுகிற இடத்திலெல்லாம் சின்னக் கூட்டம் கூடி பக்கத்து ஊர், சம்பந்தி ஊர்களில் நடந்த மஞ்சுவிரட்டு பற்றி மாஞ்சு மாஞ்சு பேசிக்கொண்டிருப்பார்கள். பேச்சில் 70 எம்.எம். படத்தின் பிரமாண்டம் தெரியும். பேச்சிடுக்கில் 'சரடு விடும்' கிழங்களும் உண்டு.

"மாடுக வளர்ப்பு சரியில்லப்பா... எங்க காலத்துல, ரெண்டு ஆளுக ஒசரத்துல திமுதிமுன்னு வளர்ந்து நிக்கும். கால்ல சலங்கை கட்டி 'சிலுங் சிலுங்'னு பாய்ச்சல் போட்டு வந்தாக்க அடிவயிறு தானா ஆடும். அப்படியும் அலாக்கா தாவி, ஏறி சவாரி செஞ்சுதான் அடக்குவோம். இப்போ எல்லாப் பயலும் மாட்டுக் குண்டி பின்னாலயில்ல ஓடுறான்..." இப்படி பகட்டு பண்ணுகிறவர்களும் உண்டு.

"பார்க்க நைய்னுயிருப்பான்!

இந்தப் பய உள்ள இறங்கி ஒரு கன்னுக்குட்டியை அமுக்கிப்புட்டானே! பொட்டப் புள்ளைக ஒரு பார்வை பார்த்தா பேடிப்பயகூட 'பொசுக்'னு மாட்டு மேல விழுந்துடுவான்கிறது சரியாத்தான் போச்சு..." சந்தித்துக் கொண்ட 'காதல் கண்களை'ப் பற்றி விளக்குபவர்களும் உண்டு.

“பக்கத்து ஊர்ல ஒரு பயலும் அந்த மாட்டைத் தொடக்கூட முடியலையாம்! அடுத்த வட்டம்... நம்ம ஊருக்கு வரட்டும். அந்த மாட்டை எப்படியும் சாணி தள்ள வச்சுப்புடணும்டா” இப்படி இளவட்டங்களைத் தயார் செய்பவர்களும் உண்டு.

உசுப்பேத்துபவர்களின் பேச்சைக் கேட்டு வீராவேசத்துடன் பொங்கி எழுந்து பக்கத்து ஊர் ஜல்லிக்கட்டுக்குப் போய் ‘கொம்பு முத்தம்’ வாங்கி வந்த இளைஞர்களையும் பார்த்திருக்கிறேன்.

இத்தனைக்கும், மாட்டை அடக்கி வெற்றி பெற்றால் சன்.டி.வியில் ‘சினிமா கேள்விக்கு’க் கிடைக்கிற ‘தங்க நாணயம்’ மாதிரிக்கூட எதுவும் கிடைப்பதில்லை. கிடைக்கும் ஒரே பரிசு - மாட்டுக் கொம்பில் சுற்றப்பட்ட நாலு முழத் துண்டு (எப்போதாவது பட்டுத் துண்டாக இருப்பதுண்டு!)

ரெண்டு சலவையில் கிழியப் போகிற ஒரு சின்னத் துண்டுக்குத்தானா இத்தனை ஆர்ப்பாட்டம் - ரத்தச் சிதறல்?

இல்லை.

ஜெயித்தால் – ஊரும், சொந்தமும் காட்டுகிற மரியாதை அளக்க முடியாதது! கல்யாணமாகி புள்ளை பெறுவதற்கு முன்பே ‘தான் ஆம்பளை’ என்று மார் தட்டிக் கொள்ளுகிற இறுமாப்பு!

“கட்டு பிரிந்த நேரம்... (அடிவயிறு), இம்புட்டு வீரமான சிங்கக்குட்டி என் வயித்துல வந்து பொறந்திருக்கே!’ அவனது ஆத்தாவே ஊரெங்கும் தம்பட்டம் அடித்துக் கொள்கிறபோது அந்தக் கிராமமே சிலிர்த்துக் கொள்ளும்! அஸார் ஒரு கேட்ச் பிடித்தால் இந்தியா சிலிர்ப்பதில்லை? அது போலத்தான்.

தோற்றால் - அதன் பெயர் மரணம்!

அதற்கும் மனதைத் தயார் செய்துகொண்ட பிறகுதான்... களத்தில் கால் வைக்கும் துணிவு வரும்!

அந்தத் துணிவு மரணத்தைத் தொட்டாலும், அந்தச் சமுதாயம் அவனிடம் காட்டிய மதிப்பும், மரியாதையும் கடவுளுக்கு நிகரானது.

விக்கிரமங்கலத்தில் வருசா வருசம் ஒரு திருவிழா கொண்டாடுகிறார்கள்! சுற்றியிருக்கிற கிராமங்களிலிருந்து எல்லாம் வந்து வழிபடுகிறார்கள். அந்தக் கடவுள்

காளியாத்தாளோ, மாரியாத்தாளோ, கருப்பசாமியோ அல்ல. ஜல்லிக்கட்டில் உயிர் நீத்த ஒரு வீரன்!

ஆறேழு தலைமுறைகளுக்கு முந்தைய சம்பவம்.

விக்கிரமங்கலம் ஜல்லிக்கட்டுக்கு ஜில்லாவின் எல்லா ஊர்களிலிருந்தும் ஏகமான மாடுகள், கூட்டமோ கூட்டம். ஜனக்காடு! நீளவாக்கில் பரண் அமைத்து மேலே பெண்கள் கூட்டம். ஒவ்வொரு மாடும் 'வாடி' (வாசல்)யை விட்டுக் கிளம்பும்போது அந்த மாட்டின் அருமை பெருமைகளை 'மைக்'கில் பேசி, மாடு பிடிக்க வந்திருக்கிறவர்களை உசுப்பேத்தி விடுவது வழக்கம்தான்! (மாட்டுக் கொம்பில் என்னென்ன பரிசுகள் கட்டப்பட்டிருக்கின்றன என்கிற அறிவிப்பும் உண்டு).

எப்போதும் விக்கிரமங்கலத்தோடு உரசலுள்ள ஒரு கிராமத்து மாடு, வாடியை விட்டுக் கிளம்பும்போது வெளிப்பட்ட வார்த்தை..... 'இதுவரை எந்த ஆம்பளையும் தொட்டதில்லை! இந்த ஊரிலும், சுற்று வட்டாரத்திலும் யாராவது ஆம்பளை இருந்தால் தொட்டுப் பார்க்கலாம்."

ஊர் ஜனங்களுக்குச் 'சுருக்' தட்டியது!

"ஜெயிக்கிற ஆம்பளைக்கு அஞ்சு சவரன் தங்கச் சங்கிலி..." அறிவிப்பு வந்துகொண்டேயிருந்தது. அப்போதெல்லாம் சவாலில் ஜெயிப்பதைவிட, சவாலை ஏற்றுக்கொள்வதே பெருமை!

ஏற்றுக் கொள்ளாவிட்டால், அந்த ஊருக்கு மட்டுமல்ல... அதற்குக் கட்டுப்பட்ட 18 பட்டிகளுக்கும் அவமானம்!

திடீரென்று இன்னொரு குரல்!

"ஒன்னோட அஞ்சு சவரன் சங்கிலியைக் காட்டி சவால் விடாதே! உன்னோட மகளை, எவன் அடக்கறானோ அவன்கிட்டே விட்டுட்டுப் போயிடணும் (கல்யாணம்தான்)... சம்மதமா?" என்று கேட்டது குரல்.

"எவன் மாட்டை அடக்கினாலும், எம் பொண்ணைக் கட்டிக் கொடுக்கிறேன்." மகள் வாழ்க்கையிலிருந்த அக்கறையைவிட, அவரது மாட்டின் மீது வைத்த நம்பிக்கை அதிகம்.

சவால் விட்டவன் களரிக்குள் இறங்கியதும் பரணில் உட்கார்ந்திருந்த மகளுக்கு அடிவயிற்றில் அக்னி கொட்டியது

மாதிரியாகிவிட்டது. 40 வயதுக்கு மேற்பட்டவன். கன்னங்கரேலென்று உருவம்! பார்க்கவே ஆளு சகிக்கலை! அந்த நேரத்துல என்ன செய்யுறது? பேசாமல் இருந்துவிட்டாள். போட்டி துவங்கியது.

நீங்கள் எதிர்பார்க்கிற மாதிரியே, கதாநாயகன் ஜெயித்து விட்டான்... ஆனால் அதன் பிறகுதான் ஆன்ட்டி க்ளைமாக்ஸ்.

கொம்பைத் திருகி, 'கிறு கிறு' வெனச் சுற்றிய வேகத்தில் மயக்கமாகி குடைசாய்ந்து மாடு விழுந்துவிட்டது. விசில் சத்தம் காதைக் கிழித்தது. வெற்றிக் களிப்பில் 'வாடி'யை நோக்கி கையசைத்தபடி நகர்ந்தவனை, படுத்துக் கிடந்த மாடு 'விசுக்'கென எந்திருச்சு பின்புறத்திலிருந்து அல்லையில் ஒரு குத்து குத்தியது! குடல் சரிய... அதே நேரத்தில் அவனும் சரிந்தான்! ஓடிவந்தவள், அவனை மடியில் தாங்கி, கணவனாக ஏற்றுக்கொண்டு, விதவைக் கோலம் பூண்டது அதன் பிறகு நடந்த சம்பவங்கள்!

நடந்த சம்பவத்தையே பொம்மைகளாக்கி (காளை ஒன்று ஒரு வீரனை அல்லையில் குத்துவது போலவும் அருகில் ஒரு பெண்மணி நிற்பது போலவும்) இன்றும் இந்தப் பகுதி மக்கள் திருவிழா கொண்டாடிக்கொண்டிருப்பது ஆச்சரியமாகவே படுகிறது.

இந்த மக்களோடு இரண்டறக் கலந்துவிட்ட இந்த ஜல்லிக்கட்டுக் கொண்டாட்டங்கள் மறைந்து கொண்டிருப்பதன் காரணம்தான் என்ன?

கலவரங்கள்!

கிராமங்களுக்கிடையே நடந்த பல மோதல்களுக்கு ஆணிவேர் தேடினால் அது துவங்குகிற இடம் ஜல்லிக்கட்டாகத்தான் இருக்கும். போலீஸுக்கு வருசா வருசம் பெரிய தலைவலியாக மாறிப் போனதன் விளைவு.

நம்ம 'பெரிசு'கள் காலத்திலும், 'ஜல்லிக்கட்டு' - கலவரங்கள் நடந்ததுண்டு! அப்போதெல்லாம் ஊர் எல்லைக்குள்ளே, அவற்றைத் தீர்த்துக் கொள்ளும் மனப்பக்குவமும், பஞ்சாயத்து வழிமுறைகளும் இருந்தன. அதனாலேயே, போலீசுக்கு வேலையில்லை.

ஆனால், இன்று ஜல்லிக்கட்டு நடத்துவதற்கு முன்பே போலீஸின் முன் அனுமதி பெறவேண்டிய நிலை.

அப்படியே அனுமதி கிடைத்தாலும், கட்டுக்கோப்பாக நடத்துகிற 'தலசு'கள் இல்லை! கட்சி, அரசியல் என்கிற பெயரில் எல்லாக் கிராமங்களுமே நாலு ஐந்து கூறுகளாகப் பிரிந்து கிடப்பதால், மஞ்சுவிரட்டு நடுவே ஒரு பிரச்சினை என்று வந்தால் தன்னரிக்கும் (தடுத்து நிறுத்தும்) தைரியமுள்ள தலைவன் கிடையாது! அதனாலேயே வழிவழியாக நடத்திவந்த கிராமங்கள்கூட இந்த வீர விளையாட்டுக்கு முழுக்குப் போட்டுவிட்டன. மஞ்சு விரட்டு முடிந்த பின்னாலும், தொடர்கிற பகையுணர்ச்சியை யார் தாங்குவது?

அழகாபுரியில் நடந்த சம்பவம் சின்னதுதான். ஆனால் கொலையில் போய் முடிந்தது.

மாட்டை அவுத்துவிட்டவுடன் அது அடங்காத காளை என்பதைப் புரிந்துகொண்ட ஒருத்தன், அணைக்கிற பாவனையில் 'சடக்'கென்று கீழே குனிந்து ஒரு கை மண் அள்ளி மாட்டு மூஞ்சியில் வீசியிருக்கிறான். நிலைதப்பிய அந்தக் காளை சமாளித்து, பயங்காட்டி, அம்புடாமல் ஓடித் தப்பியது. ஆனால், மாட்டுப் பின்னாடியே ஓடி வந்தவனுக்கும், (மாட்டை அவுத்துவிட்ட பின்னாலும், மாட்டுக்கு வேண்டப்பட்டவர்கள் இரண்டுபேர் பின்னாலேயே ஓடி வருவார்கள். ஜெயித்தாலும், தோத்தாலும், வாகாக தொண்டுக் கயிறு போட்டு, ஊருக்கு அழைத்துப் போகவேண்டிய பொறுப்பு இவர்களுடையது.) மண் வீசியவனுக்கும் பயங்கர வாக்குவாதம். அடுத்தடுத்து மாடுகள் ஓடிவந்துகொண்டிருந்த நிலையிலும் கட்டிப் புரண்டார்கள்! மஞ்சுவிரட்டு நடத்தியவர்கள் குறுக்கிட்டு சமாதானம் பேசி இருக்கிறார்கள். அதற்குள் மாடு வளர்ப்புக்காரருக்குச் சேதி போய்விட்டது!

"யெல... மாடு மூஞ்சியில மண் வீசலடா நீ... எம் முகத்தில் வீசியிருக்கே... மூணு நாளைக்குள்ள அதோட பலன் தெரியும்....." என்று கருவிவிட்டுப்போன மூணாவது நாளில் மண் வீசியவன் பிணமாகக் கிடந்தான். கொலை வழக்கெல்லாம் கூட நடந்தது. முப்பது ஆண்டுகளுக்கு முன்பு நடந்த சம்பவம்தான் என்றாலும் மாடுகளுக்கு, மஞ்சுவிரட்டுக்காக வாழ்க்கை, கௌரவம் அத்தனையும்

பணயம் வைக்கிற அளவுக்கு வாழ்ந்திருக்கிறார்கள் என்பது புரிகிறது!

பொதுவாக, ஜல்லிக்கட்டு நடத்திய கிராமங்கள் ஒவ்வொன்றுக்கும் ஒரு 'கலவரக் கதை' உண்டு. அவற்றில் ஒன்று மட்டும் இங்கே! (எல்லா கதைக்கும் இங்கே பக்கம் போதாதே!)

இரண்டு கிராமங்கள்! ஐந்து மைல் தொலைவில் இருக்கும் இரண்டு ஊர்களும் வருஷா வருஷம் ஜல்லிக்கட்டு விழாவை வெகு விமரிசையாகக் கொண்டாடுவது வழக்கம்.

ஆனால், இந்த ஊர் மக்கள் அங்கே போகமாட்டார்கள். அந்த மக்கள் இங்கே வரமாட்டார்கள்.

ஆனால், பல வருஷங்களுக்குப் பிறகு இந்த ஊருக்கு விசேஷ அழைப்பு வந்தது. ஊர் 'தலசு' ஒருவர் மண்டையப் போட்டதால் இருந்த பிணக்கு தீர்ந்தது!

ஆம்பளை, பொம்பளை அம்புட்டும் பக்கத்து ஊர் நோக்கிப் படையெடுத்தது! மாடு அணையணும்னு நினைச்ச கூட்டத்தைவிட 'கறியுஞ்சோறு தின்னணும்னு'னு போன கூட்டம்தான் ஜாஸ்தி!

போட்டியும் துவங்கியது. வாடி (வாசல்) சுவர் மேலெல்லாம், ஏகப்பட்ட ஜனத்திரள், 'பிரம்மன் பிதுக்கிவிட்ட பேஸ்ட்' மாதிரி சுவரிலெல்லாம் பிதுங்கி தொங்கிக்கொண்டிருந்தது கூட்டம்.

வாடிக்குள் வந்து நின்ற மாட்டை எவனோ குச்சியால் குத்த பழி (இன்னும் பழைய வன்மத்தை மறக்கவில்லையோ வென்று?) பக்கத்து ஊர்க்காரர்களின் மேல் விழுந்தது. என்ன ஏது என்று யோசிப்பதற்கு முன்னால் ஒரு போலீஸ் இன்ஸ்பெக்டரின் நீளமான மூங்கில் கம்பு 'வாடி' மேல் உட்கார்ந்திருந்தவர்களையெல்லாம் 'சடார்... சடார்' என்று விளாசித் தள்ளியது.

அப்போதெல்லாம் போலீஸ் அதிகாரிகளை 'ஐயா, சாமி' என்று கூப்பிடுகிற காலமாயிற்றே! 'ஐயாவே... இறங்கி வந்து அடிக்கிறார்னா ஏதாவது தப்பு இருக்கும்...' என்று கருதிய கிராமத்து ஜனம், கந்தல் கந்தலாகப் பிஞ்சு ஓடியது. அதில் ஒருத்தன் கண் மட்டும் இன்ஸ்பெக்டரின் முகத்தைக் கூர்ந்து பார்த்திருக்கிறது.

உள்ளூர்க்காரன் போட்ட போலீஸ் அதிகாரி வேஷம்!

போலி இன்ஸ்பெக்டர் பண்ணின ஆர்ப்பாட்டத்தில், மாட்டு குளம்படிப்பட்டு, கொம்படிப்பட்டு 60 பேருக்கு மேல் காயம்.

இரண்டு ஊரும் வேல் கம்பு அரிவாளோடு மோதலுக்கு நிற்க... ஊர் பெரியவர்கள் தலையிட்டு அடுத்து உயிர் பலி விழுவதை ஒருவழியாகத் தடுத்துவிட்டார்கள். ஆனால், அடுத்த வருஷம் நடக்க வேண்டிய மஞ்சு விரட்டு நடக்கவேயில்லை! 'பழிக்குப்பழி'யாக ஏதாவது நடந்து விடுமோ என்கிற பயம். நிரந்தரமாகவே இந்த இரண்டு கிராமங்களிலும் மஞ்சு விரட்டு நின்றுவிட்டது. அந்த ஊரில் பெரும்பாலான மக்கள் எனக்கு அறிமுகமானவர்கள்தான். இந்தமுறை அங்கு சென்றிருந்தபோது அவர்களிடம் விசாரித்தேன்.

"பிச்சு பிடுங்கல் இல்லாம ஊரு இப்பத்தான் நிம்மதியா இருக்குதப்பா...! ஜல்லிக்கட்டு நின்னுபோனதால, ஆண்டவன் அளக்கற படியில ரெண்டு படி குறைஞ்சா போச்சு...? அந்தக் காலத்துல வெட்டித்தனமா தின்னுப்புட்டு மாட்டுக்கூட சண்டை போட்டா, இன்னிக்கு அதைச் செய்யணுமான்னா? இன்னைக்கு அத யாரும் விரும்பறதில்லை. அன்னைக்கு இந்த ஊர்ல எத்தனைய பய வீட்டுல ஜல்லிக்கட்டுக் காளை இருந்துச்சி. இன்னைக்கு எல்லா வீட்டுலேயும் பசுமாடுதான் கட்டிக் கிடக்கு... 50 ரூபாய்க்கு பாலாவது கொடுக்குது..." என்று சிரித்தார் வேலாண்டி.

ஆச்சரியம்தான்!

பத்தாண்டுகளுக்குள் கிராமத்து ஜனங்களின் சிந்தனைக் கோணமே வேறு வடிவம் எடுத்திருக்கிறதே!

ஆனாலும், ஜல்லிக்கட்டுக் காளை வளர்ப்பதில் இருக்கிற ஆனந்தமும், அது ஜெயிக்கிறபோது கிடைக்கிற மரியாதையும் அலாதியானது.

வீட்டில் ஐந்து பிள்ளைகள் என்றால், மாட்டை ஆறாவது பிள்ளையாக நினைத்துத்தான் செலவு செய்வார்கள். கொம்பு முளைக்காத கன்னுக்குட்டிப் பருவத்திலே, முட்டுவதற்குப் பழகித் தர வேண்டும். நேரத்துக்கு நேரம்... தீனி வஞ்சகமில்லாமல் போட வேண்டும். வளர்ந்து பெரிசாகிய பிறகு,

யாரும் தொட முடியாத மாடு என்று பெயர் வாங்கிவிட்டால் போதும், மாலை மரியாதை வீடுதேடி வரும். "எங்க ஊர் ஜல்லிக்கட்டுல, உங்க மாடு கலந்துக்கணும்..." என்று ஊர் பெரியவர்கள் நேரில் பார்த்து, வெத்தலை பாக்கு வைத்து அழைப்பு விடுவதும் நடக்கும்.

இந்த வெத்தலை பாக்கு மரியாதைக்கு ஏங்கித் தவிக்கும் கிராமத்து ஆட்கள் அதிகம். ஆச்சரியம்... அதுகூட... குறைந்து போய்விட்டது.

பொய் கௌரவத்துக்கு, இந்தப் பெரிய மாட்டைக் கட்டி வீணா தீனி போடணுமா என்கிற மாறுபட்ட பார்வைதான் ஜல்லிக்கட்டுக் காளைகளின் எண்ணிக்கை குறைந்ததற்குக் காரணம்.

ஜல்லிக்கட்டுக் காளையைக் கொட்டத்திலிருந்து அவுத்துக்கொண்டு கிளம்பினால் போதும்... வீட்டிலிருக்கும் பொம்பளைகளுக்கு ஒரே திக்... திக்... தான். மூச்சு வாங்கும். நல்லபடியா திரும்பி வரணும் என்று வேண்டிக்கொண்டே இருப்பார்கள். பருத்திக் கொட்டை ஆட்டி ஊத்துவது முதல், கொட்டத்தைக் கூட்டிப் பெருக்கி, சுத்தமாக வைத்திருப்பது வரை அந்தக் காளையோடு நெருங்கிப் பழகும் வாசனை இவர்களுக்கே உண்டு. ஊரெல்லாம் பயமுறுத்தும் காளையாக இருந்தாலும், இந்தப் பெண்கள் பின்னால் அடங்கி, ஒடுங்கி, பவ்யமாக நடந்து வருகிற அழகு... அது ஒரு கவிதை! தவறி மாட்டைப் பிடித்துவிட்ட தகவல், தெரியப்படுத்தப்பட்டாலும்... வீடு முழுவதும் துக்க நாள். அதனாலேயே, ஊரிலிருந்து வருகிறவர்களிடமெல்லாம் "என்னாச்சு என்னாச்சு" என்கிற ரன்னிங் கமெண்ட்ரி கேட்கிற அவசரம் தெரியும்.

அணைப்பவருக்குக் கிடைக்கவேண்டிய குத்துவிளக்கு, வெள்ளைத்துண்டு... (காளை யாரையும் தொட விடாததால்) அதற்கே அத்தனை பரிசுகளும், பரிசு அள்ளிக்கொண்டு போகிற மாடுகளை (வேறொரு பக்கம் ஆட்களை அள்ளிக் கொண்டிருப்பார்கள் என்பது வேறு விஷயம்.) வரவேற்க எந்தப் பொம்பளைக்குத்தான் ஆசையிருக்காது?! அதே நேரத்தில் தோற்றுத் திரும்புகிற மாட்டுக்கு, பரீட்சையில் தவறிப் போனவனுக்குக் கிடைக்கிற ட்ரீட்மெண்ட் தான்.

இன்னும் சிலர் அவமானம் தாங்க முடியாமல், கொன்றுவிடுவதும் உண்டு.

மாடுகளிலும், ஜாதி உண்டு. ஊர்ப் பெயர்கள் உண்டு.

சில ஊர் மாடுகளுக்கு – ஆமூர், வெளத்தூர், ஊர்ச்சேரி மாடுகளுக்கு மவுசு ஜாஸ்திதான். யாரும் அண்ட முடியாத மாடுகள்.

முன்பெல்லாம் வெத்தலை பாக்கு மரியாதையை மட்டும் எதிர்பார்த்த மனிதர்கள், இப்போது அதையே வியாபாரமாக மாற்றிவிட்டது வினோதம்தான்.

முடுவார்பட்டியில் நடந்த ஜல்லிக்கட்டுக்கு ஆமூர் மாடு மட்டும் வரவில்லை. காரணம், அவர்கள் கேட்ட கோரிக்கைகளை ஏற்காததுதான். அப்படியென்ன பெரிய கோரிக்கைகள்...?

எல்லோருக்கும் தங்குவதற்கு இடம் வேண்டும். கூட வருகிற அத்தனை பேருக்கும் சாப்பாடு. ஒரு லாரி 1,500 ரூபாய்க்கு வாடகைக்கு அமர்த்திக் கொடுக்கணும். இது தவிர, 2,000 ரூபாய் தனியா கையில கொடுக்கணுமாம். வீர விளையாட்டிற்கு விலை பேசுகிற புதியதோர் உலகம்.

வெறும் கௌரவத்திற்கு மாடு வளர்த்த காலம் எங்கே? அதையே வருமானம் பண்ணி புதுவழி தேடுபவர்கள் காலம் எங்கே?

இதையே கல்லணையைச் சேர்ந்த சுப்பிரமணியத் தேவர் வேறொரு கோணத்தில் சொன்னார்.

"மனுசன் வேணாம்னு சொல்றது சாப்பாடு ஒண்ணத்தான். வேறு எது கொடுத்தாலும் பத்தாது, பத்தாதுன்னுதான் சொல்வான். அவன் போதும் போதும்னு சொல்றவரைக்கும் சாப்பாடு போட்டது ஒரு காலம். இன்னைக்கு அலங்காநல்லூர் ஜல்லிக்கட்டை பெரிசா சொல்றாங்க. குடிக்க பச்சத்தண்ணி கொடுக்கமாட்டேங்கிறான். ஜல்லிக்கட்டு நடக்கிற ஊர்ல சாப்பாடுன்னு எந்த வீட்ல வேணும்னாலும் நுழையலாம்... உறங்காம்பட்டி ஜல்லிக்கட்டு, கரடிக்கல் ஜல்லிக்கட்டு... இலை சோறு கிடைக்கும். இன்னைக்கு? மாடு வளர்த்தவன் வசதி வேணும்னு கேட்கத்தான் செய்வான்!

எங்க குடும்பத்துல மூணு தலைமுறை காளை இருந்தது. எம்பட்டத்துலதான் வேணாம்னு விட்டேன். அது இருந்தவரைக்கும் ஏதாவது ஒரு கலகம் வந்துக்கிட்டிருக்கும். இப்போ நிம்மதியா இருக்கேன்" என்றார்.

அவரே தொடர்ந்து... "எங்க ஊர்ல கூட்டம் போட்டு வயசுப் பயககிட்டே, 'டேய்... வேட்டித் துண்டுக்காக மாடு பிடிக்கணும்னு போய், வாழ்க்கையை நாசம் பண்ணிக்காதீங்கடா... வேட்டிக்கு உயிரைப் பணயம் வைக்கிறதா? வேணும்னா ஊர் பொதுவில் பத்து வேட்டி எடுத்துத் தர்றோம். கட்டிக்கங்க... இந்த வீர விளையாட்டு வேணாம்..." புத்திமதி சொல்லிக்கொண்டிருக்கிறோம்.

"சரியான ஆம்பளைன்னா, அவன் வீட்டுக் காளையை அடக்கிட்டுவந்து சாப்பிட உட்காரணும். உப்புப் போட்டு தின்னாத்தான் சொரணை இருக்கும்..." இப்படிப் பேசி உரம் ஊட்டி, வீரத்தை வளர்த்த தலைமுறை 'ஓடி ஒளிந்துகொள்' என்று கற்றுக்கொடுக்கும் இருபதாம் நூற்றாண்டு.

அவரிடமே கேட்டேன்.

"என்னங்க... மாட்டை அடக்கினாத்தான், உனக்கு மாலை போடுவேன்னு சொன்ன வீரப் பொம்பளைகள் பிறந்த பூமி இல்லையா?"

சிரித்தார்... "அட போங்க தம்பி! கல்யாணம் பண்றதுக்கு முன்னாடி மாட்ட அடக்கணும். அதுவரைக்கும் எவளோ பெத்த புள்ள? ஏன் கல்யாணம் பண்ண பிறகும், அதே வீரத்தைக் காட்றதுக்கு பொம்பளைக விடுவாகளா? எல்லாம் சுயநலம்யா..." என்றார்.

முன்பெல்லாம் மாட்டை அடக்கிறவன் 'பலசாலி' என்கிற நினைப்பு பெண்களுக்கு உண்டு. இப்போது அந்தச் சிந்தனையும் திரிந்து, காட்டான் என்கிற நினைப்பு கிராமத்துக் கதாநாயகிகளுக்கே வந்துவிட்டது ஆச்சரியம். பேண்ட் போட்டு உழுகிற ஆம்பளையைப் பிடித்தாலும் பிடிக்கும். வேட்டியை வரிஞ்சு கட்டி மாட்டை அடக்குகிற ஆம்பளை இரண்டாம் தரம்தான்.

இந்த ஜல்லிக்கட்டுப் பகுதியில் ஒரு முக்கியமான கதாநாயகன் இருக்கிறார். அவர் கோயில் மாடு. புண்ணியப் பிறவி - மச்சத்தில் பிறந்தவர். வருஷம் முழுவதும் ஊரில் யார் காட்டில் வேண்டுமானாலும் மேயலாம். கேள்வியில்லை. எந்த வீட்டுக் குழுதாடிக்குள்ளும் தலைவிட்டு வயிறு முட்ட தவிட்டுத் தண்ணி குடிக்கலாம். கேள்வியில்லை. ஊருக்குள் எங்க வேணா படுக்கலாம். எந்தப் 'பசு'வையும் பார்க்கலாம்.

தடையேயில்லை. வருஷம் முழுவதும் ஒரு பொட்டுத் துளி வேர்வை சிந்தாமல், 'ஜாலி'யாக கிராமங்களில் வாழ்கிற ஒரு கேரக்டர் – கோயில் மாடு!

இப்படி 'ஒண்ணுமில்லாமல்' ஊரைச் சுற்றுகிற இந்த மாட்டுக்கும் ஒரு நாள்... மாலை மரியாதை உண்டு. இவரது (கோயில் மாடு) துவக்க ஓட்டம் இல்லாமல், எந்த ஜல்லிக்கட்டும் துவங்காது. கோயில் மாடு என்பதால் 'இவரை' யாரும் தொடக்கூட மாட்டார்கள். ஓடிவருகிற போது கையெடுத்துக் கும்பிடுகிறவர்களும் உண்டு. (அடுத்த பிறவியென்றால், இப்படிப் பிறக்க ஆசைதானே!)

கிராமத்து ஜனங்களின் உணவுப் பழக்க வழக்கம். வாழ்க்கைச் சூழல் இரண்டும், 'ஜல்லிக்கட்டி'ல் வேண்டிய வீரத்தைக் குறைத்துவிட்டது ஒரு பக்கம் இருக்கட்டும்.

ஜல்லிக்கட்டு என்பது அந்தந்த ஊர் கோவில் நேர்த்திக் கடன் சம்பந்தப்பட்டது என்பது உண்மை. தெரிந்தோ தெரியாமலோ, கிராமத்துக் கொண்டாட்டங்கள் அனைத்தும், கடவுளை, பக்தியை மையமாக வைத்தே இயங்கியிருக்கின்றன. வீறு கொண்டு எழுந்த பகுத்தறிவுச் சித்தாந்தங்கள், ஒரு காலகட்டத்தில் ஏற்படுத்திய தாக்கம் இன்றுவரை தொடர்கிறது.

மஞ்சு விரட்டு நடக்காத ஊர்களில்கூட மாட்டுப் பொங்கல் அன்று, கால்நடைகள் அத்தனையையும் குளிப்பாட்டி, குங்குமப் பொட்டு வைத்து, கோவில் வாசல் முன்பு நிறுத்தி, மாடுகளின் மூக்கணாங்கயிறை கொம்பில் சுற்றிப் பத்தி விடுவார்கள். தெருவில் ரெண்டு பக்கமும் திருவிழா கூட்டமிருக்கும். விசில் சத்தமும்... மாடுகள் வெரண்டு அவரவர் கொட்டம் நோக்கி ஓடுவதும்... அந்தக் கிராமத்து ஜனங்களுக்கு மாலைநேரப் பொழுதுபோக்கு.

எனது கிராமத்திலும் ஒருகாலத்தில் விமர்சையாக ஜல்லிக்கட்டு நடந்தது. அது நின்றது. மாட்டுப் பொங்கல் அன்று, கோவில் மாட்டை அலங்காரம் பண்ணி (முதல் மாடு) ஓடவிட்டு, மற்ற மாடுகளையும் ஓடவிடுகிற வழக்கம் மட்டும் கடைப்பிடிக்கப்பட்டது.

இந்த முறை ஊருக்குப் போனபோது... ஏமாற்றம். சமையன் என்பவர் கேட்டார்: "என்ன கணேசா... மாடு அவுத்து விடுவாகன்னு உட்கார்ந்திருக்கியா? எவன் வீட்டுல

மாடு இருக்கு? அப்படியே இருந்தாலும் ஒரு பயலும் மாடு அவுத்து விடுறதில்லை.

சின்னதிலிருந்து பெரிசு வரைக்கும் பகலாட்டத்தில் (மேட்னி) உட்கார்ந்திருக்கிறபோது மஞ்சுவிரட்டாவது, பஞ்சு விரட்டாவது...?"

இயல்பான ஒரு வாழ்க்கை தொலைந்துகொண்டிருப்பது புரிந்தது!

ϟϟ

9

'வெளுத்த' உள்ளங்கள்

கிழக்கு சிவந்தால்... சேவல் கூவும் குரல்; தூக்கம் கலைந்த பறவைகளின் கீதம்; மேய்ச்சலுக்குக் கிளம்பும் ஆடு, மாடுகளின் இரைச்சல்; மம்பட்டி தீட்டும் ஓசை; வாசல் தெளிப்புச் சத்தம்; கிணற்றில் தண்ணீர் வாளி இடிபடும் ஓசை; இரைதேட பறவைகள் கிளம்பும் ஓசை!

மேற்கு சிவந்தால்... மந்தையில் விளையாடும் சின்னஞ் சிறுசுகளின் இரைச்சல்; ஊர் திரும்பும் ஊர்க்காலி மாடுகளின் கழுத்து மணி ஓசை, தாய் ஆடுகளின் 'ம்மே... ம்மே' சத்தம் கேட்டு (கொடாப்புகளுக்குள் அடைந்து கிடக்கும்) குட்டிகள் கோரஸாய் கத்தும் சத்தம்... கூடு திரும்பும் பறவைகளின் கூவல்...

'இப்படி ரெண்டு தேரமும் (நேரம்) ஒரு கிராமத்தானின் காதுகளில் விழும் குரல், ஓசை, நாதம், சப்தம் – எக்கச்சக்கம். அவை இயல்பானவை!

இயற்கையானவையும் கூட! இந்தக் குரல்களோடு இன்னொரு குரலும் சேர்ந்தால்தான் அந்த வாழ்க்கை 'உயிர்க்கும்!' அது...

"யாத்தோ... கஞ்சி ஊத்துங்காத்தோ..." காலையிலும் ராத்திரியிலும் வாசல் தோறும் கேட்கும் ஏகாலி (சலவைத் தொழிலாளி)யின் குரல். ராகம் பூசிய அழைப்பு!

ஏகாலிக்கென்று எடுத்து வைத்து, நல்ல சாதம் (அல்லது ஆடையில்லாத கூழ்) போடுகின்றவர்களும் உண்டு; புளித்தது, ஊசியது, மிச்சப்பட்டதுகளை அள்ளிப்போடுகிறவர்களும் உண்டு.

எதுவானாலும் வாங்கிக்கொண்டு போய், பசியாறி, மிஞ்சியதைக் கழுதைக்கு ஊத்தி... ஊர்மக்கள் புற அழுக்கைத் துவைத்து, தூய்மைப்படுத்தும் தூய வேலையைச் செய்து கொண்டிருந்த ஏகாலிகளின் வாழ்க்கையில் இப்போது ஏகப்பட்ட மாற்றங்கள்.

ராகம் போட்டு, எடுப்புக் கஞ்சி எடுக்கும் வழக்கம் குறைந்தேவிட்டது! இது நாகரிக வளர்ச்சியா? சமுதாய மறுமலர்ச்சி! தலைமுறை தலைமுறையாகத் தொழில் ரீதியில் அடிமைப்பட்டுக் கிடந்த ஓர் இனம், 'தாங்களும் மனிதர்களே' என்று உணர்ந்ததன் புத்துணர்ச்சி! சுயகௌரவம்! "கூலியைக் காசாகக் கொடு!"

"உன்னைப் போல் நானும் வீட்டில் சமைத்துச் சாப்பிடுகிறேன்..." என்று எழுந்த பகுத்தறிவுச் சிந்தனை.

"வெளுப்பதைத் தவிர வேறென்ன தெரியும்?" என்றிருந்த நிலைமாறி அவர்களும், நிலபுலன்களோடு சம்சாரிகளாக உலாவரும் காட்சி இப்போது கிராமங்களில் ஏராளம்.

இந்த மாற்றங்களைப் பார்ப்பதற்கு முன் அந்த மக்கள் அன்று வாழ்ந்த நிலையைப் பார்த்துவிடலாமே!

ஒரு கோணத்தில் அப்பாவித்தனமும், இன்னொரு கோணத்தில் அடிமைத்தனமும், மற்றொரு கோணத்தில் அறிவில்லாத்தனமும் கூடத் தெரியும் இவர்களது வாழ்க்கையில். ஊர் விழிப்பதற்கு முன்னால் இவர்கள் விழித்துக்கொள்ள வேண்டும். காடுகரைகளுக்கு மக்கள் கிளம்புவதற்கு முன்னால் வாசலில் போய் நிற்க வேண்டும்!

"தள்ளி நில்லுடா..." (ஒருமையில்தான் அழைப்பார்கள்!)

வாசல் தாண்டி வந்து ஊத்துகிற கஞ்சியை ஏனத்தில் வாங்கிக்கொள்ள வேண்டும்.

போடுகிற அழுக்கு உருப்படிகளை எண்ணி உதறி, மூட்டையாகக் கட்டி இடது தோளிலோ, வலது தோளிலோ ஏந்திக்கொள்ள வேண்டும்.

சண்டித்தனம் பண்ணாத கழுதையாக இருந்தால் பரவாயில்லை! சண்டித்தனம் பண்ணினால் முன்னத்திக் கால்களைக் கட்டி, அதில் பொதியேத்தி... 'கெந்தி கெந்தி' போகும் கழுதை பின்னால் தொறைக்குப் (துவைக்கிற இடம்) போய் சேருவதற்குள் உச்சிப்பொழுது ஏறிவிடும்.

துவைக்கிற கல்லை, ஏதாவது பொதருக்குள் ஒளித்து வைத்திருப்பார்கள்! அதைத் தேடிக் கண்டுபிடித்து, அது ஆடாமல், அசையாமல் நிற்க, அண்டக் கொடுக்க வேண்டும். கொளுத்தும் வெயிலில் குடும்பமே ஓடைக்குள் (கண்மாயோ, ஊரணியோ) இறங்கி வெளுக்கும். வெயில் கொடுமை தாங்காதவர்கள், துவைக்கிற தண்ணியையே ரெண்டு கை அள்ளி மேலே தெளித்துக் கொள்வதும் உண்டு.

பொழுது ஏறியதும், யாராவது ஒருவர் ஊருக்குள் போவார்கள். காலையில்தான் அழுக்கு எடுத்தாச்சே! பிறகெதற்கு? முட்டுச்சேலை எடுக்கவேண்டுமே?!

காலையில் கஞ்சி ஊத்தும்போதே சொல்லிவிடுவார்கள்! "யெல சந்துப் பக்கம் பாத்துட்டுப் போ..." என்று! அந்தக் குடும்பத்திலிருக்கும் பெண் 'தூரமாயிருக்கிறாள்' என்று அர்த்தம்!

பந்து மாதிரி சுருட்டி சந்துக்குள் வைத்திருக்கும் துணியைக் கையால் தொடாமல் குச்சியால் குத்தி, தூக்கிக்கொண்டு

போகவேண்டும். தீட்டு! ஊருக்கு ஆள் நடமாட்டம் குறைந்த நேரம் பார்த்து எடுத்துக்கொண்டு போகிற வேளையில் தப்பித்தவறி ஏதாவது முக்கிய காரியமாகச் செல்பவர்கள் குறுக்கே வந்துவிட்டால் அவ்வளவுதான். வயிறு பொறுக்க வசவு கிடைக்கும். முகம் சுழிக்காமல் வாங்கிக் கொள்ள வேண்டும்.

இதற்கிடையில் ஏகாலி முட்டுச் சேலை தூக்கிக்கொண்டு போகிறதைப் பார்த்து விடுகிறவர்கள், சம்பந்தப்பட்டவரைப் பண்ணுகிற கேலி, கிண்டலுக்கு அளவேயிருக்காது!

“என்ன... மூணு நாளுதானப்பா? எங்களோடு வந்து மந்தையில் படுத்துக்க... இடையில எந்திரிச்சு போனா வீட்டுக்குள்ள உலக்கை அடிதான் கிடைக்கும்...”

அந்தரங்கம் என்று இன்று கருதுவதெல்லாம் அன்று வெட்டவெளி.

இப்படித் தூக்கிக்கொண்டு போகிற சேலையை மட்டும் அன்றே அலசி, காயவைத்து, உடுத்து மாத்துக்குக் கொடுத்துவிட வேண்டும்.

அருவருப்பும், தீட்டும் ஊருக்கு மட்டும்தானா? இவர்களுக்கு?

அதுவும் ஊரில் யாருக்காவது பிரசவமாகிவிட்டால் இவர்களுக்குத் தாவு தீர்ந்துவிடும். முட்டுச் சேலையிலிருந்து உடுத்து மாத்திய துணிமணிகள் அத்தனையும் மற்ற துணிகளோடு கலக்காமல் தினம் தினம் துவைத்து, மாற்றி மாற்றிக் கொடுத்துக் கொண்டிருக்க வேண்டும். முப்பது நாள் சுழியும் வரை!

அதுபோலத்தான் ‘வயசுக்கு வந்தவள்’ வீட்டிலும்!

குத்த வச்ச நாளிலிருந்து, குச்சை விட்டு வெளியே வரும் வரைக்கும், அவள் போட்டிருந்த பாவாடை, தாவணி, லவுக்கையைச் சுத்தம் பண்ணிக் கொடுப்பதற்குள்... அவர்கள் படுகிற அவஸ்தை இருக்கிறதே... பரிதாபம்! சில ஊர்களில், சமஞ்ச பொண்ணு முதல் நாளில் உடுத்திய துணிமணிகளை, ஏகாலி குடும்பத்துக்கே கொடுத்துவிடுகிற பழக்கமும் உண்டு! கிடைக்கிற கோடித் துணிகளுக்காகவா இத்தனை உழைப்பு...! இல்லை...! அந்தக் குடும்பம் ஏகாலி மனைவிக்கு கொடுக்கிற மரியாதை! பூப்பெய்திய சேதியைச் சொந்த பந்தங்களுக்குச்

சொல்வதற்கு முன்னால், முதலில் தேதி போவது ஏகாலி குடும்பத்துக்குத்தான்!

"இந்தடியாத்தா... அஞ்சு நாளைக்கு ஊர் தேசம் எங்கேயும் போயிடாதே. வெளுக்கிற வேலையை ஓம்புருஷன்கிட்டே ஒப்படைச்சிட்டு, பிள்ளை பக்கத்திலேயே நில்லுடி..." அம்மாக்காரி இடுகிற கட்டளையை ஏற்று, அந்தச் சின்னப் பொண்ணு அடிக்கடி மாற்றுகிற துணிமணிகளை அள்ளிக் கொண்டுபோய், உடனுக்குடன் அலசி, துவைத்து, எடுத்து வந்து தருகிறபோது... அந்தக் குடும்பத்தின் ஆனந்தத்தில் தாங்களும் பங்கு கொண்ட திருப்தி. தொழில் என்று நினைத்ததைவிட, கடமை என்று நினைத்த ஏகாலிகளே அன்று அதிகம்!

ஆம்பளைகளைவிட பொம்பளைகளுக்கே, இவர்களது உதவி அதிகம் தேவைப்பட்டது! அதுவும் ரெண்டு மூணு சேலை வைத்திருக்கும் ஏழைபாழைகள் 'வீட்டு விலக்கு' சமயத்தில் (பாவாடை என்பதெல்லாம் பத்தாண்டுகளுக்குள் நுழைந்த சமாசாரம்தானே! ரெண்டு முழ பழைய துணியைப் பாவாடையாகக் கட்டிக்கொள்கிற ஏழ்மை?) உடுத்து மாத்துக்கு இல்லாமல் கஷ்டப்படுகிறபோது கை கொடுப்பவர்களும் இவர்களே...

சுத்தமாகத் துவைக்கணும்... சீக்கிரமாகவும் கொடுக்கணும். இத்தனைக்கும் அவர்களிடமிருந்து பச்சை ஏரியலோ, மஹா பாரோ, ரின்னோ அல்ல. அடித்து துவைத்து வெளுப்பு காட்ட வேண்டும்.

வேண்டுமானால் 'உவர்மண்' பயன்படுத்திக் கொள்ளலாம். புதுத் துணியென்றால், அதுவும் பழுப்பாகிவிடும். கலர் துணியென்றால் சாயம் மங்கிவிடும்.

வெள்ளைத் துணிகள் – போர்வைகள் – கண்டாங்கிச் சேலைகளுக்கு மட்டும் உவர்மண் வெள்ளாவி உண்டு.

வெள்ளாவி?

தொறைக்குப் பக்கத்திலேயே வெள்ளாவிப் பானைகள் வைத்திருப்பார்கள். ஐந்தாறு மண்முட்டிகள் பதித்த மண் மேடை. தாழியிலிருக்கும் உவர்மண் கரைசலில் முக்கிய துணிமணிகளைத் தண்ணீர் நிரப்பிய மண்முட்டிகள் மீது அடுக்கிவிடுவார்கள். ஈரத்துணியில் நீராவி பரவும். எடுத்து அலசினால் பளீர் வெண்மை! எடுத்து உடுத்தினால் 'அந்த வாசனை' கமகமவென

மணக்கும். வெள்ளாவி வெளுப்புக்கென்று வருஷக்கூலியில் ரெண்டு மரக்கால் தானியம் கூட்டிக் கொடுப்பவர்களும் உண்டு.

ஆனால், இந்த மண்முட்டிகளை யாரும் உடைத்துவிடாமல் பாதுகாப்பதற்குள் இவர்களுக்கு பிராணனே போய்விடும். ஊருக்குள் யாருடனாவது சடவு ஏற்பட்டால் முதலில் தாக்கப்படுகிற இடம் வெள்ளாவிப் பானைகள்தான். போகிற போக்கில், ஒரு மிதி மிதித்துவிட்டுப் போய்விடுவார்கள். ரெண்டு வாரத்துக்கு ஊர் முழுக்க புலம்பித் தீர்ப்பதைத் தவிர இவர்களுக்கு வேறு கதி? இந்த மண்முட்டிகள்மீது கவை கவையாக முள் அப்பி பாதுகாப்பவர்களும் உண்டு. அப்படியும், அருவகமாக ரெய்டு வரும் போலீஸ் கண்களில் பட்டால் சாராய ஊறலென்று நினைத்து அவர்கள் பங்குக்கு ரெண்டு மிதி மிதித்துவிட்டு போவார்கள்.

நாள் முழுக்கத்தான் கஷ்டம்... ஊரில் நடக்கும் திருவிழாச் சமயத்திலாவது குறுக்கு ஆத்தலாம் என்று நினைத்தால் அப்போதும் வேலை குறுக்கு ஒடியும் இவர்களுக்கு!

சாமி வரும் பாதையில் விரிக்கும் நடை விரிப்புகள் தயார் பண்ணுவதிலிருந்து, அரைத்த கற்பூரத்தைத் துணியில் பூசி, பந்தாகச் சுருட்டி சீமத்தண்ணி (மண்ணெண்ணெய்)யில் ஊறப்போட்டு தீப்பந்தம் தயார் செய்து, தீவட்டி சுமப்பவர்களும் இவர்களே! (முட்டுச்சேலை தூக்கிய அதே கைகள்!)

வீடுகளில் நடக்கும் நல்லது கெட்டதுகளுக்கும் சேலை விரிப்பு கொடுத்து உதவுபவர்களும் இவர்கள்தான். அக்கம்பக்கத்தார் துணிமணிகளைக் கொடுத்து உதவுவதும் உண்டு! (காலம் மாற மாற... இதற்காகக் குடுமிப்புடிச் சண்டைகளெல்லாம் நடந்ததுண்டு) 'பெரிய ஊர்' செல்லும்போது பாடையலங்காரத்துக்குக்கூட... ஏகாலிகளிடமிருந்து வாங்கிய சேலை துணிமணிகளை வைத்துத்தான் அலங்காரம் செய்வார்கள். கூடவே போய் சுடுகாட்டில் உருப்படிகளைப் பிரித்தெடுக்க வேண்டும்.

அவ்வளவு ஏன்? ஒரு வெட்டுக்காயமென்றாலும் ஏகாலி வீடு நோக்கித்தான் ஓடுவார்கள் – வெள்ளைத்துணி வாங்க...

ஊர் முழுக்க சண்டையென்றாலும் ஒருத்தரும் ஏகாலியோடு கோபித்துக் கொள்ளமாட்டார்கள். பொழப்பு நாறிப்போகுமே...?!

மொத்தத்தில் கிராமத்தை இவர்கள் அண்டி வாழ்கிறார்களா? கிராமங்கள் இவர்களை அண்டி வாழ்கிறதா? என்று யாராவது கேட்டால் சட்டென்று பதில் சொல்லிவிட முடியாது. சில நகரங்களில் அப்படியும், சில நகரங்களில் இப்படியுமாக அமைந்திருந்தது இவர்களது வாழ்க்கை! (அத்தனையும் பத்துப் பதினைந்து ஆண்டுகளுக்கு முன்னால்...!)

இன்று...?

இல்லை என்கிற பதிலே பிரதானம்!

இப்போது, வெள்ளாவி வெளுப்பும் இல்லை; உவர்மண் வெளுப்பும் இல்லை. (பதிலாக சோப்பு சொல்யூஷன்) முட்டுச்சேலை தூக்குகிற வழக்கமும் இல்லை. சாமி காரியங்களுக்கே கூலிக்கு ஆள் வைத்துக் கொள்ளும் நிலைதான்! ஊர்களில் ஏகாலிகளின் எண்ணிக்கை சிறுத்துவிட்டதே காரணம்!

சரி... யார்தான் இப்போது வெளுக்கிறார்கள்? வசதி படைத்தவர்களையும், கஞ்சிக்கு லாட்டரி அடிப்பவர்களையும் கழித்துவிடலாம். நடுத்தர வர்க்கத்தை மட்டுமே கணக்கிலெடுத்தால், பெரும்பகுதி மக்கள், துவைக்கிற வேலையைத் தாங்களே செய்துகொள்கிறார்கள். காரணம் – பட்டணத்து ட்ரைவாஷ் கடைகளைப் போலக் கட்டணத்துச் சலவை இங்கேயும் வந்துவிட்டதால், வருஷக்கூலி என்கிற கான்செப்ட் முற்றுப் பெற்றுவிட்டது! (எல்லாக் கிராமத் தொழிலாளிகள் விஷயத்திலும்...)

வருஷம் முழுக்க ‘சோ... சோ...’ என்று அடித் தொண்டை கத்தி, வெளுத்துக் கொடுத்தால் வருஷக் கடைசியில் கிடைக்கிற கூலி ஒரு மூட்டைத் தானியம். எல்லோரும் நெல் போடவும் மாட்டார்கள். சோளமோ, கம்போ, வரகோ, அவரவர் நிலத்தில் என்ன விளைச்சல் காண்கிறதோ அதுதான் கூலி.

கோவில்பட்டியென்று ஒரு கிராமம் (மண்ணாடிமங்கலம் அருகே). சிவமூர்த்தி என்கிற இளைஞர் சொன்னார்...

“எங்க வீட்டுல எட்டு பேரு சார்... அமுக்குன்னு போட்டா, வாரத்துக்கு முப்பது உருப்படி சேரும். வருஷம் பூராவும் வெளுத்ததுக்கு நாங்க கொடுத்த கூலி ஒன்றரை மூட்டை நெல்லு. இப்போ ஊர்ல ஒரு வண்ணாரும் இல்ல. (ஐந்து ஏகாலி

குடும்பங்கள் இருந்த ஊர்). எல்லோரும் பக்கத்து டவுன்ல தேப்புக் கடை (Ironing) வச்சுட்டாங்க... இப்போ நாங்களே துவச்சி, தேய்க்கிறதுக்கு மட்டும் கொடுத்து விடுகிறோம்... துணிக்கு அம்பது பைசா (சென்னையில்?) வருஷம் பூராவும் உழைச்சு முந்நூறு ரூபா நெல்லு சம்பாதிச்சதுக்கும் ஒரு நாளையில முப்பது ரூபா சம்பாதிக்கிறதுக்கும் வித்தியாசம் நிறைய இருக்கே சார்... இதனால நிறைய ஏகாலி குடும்பங்க கிராமத்தை விட்டு டவுன்ல குடியேற ஆரம்பிச்சிட்டாங்க சார்." என்றார்.

இந்த வருமான வித்தியாசத்தைச் சலவைத் தொழிலாளிகளின் வாரிசுகள் புரிந்துகொண்டதன் விளைவு... டவுனுக்குப் போக முடியாதவர்கள் கிராமத்துக்குள்ளேயே தேப்பு வண்டிக்கு மாறிவிட்டார்கள்.

இன்று தேப்பு வண்டியில்லாத ஊர் இல்லை என்கிற நிலை. இதனால் இன்னொரு மாற்றமும் தெரிகிறது.

முதுகில் உப்புப் பரிய வேலை செய்தாலும் பொழுது சாய்ந்ததும், சின்னது பெரிசு அம்புட்டும் 'சுடச்சுட' உடுப்பு உடுத்துகிறார்கள். தேய்த்த மடிப்பு கலையாமல், மிராசுகளும், ஜமீன்தார்களும் செய்துகொண்டிருந்ததை இன்று சாதாரணக் குடிமகன் (தேய்த்து உடுத்துவது) செய்வது மாபெரும் மறுமலர்ச்சிதானே!

ஆனாலும், ஒன்றை மறுப்பதற்கில்லை. ஏகாலி சந்ததியில் மூத்த தலைமுறை இருக்கும்வரை, மேலே விவரித்த அந்த வாழ்க்கையும் இருக்கும். அதற்குச் சாட்சி... காரியாப்பட்டி யிலிருந்து மல்லாங்கிணறு செல்லும் வழியில் நான் சந்தித்த மாடன் குடும்பம்.

பைக்கை இடது பக்கம் ஒதுக்க ஒதுக்க அவர்களும் ஒதுங்கினார்கள். கழுதைகளும் வெட்கப்பட்டு ரோட்டுக்குக் கீழே இறங்கின. பேசுவதற்கு ரொம்பவும் தயங்கினார்கள்.

அவர்களுடனே நடந்து தொறைக்குப் போனேன். சின்னக் குட்டை தண்ணீர் பளீர் என்றிருந்தது. அவரே சொன்னார்.

"தண்ணி பத்தாக்குறைங்க... ஐம்பது ரூபா கொடுத்து அடிச்ச பம்ப் செட்டு தண்ணி இது. வாய்க்கா வெட்டிக்கொண்டு வந்திருக்கேள் பாருங்கள்" என்று வாய்க்காலைக் காட்டினார்.

சுசி கணேசன் | 99

“புள்ளைங்க?”

“இருக்குங்க... ரெண்டு பேரும் டவுன்ல கடை வச்சிருக்காங்க. (தேப்புக் கடைதான்) என்னையும் அங்க வான்னு கூப்பிட்டானுக... நான்தான் வேணாம்னு இங்க கிடக்கிறேன்...”

“வருமானம் அதிகம் வர்ற இடத்துக்குப் போயிட வேண்டியதுதானே...” நான்.

“போகலாம்னா ஊர் மண்ணோட பழகின பாசம் விடமாட்டேங்குதே... பெரியாளுக அத்தனை பேரும், “யெல மாடா... எங்க காலத்து வரைக்குமாவது இந்த ஊர்ல இருடா! நீயும் போயிட்டா... எங்க துணிமணிகளை வெளுக்கிறதுக்கு யார் இருக்கா?”ன்னு கேட்டுக்கிட்டாங்க... அதான் தண்ணிப் பஞ்சத்துலயும் வெளுத்துக் கொடுத்திட்டிருக்கேன்...” என்றார் ஒருவித அர்த்தப் புன்னகையோடு...

அவரது பொஞ்சாதி, பொதியை இறக்கி, துவைக்க ஆரம்பித்ததும், வேலைக்கு இடக்கில்லாமல் விடைபெற்றேன். ‘டப்... டப்...’ சக்தியில்லாத சப்தம் மாறி மாறிக் கேட்டுக் கொண்டிருந்தது...!

10

நம்பிக்கை

எது நம்பிக்கை? நட்ட காத்து நல்ல மகசூல் கொடுக்கும் என்கிற விவசாயியின் நம்பிக்கையிலிருந்து ஆரம்பித்து, ஆசை ஆசையாக வளர்த்த மகனுக்கு வாய்த்த பொண்டாட்டி, தங்களையும் நல்லபடி பார்த்துக்கொள்வாள் என்று நம்புகிற கிழட்டு மாமன், மாமியார்கள்; பருவம் தப்பினாலும் மழை தப்பாது என்று நம்பும் ‘மானாவாரி’ சம்சாரி; கிராமம் கிராமமாக அடுத்தடுத்து நடக்கும் திருவிழாக்கள் வருசம் தப்பாமல் நடக்கும் என்று நம்புகிற ஓட்டாண்டிகள் (சந்நியாசிகள்); டெண்ட் கொட்டகையில் ‘ஹவுஸ்புல்’ போர்டு போடவே மாட்டார்கள்’ என்று நம்பும் ரசிகர்கள், சுற்றமும் சொந்தமும் தன்னைக் கவனிப்பதற்கு காரணமே

தன் காதில் கிடக்கும் தண்டட்டிகள்தான் (பாம்படம்) என்று நம்பும் கிழவிகள்; 'மருத்துவம் பொய்த்தாலும் மரணம் வராது', 'சுடுகாடு ரொம்ப தூரம்' என்று நம்புகிற சீக்காளிகள், 'புளியமரத்தில் தூக்குப்போட்ட பொன்னாத்தா நம்மளை புடிக்கமாட்டா...' என்று நம்புகிற பாதசாரிகள்; கோவிலுக்குக் கூட்டம் வந்தால் கஞ்சித் தண்ணிக்குக் கஷ்டமில்லை என்று நம்பும் பூசாரிகள்... இப்படி ஒரு நீண்ட பட்டியலே போடலாம்.

மனம், இயற்கை சம்பந்தப்பட்ட இந்த நம்பிக்கைகள் சில நேரம் பொய்யாவதும் உண்டு. மெய்யாவதும் உண்டு.

ஆனால், மெய்யோ, பொய்யோ கிராமத்து ஜனங்கள், மனசார நம்பி கட்டுண்டு கிடந்த ஒரு விஷயம் – கடவுள் நம்பிக்கை! அத்தோடு, திண்ணைக்குத் திண்ணை, வீதிக்கு வீதி, ஊருக்கு ஊர், நம் முன்னோர்கள் விட்டு விட்டுப் போன நம்பிக்கைகள் வேறு!

அவற்றில், சில நிஜமாகவே மூடப் பழக்கங்கள்...! சில 'மூடப்பழக்கம்' என்ற பெயரில் இருந்த நல்ல பழக்கங்கள்...! வெள்ளி, செவ்வா வீடு மொழுகி, (சாணி) பசுமாட்டுக் கோமியத்தை (மூத்திரம்) சொம்பில் பிடித்து, வீடெல்லாம் தெளிக்கிற பழக்கம் (பசு மூத்திரம் ஒரு கிருமி நாசினி) எல்லாப் பெண்களுக்கும் இருந்தது! அதற்காக அதிகாலையிலேயே மாட்டை எழுப்பி, கோமியத்தைப் பிடித்து வைத்துக்கொள்வதும், மாடு இல்லாதவர்களுக்கு அரைச் சொம்பு, காச் சொம்பு கடன் கொடுப்பதும், மாடு வைத்திருப்பவர்களின் அதிகாலை ஆனந்தங்கள்.

மண் தரை வீடுகள் சிறுகச்சிறுகக் குறைந்துகொண்டிருப்பதால் சாணி போட்டு மொழுகும் பழக்கமும், (பட்டணத்தைப் போல... கிராமத்திலும் பச்சத் தண்ணிலேயேதான் வாசத் தெளிக்கிறார்கள்! கோமியம் தெளிக்கிற (மொஸைக் தரை வீடென்றாலும்) பழக்கமும் 'காற்றில் கற்பூரம்' போல் கரைந்துகொண்டிருக்கிறது. காரணம் 'பசுமாடு' தெய்வங்களில் ஒன்றாகப் பூஜிக்கப்பட்ட காலம் போய் அதுவும் கால்நடைகளுள் ஒன்று என்கிற 'அறிவியல்' ஞானம் வளர்ந்த நிலை. அதன் கோமியம் இன்றைய இளைய தலைமுறைக்கு ஓர் அருவருப்பான சமாச்சாரமாகிப் போனது. பதிலாக, பள்ளிக்கூட வாசனை அறிந்தவர்கள் வீட்டிலெல்லாம் இன்று பினாயில் வாசனை!

காடு கழனிகளுக்கு வேலைக்குச் செல்பவர்கள் – நாத்து நடவு, களையெடுப்பு, கதிர் அறுப்பு – எதுவாக இருந்தாலும் சூரியனைப் பார்த்து ஒரு கும்பிடு போட்டு விட்டுக் காரியத்தில் இறங்குவார்கள். நெருப்புக் கோளம் என்கிற 'புவியியல்' வாத்தியார் போதனைக்குப் பிறகு, அது வெறும் சூரியனா? அல்லது சூரிய பகவானா என்கிற ஐயம்...! ஆனாலும், அதற்குள் ஒளிந்திருந்தது – ஒரு தொழில் ஈடுபாடு! பருத்தி எடுக்கப்போகிற கூலியாட்கள், மடிகட்டி, பருத்தி எடுப்பதற்கு முன்னால், ஈசான மூலை (வட கிழக்கு) பார்த்து கையெடுத்துக் கும்பிடுவார்கள். 'நிறைய பொதி காணனும்' என்று! கூலி பருத்திக்கு வந்தவர்கள்தான். ஆனாலும் காட்டுக்காரனுக்கு வருமானம் நிறைய வரவேண்டுமென்று... மனசார வேண்டிக்கொண்டதன் வெளிப்பாடு, தொழில் ஈடுபாட்டுக்காக வென்று திணிக்கப்பட்ட மூடப்பழக்க மாயிருக்கலாம்.

இன்று உச்சிப் பொழுதையும், ஒரு மணி பஸ்ஸையும் மாறி மாறிப் பார்த்துக்கொண்டிருக்கும் அந்தக் கூலியாட்களுக்கு (விவசாயம் பகுதியில் விரிவாகப் பார்க்கலாம்!) ஈசான மூலை பார்க்க நேரமில்லை!

ஆனால், முக்குக்கு முக்கு, மரத்துக்கு மரம், கையெடுத்துக் கும்பிட்டுக்கொண்டிருந்த மக்கள் கூட்டம், அந்த வழக்கத்தை (மூட) அறவே மறந்துவிட்டது ஒருவகையில் ஆனந்தமே!

ஓர் உதாரணம் கிட்டுணை பெறாந்து (கிருஷ்ண பருந்து). கழுத்தில் வெள்ளை வளையம் போட்ட இந்தப் பருந்தை யார் கண்டாலும் – பார்க்கிற வேலையை அப்படியே போட்டு விட்டு கன்னத்தில் போட்டுக் கொள்வார்கள்... 'கள்ளப்பெறாந்துதான் கோழிக்குஞ்சு தூக்கும்... கிட்டுணை பெறாந்து... கோழிக்குஞ்சு தூக்காது' என்கிற நம்பிக்கை பொய்த்தபோது... கன்னத்தில் போடுகிற வழக்கமும் போய்விட்டது. (தூக்கின குஞ்சினைப் போட்டு விடும் என்ற நம்பிக்கையில் சின்னஞ் சிறுசுகள்... ரோடு காடெல்லாம் ஓடுமே... அது ஒரு கிராமத்து கிளைமாக்ஸ் காட்சி!)

அது மட்டுமா... இடிமுழக்கத்தைக் கேட்கும்போதே 'அர்ச்சுனன் பேர் பத்து' என்று வாய்விட்டுச் சொல்லும் வழக்கமும் இப்போது இல்லை!

காற்றழுத்த மண்டலத்தில் ஏற்படுகிற 'குட்டி' சூறாவளிகள், உண்டாக்குகிற கலாட்டா இருக்கிறதே... அதுவும், தனியாகக் காடுகளில் வேலை செய்கிறவர்களைக் கதிகலக்கிவிடும்...! இருக்கிற செத்தை, தூசிகளை 'புனல்' வடிவத்தில், சுருட்டி நகர்கிற சூறாவளியைப் பார்த்து, 'சாமியாயிருந்தா கிட்ட வா... பேயாயிருந்தா தூரப்போ...' என்று உரக்கக் கூவும் கிராமத்து ஜனங்கள் இப்போது இல்லை. ஓரளவு கல்வியறிவு ஏற்படுத்திய சில நல்ல மாற்றங்கள் இவை! (விவரமில்லாதவர்களாக இருந்ததால்தானோ என்னவோ... 'அப்பாவிகளாக' இருந்தார்கள் போலும்!)

சோழவந்தானைச் சேர்ந்த சுப்புராம் என்பவர் சொன்னார்: "செக்காணூரணி அருகிலிருக்கிற 'நாகமலை' ஒரு குட்டி மலைத் தொடர். அத ஒட்டியிருக்கிற கிராமத்து ஜனங்கள், ஆடு மேய்க்கவோ விறகு பொறுக்கவோ, மலைக்குப் போனால் கால்ல செருப்பு போடமாட்டாங்கன்னு என் சின்ன வயசுல சொல்லக் கேள்விப்பட்டிருக்கேன் சார்... மலைமேல 'சாமி போற பாதை' இருக்குன்னு ஐதீகம்... இப்போ என்ன நிலவரம்னு ஊர்க்குள்ள விசாரிக்கணும்'' என்று ஒரு தகவலைச் சொன்னார்.

மலையடிவாரத்திலிருக்கும் பன்னியான் கிராமத்தைச் சேர்ந்த ராமத்தேவர் இன்றைய நிலவரத்தைச் சொன்னார். அவர் ஒரு நகைச்சுவைப் பேர்வழி! பேச்சுக்குப் பேச்சு சுற்றி நிற்பவர்கள் சிரித்துக்கொண்டேயிருந்தார்கள்...!

"வாங்கய்யா... கூழு குடிச்சுக்கிட்டே பேசுவோம்" (சாப்பிட அழைத்த முதல் நபர் இவரே!) என்றவர், மலைப் பக்கம் கைகட்டி... "உச்சியில தினம்தினம் ராத்திரி சங்கு செகண்டி சத்தத்தோடு சாமி மேக்கே (மேற்கு) நோக்கிப் போற பாதை, இதுதான்யா... அப்படித்தான் எங்க முப்பாட்டன் காலத்திலிருந்து சொல்லிட்டு வந்திருக்காங்க. நாங்க சின்னப் பயல்களாக இருந்த காலத்திலயும் கரடு, கள்ளிக்காடா இருந்தாலும் செருப்பு போட்டு உள்ள போனதில்ல... அப்படியே போனாலும் மலையடிவாரத்திலேயே கழட்டி பொதருக்குள்ளே ஒளிச்சு வச்சுட்டுத்தான் மலை ஏறுவோம். இன்னிக்கு...?" சட்டென்று நிறுத்தி, சுற்றியிருந்தவர்களைப் பார்த்தார்! அமைதி!

“இப்போ... எல்லா ‘லவ்வு’ காரியமும் உள்ளதாங்க நடக்குது... (எல்லோரும் சிரிக்க) இத சாமி பார்த்துக்கிட்டிருக்குன்னு அர்த்தமா? பயந்து ஓடிப்போச்சுன்னு அர்த்தமா? காலம் மாற மாற கடவுள்களுக்கே நெனப்பு தப்பிப் போச்சு. என்னத்தைச் சொல்றது போங்க...” என்றார் ஒரு ‘பெரிசு’க்குரிய விரக்தியோடு!

“நேருக்கு நேர் தோன்றி தண்டனை கொடுத்த கடவுள்களே, இப்ப இம்புட்டு அக்கிரமம் நடக்கிறதே, எங்கே போய் ஒளிஞ்சிக்கிட்டீங்க?” இப்படி ஆதங்கப்படும் பெரிசுகள் ஊருக்கு ஊர் நிறைய உண்டு. இவர்கள் கோணத்தில் பார்த்தால் ‘கடவுள் பக்தி’ குறைந்துவிட்டதுபோல் தோன்றும். ஆனால் உண்மை நேர்மாறாக இருக்கிறது!

முன்பிருந்ததைவிட ‘பக்திப் பரவசம்’ கொஞ்சம் தூக்கலாகத் தெரிகிறது கிராமங்களில்! பகுத்தறிவு இயக்கங்களுக்கு முன்பிருந்த நாட்கள் நோக்கி போய்க்கொண்டிருக்கிறோமோ என்கிற ‘மாயை’கூட உருவாகிறது. (கிராமங்கள் அழியவில்லை என்று நாம் மார் தட்டிக் கொள்ளலாம்.)

ஜாதி தகராறுகளால் ரெண்டுபட்டுக் கிடக்கும் கிராமங்கள் கூட, கோவில் திருவிழாக்களை நடத்தாமல் விட்ட சரித்திரம் மிகக் குறைவு. இவை தவிர, மாவட்டத்தில் பிரசித்தி பெற்ற குலதெய்வ வழிபாடுகளும் நிறைய!

பங்காளிகள் (அண்ணன், தம்பி உறவு) ஒன்றுகூடி வருடத்திற்கொரு முறை செய்யும் குலதெய்வ வழிபாடுதான் – சாமியாட்டம்! பரம்பரை பரம்பரையாக பங்காளிகளில் ஒருவர் சாமியாடுவார்! சாமி பெட்டி என்ற ஒரு பெட்டி இருக்கும். அந்தப் பெட்டிதான் சக்தியின் உறைவிடம். வருடத்தில் ஒருமுறை குடிகொண்ட இடத்திலிருந்து எடுத்துச் சென்று கோவிலில் வைத்து வணங்குவது வழக்கம். ஜாதிக்கு ஜாதி வேறுபடுவதும் உண்டு.

சில சாமிகள் சாராயம் குடிக்கும். சில சாமிகள் ‘சாவரத்தம்’ (சேவல்) குடிக்கும். வழிபாடு வெவ்றேனாலும், குலதெய்வம் வழிபாடு இல்லாத கிராமமே இல்லை என்று சொல்லலாம்.

‘அன்னிக்கு ராத்திரி இருட்டுல ஊர் வரைக்கும் கூடவே ஒரு வெள்ள நாய் வந்துச்சே, அது யாரு? நம்ம குலதெய்வந்தான்...’ இப்படிக் கதைகளும், வந்த இடத்தில் ஏற்படும் உப்பு பெறாத சண்டைச் சச்சரவுகளும் சாமியாட்டத்தின்போது சகஜமாக இருக்கும்.

பகையாளி என்றாலும், 'சாமியாட்ட'த்திற்கு எல்லோரும் ஒன்றுகூடியாக வேண்டுமே! பழனி, திருப்பதி, சபரிமலையைக் காட்டிலும் இந்தக் குலதெய்வங்களிடம் இந்த மக்களுக்கு 'பக்தி பயம்' அதிகம் – ஒரு கொடூர மரணத்தையே சாதாரணமானதாக எடுத்துக்கொள்கிற அளவுக்கு!

ஆறு வருஷங்களுக்கு முன்னால் நடந்த சம்பவம்.

செல்லம்பட்டிக்கு அருகிலிருக்கும் ஒரு குக்கிராமம். குலதெய்வ வழிபாட்டுக்கென்று பங்காளிகளெல்லாம் ஒன்று கூடியிருந்தார்கள் (ஊருக்கு வெளியே காட்டுக்குள்ளிருக்கும் கோவில்).

சாமியாடுகிறவருக்கும், அங்கு வந்திருந்த ஒரு 'பங்காளி'க்கும் கொஞ்ச நாளாகவே ஒரு மனச் சடவு.

பொலித் தகராறு, சொத்துத் தகராறைப் போல பங்காளிகளுக்குள் பொம்பளைத் தகராறும் வரும். அந்தப் பங்காளியின் மனைவியோடு சாமியாடுகிறவருக்கு ஒரு 'தொடுப்பு' இருப்பதாக எழுந்த கிராமத்து கிசுகிசு, இருவருக்குள்ளும் பகையை மூட்டியது.

'பங்காளியோ தரகு வேலை செய்பவர். வாரத்தில் ஐந்து நாள் ஊரில் இருக்கமாட்டார். வெளியூர் போய்த் திரும்பும் போதெல்லாம் வீட்டில் பொஞ்சாதியோடு சந்தேகத்தால் சண்டை நடக்கும். "யெல... பொசக்கெட்ட பயலே, நீ ஊரெல்லாம் அலஞ்சு சம்பாதிக்கிற துட்டை இங்க ஒருத்தன் உக்காந்து திங்கறாண்டா... ஓம் பொண்டாட்டியைக் கொஞ்சம் கண்டிச்சு வை..." இப்படி அவன் காதோரம் சொல்லும், உறவுக்காரர்களும், நண்பர்களும் அடிக்கடி அவனை உசுப்பேற்றிக்கொண்டேயிருந்தார்கள்.

குலதெய்வ பூஜையும் வந்தது.

"சாமியாட்டம் நடக்கும்போது நாள் முழுக்க ஓம் பொண்டாட்டியையே கண்காணிச்சிக்கிட்டிரு... பழக்கம் இருக்கா, இல்லையான்னு ரெண்டு பேர் முக பாவனையை வெச்சு சட்டுன்னு கண்டுப்புடலாம்..." இப்படி ஒருவர் அந்தப் பங்காளிக்கு புத்திமதி கூற...

சாமியாட்டம் துவங்கியது.

கழுத்து நிறைய மாலை!

காவித்துணி அலங்காரம்! கையில் ஒரு பெரிய துருப்பிடித்த வீச்சருவாள்! 'சாமியாடி' கோவில் நோக்கி வந்தபோது கூடிநின்ற பங்காளிகள் கூட்டம், கும்பிட்டு விபூதி வாங்க ஆரம்பித்தார்கள்.

அவளும் விபூதி வாங்கியிருக்கலாம். என்ன நினைத்தாளோ, கையிலிருந்த கைக்குழந்தையைச் சாமியாடியவரின் காலடியில் போட்டு தலைவணங்கிக் கும்பிட, சாமியாடியும் 'எந்திரியம்மா...' என்பது போல் சைகைகாட்டி, எழுந்ததும், குழந்தைக்கும் அவளுக்கும் நெற்றியில் விபூதி வைத்தார். தோளில் கிடந்த மல்லிகை மாலையை அத்து அவள் கையில் கொடுக்க... அவ்வளவுதான்! எங்கிருந்தோ ஒரு மிதி! அவளும், குழந்தையும் தூரப் போய் விழுந்தார்கள். 'பச்சபுள்ளக்காரிடா.....' என்று கூட்டம் தடுத்தும் புருஷன் கேட்கவில்லை.

"யெலா... இம்புட்டு நாளா இதுக்குத்தானலா காத்திக்கிட்டிருந்தேன். ஒவ்வொரு நாளும் மிதி வாங்கினதை மறந்துட்டு, அவன் கால்ல குழந்தையைப் போட்டு, விபூதி வாங்கிறயே, எம்புட்டு நெஞ்சழுத்தம் உனக்கு! புள்ளைய எவனுக்குலா பெத்தே..." உடல் பலம் அத்தனையும் திரட்டி ஆனமட்டும் மிதிமிதியென்று மிதிக்க... அந்த அழுகைச் சத்தம் சாமியாடியை உசுப்பேத்தியது.

கட்டுப்படுத்த முடியாத அருள்!

துருப்பிடிச்ச வீச்சரிவாளை எட்டிப்பிடித்து ஒரு வீச்சுவீச... (பதமில்லாத அரிவாள்) வெட்டு பிடிக்காமல் அரையும் குறையுமாக வெட்டு விழ, பங்காளியின் கழுத்து 'சொதக்'கென்று ஒரு பக்கம் சாய்ந்தது.

"ஒன் வீட்டு சாமியையே சீண்டிப் பாத்திட்டியேடா..." அழுதுகொண்டே சாமியாடி உட்கார்ந்து விட்டார்.

சாமியாடி அருளால் வெட்டினாரா? சாதாரண ஆளாக வெட்டினாரா என்பது அந்தச் சாமிக்கே வெளிச்சம்! ஆனால், ஆஸ்பத்திரிக்குக் கொண்டு செல்கிற வழியில் அந்தப் 'பங்காளி' மாண்டு போனார்.

'வேணுமின்னு செஞ்சானோ, வினையோட செஞ் சானோ... சாமி வேஷத்துல இருந்து செஞ்சுப்புட்டான் அவனை புடிச்சுக் கொடுத்தா சாமியைப் புடுச்சுக் கொடுத்த

சுசி கணேசன் | 107

மாதிரியாயிடும். கோர்ட் கேஸுன்னு போனா, போன பய திரும்ப வரவா போறான்? ஏதோ அவன் தலைவிதி' என்று புள்ளையைப் பெத்தவரே சொல்லிவிட அந்த மரணம்? இயற்கையாக்கப்பட்டுவிட்டது.

இப்போது அந்தக் குலதெய்வ பூஜை நடக்கிறதா? அதையும் விசாரித்தேன். கூடுதலாக இன்னொருவருக்கும் சாமியிறங்குவதாகச் சொன்னார்கள். அவ்வளவே!

அந்த உறவு?

அந்த மக்களுக்கு, இருந்த 'பக்தி பயம்' இந்த கேள்விக்கான விடையைத் தேட அனுமதிக்கவில்லை.

இது மாதிரியான ஒரு குலதெய்வ பூஜைக்கு வந்திருந்த, பாலிடெக்னிக் சிவில் என்ஜினியரிங் மாணவர் ராதாகிருஷ்ணன் பூசாரியான கதை!

கருமாத்தூர் – பிரம்மா, விஷ்ணு, சிவா மூவருக்கும் கோவில் இருக்கும் ஊர். அதில் ஒன்றுதான் 'நல்ல குறும்ப அய்யர் கோவில்'. பெயரைப் போலவே, நடைமுறை, நம்பிக்கைகளிலும் ஏகப்பட் ஆச்சர்யங்கள்! பூசாரி பிடிக்கிறதிலும்கூட!

'பூசாரி பிடிப்பது?'

ஒரு பூசாரி இறந்துபோனால், வேறொரு பூசாரித் தேர்வு செய்வதைத்தான் இப்படிச் சொல்கிறார்கள். பூசாரியைத் தேர்வு செய்பவர் – அய்யன்புடுக்கி! இவர் சுப்ரீம் கோர்ட் நீதிபதி மாதிரி, ஜனாதிபதிக்குப் பதவிப் பிரமாணம் செய்து வைப்பவர் என்றாலும், அது முடிந்ததும் அவருக்குக் கீழே பணிபுரிவதைப் போல, பூசாரியை உண்டாக்கிவிட்டு, பிறகு அவருக்குக் கீழே ஒத்தாசையாக, கூடமாட வேலை பார்ப்பவர்.

இந்தக் கோவிலுக்கும் 'பூசாரித் தேர்வு' வந்தது.

எல்லாப் பங்காளிகளுக்கும் அழைப்புப் போனது. பங்காளிகள் எல்லோரும் கோட்டை மந்தையில் கூடினார்கள். அவரவர் 'கொடி' சேர்ந்த 'கன்னி கழியாத' இளவட்டங்கள் வரிசையில் நின்றார்கள்.

கையில் பிரம்பு, காலில் பாதக் கட்டையுடன் அய்யன்புடுக்கி ஆடிவருவார். கூட்டம் அவரைச் சுத்தி நிற்கும்.

"அய்யன் குதிரையில வந்திருக்கேன்.

பூசாரியைப் பிடிச்சிடவா..." கேட்டுக்கொண்டே அய்யன் புடுக்கி அருள் இறங்கி ஆடுவார்.

'பூசாரியை பிடிச்சுக்கலாம்' என்று கூட்டம் பதில் சொல்ல... யார் கழுத்தில் அய்யன் புடுக்கி பிரம்பைப் போடுகிறாரோ அவரே அன்று முதல் பூசாரி. சாகும் வரைக்கும்!

இப்படி

பூசாரியாக்கப்பட்டவர்தான் இந்த ராதாகிருஷ்ணன். ஆறு வருடங்களுக்கு முன்பு ஒரு சாதாரண பாலிடெக்னிக் மாணவர். இன்று, ஐம்பதாயிரம் பேர் கொண்ட ஒரு 'பங்காளி' கூட்டத்திற்குக் குல தெய்வ கோயில் பூசாரி, இறுதியாண்டு படிப்பை முடிப்பதற்குள் பூசாரியான இந்த இளைஞரைப் பார்த்து, மூட்டுப் பெருத்த ஆளாயிருந்தாலும், மீசை அரும்பும் வெடலையாயிருந்தாலும், கண்டதும் பீடி, சிகரெட்டைப் பின்புறம் மறைத்துக் கொள்கிறார்கள். படித்தவர் என்பதாலா? நீங்க வேற, பூசாரி என்கிற பக்தி அது!

படிப்பும், அறிவும் முதலாளிகளுக்கும் கம்பெனிகளுக்கும் மட்டும்தானா? எங்க ஊர் கோவில்களுக்கு...? வரும் வருடங்களில் வரப்போகிற பட்டதாரி பூசாரிகளுக்கெல்லாம் (வேலை வாய்ப்பு அலுவலகத்தில் நீண்ட வரிசையாம்!) ராதாகிருஷ்ணன் ஒரு முன்னோடி (வேத ஆகமக் கல்லூரியும் வருகிறதே!)

ஆனால் ராதாகிருஷ்ணனுக்கிருக்கும் வரைமுறைகளும், கட்டுப்பாடுகளும் கொஞ்சம் கடுமையானவை.

கன்னி கழியாதவர் பூசாரியானதும் கன்னி கழியலாம்! திருமணம் செய்யலாம். ஆனால் தனக்குப் பிறந்த குழந்தையை ஒரு மாதம் வரை பார்க்கக்கூடாது. சாமிக்கு ஆகாது.

பூசாரியான பிறகு, வாழ்நாளில் எந்தக் கேத வீட்டிலும் கால் பதிக்கக் கூடாது. தாய், தகப்பன் இறந்தாலும், கொள்ளி வைக்கும் கொடுப்பினையும் கிடையாது. பெத்தவர்களின் உடம்பைக்கூடப் பார்த்துவிடக்கூடாது என்பதற்காக வெளியூர்களுக்குச் சென்றுவிட வேண்டுமாம். இங்கே, ராதாகிருஷ்ணன் வீட்டுக்கு ஒரே ஆண்பிள்ளை. அம்மாவும், அப்பாவும் டீச்சர். "பூசாரியாயிருக்கிறது சந்தோஷம்தான்! ஆனா, அம்மா அப்பா செத்தாக்கூட, பார்க்கக்கூடாதுங்கறதை

நினைச்சாத்தான் கஷ்டமாயிருக்கு..." என்றார் அந்த இளம் பூசாரி.

இத்தோடு நிற்பதில்லை. சாமி பெட்டி தூக்கிய தலையில், வாழ்நாளில் வேறெந்தத் தலைச்சுமையும் ஏற்றக்கூடாது. மண்வெட்டி பிடித்து, வேறெந்தக் காட்டுவேலையும் செய்யக்கூடாது. பிறகு கஞ்சிக்கு...? பங்காளிகள் பார்த்துக் கொள்வார்கள்.

கட்டுப்பாடுகள் இவருக்கு மட்டுமல்ல... இவரைக் கட்டிய பொஞ்சாதிக்கும் உண்டு.

நல்ல குறும்பு அய்யர் சாமியோ... கன்னிசாமி! பூத்த பூ மாலை எதுவும் போடக்கூடாது. மரிக்கொழுந்து மாலை மட்டும் இந்தச் சாமிக்குப் போடுவது வழக்கம்.

பூசாரி மனைவியும் பூத்த பூ எதுவும் தலையில் சூடக்கூடாது. மரிக்கொழுந்து தவிர, மஞ்சள் பூசுவது கூடாது. சந்தனம் பூசுவதும் கூடாது. கோவிலுக்கு வருபவர்களுக்கும் இதே கட்டுப்பாடுகள்.

இருபதாம் நூற்றாண்டிலுமா...? ஆம். இந்த நூற்றாண்டுப் பாதிப்புகளும் சில உண்டு.

காட்டு வேலைதானே செய்யக்கூடாது?

கருமாத்தூரில் 'ரிக்கார்டிங் சென்டர்' வைத்திருக்கிறார் ராதாகிருஷ்ணன்.

சாமியோ குறும்பு அய்யர். சுத்த சைவம். இங்கெல்லாம் 'கெடாவெட்டு' இல்லாமல் சாமியாட்டமா? எடுபடாதே! எனவே ஆடு கோழி அறுப்பு ஆரம்பிக்கும்போது, கோவில் வாசலில் திரை போட்டு மூடிவிடுகிறார்கள்.

கட்சிகள் சில இரண்டிரண்டா உடைவதைப் போல, 'ஓடசல்' இங்கேயும் வந்தது. பூசாரிப் போட்டி வந்ததால், இங்கிருந்து 'பிடிமண்' எடுத்துச் சென்று பூச்சம்பட்டியில் ஒரு போட்டிக் கோயில் உண்டாக்கியிருக்கிறார்கள். அங்கு பூசாரி – சந்திரசேகர்!

எது உண்மையான குறும்பு? அய்யர் என்று பின்னாளில் பிரச்சினை வராதா?

இப்போதே வந்துவிட்டது. போட்டி, பிரச்சினை, சண்டை ஆகையால் போலீஸ்! இரண்டு கோவில் உண்டியல்களும் இப்போது போலீஸ் வசம்... ஆனால், போலீஸ் துணையோடு இரண்டு கோயில்களிலும் வழிபாடு நடந்துகொண்டிருக்கிறது.

இதுபோல ஒன்றிரண்டல்ல. நிறைய கிராமங்கள்.

கோயில் மரியாதையை மானம், உயிர் என்று நினைப்பவர்கள் இன்னும் கிராமங்களில் இருக்கிறார்கள்.

மண்ணெண்ணெயில் விமானம் ஓட்டலாம் என்கிற விஞ்ஞானக் கண்டுபிடிப்புப் பற்றி இவர்களுக்குக் கவலை இல்லை. மவுண்ட்ரோடு பரபரப்பு இங்கே அவசியமில்லை. தொகுதி தெரியாமல் பதவி பெறும் அரசியல் வளர்ச்சியில் அக்கறையில்லை. ஆனால், தங்களுக்கென்று ஒரு வட்டம்! அதற்குள் ஏகப்பட்ட நம்பிக்கை, சித்தாந்தம், வணக்கம், வழிபாடு என்று எல்லையைக் குறுக்கிக்கொண்டு, எந்தச் சலனமும் இல்லாது வாழும் கிராமங்கள் இவை.

ஆனால், வருஷத்திற்கொருமுறை, வண்டிகட்டிப் போய், கூடி உட்கார்ந்து கும்மாளமிடுவது, இது மாதிரியான கோயில் கொண்டாட்டங்களில்தான். கல்யாணம், கருமாதியை விட்டால் இந்த சொந்த பந்தங்களுக்கு 'உறவு கூடும் வேளை' Get together இது ஒன்றுதான்!

கோவிலுக்குக் கிளம்பும் தேதி முடிவானதும், வண்டி மாடுகளுக்குப் புதுப் பொலிவு வந்துவிடும். மாட்டுக்குப் பச்சைத் தண்ணி காட்டியவர்கள் கூட, ஊறல் தண்ணி காட்டுவார்கள். நாலஞ்சி நாளைக்குத் தாங்கணுமே... போகிற வழியில், சொணங்கிப் படுத்துவிட்டால், கோயில் காரியம் கெட்டுப்போகுமே – என்கிற பயம்!

வண்டிக்கும் அதேதான்! சக்கரங்களுக்கு மசகு போடுவதிலிருந்து ஆரம்பித்து, 'போனது வந்தது' அத்தனையும் பழுது பார்க்கும் வேலை நடக்கும். அப்படியே அழகுபடுத்தும் வேலையும் ஆரம்பிக்கும். வளைந்த 'பெரம்பு' குச்சிகளை நட்டு, கட்டி, மேலே 'தார் பாய்' விரித்தால்போதும். 'கழுதை' குதிரையாகிவிடும்! கட்டை வண்டி கூடார வண்டியாக! (நிரந்தரமாக கூடார வண்டி வைத்திருக்கும் பண்ணையார் ரகம் வேறு!)

சுசி கணேசன்

வண்டிக்குப் பின்னால் ராந்தா (துடைத்து மண்ணெண்ணெய் நிரப்பிய) கட்டுகிற வேலையை ஒருவர் பார்க்க... மாடுகளுக்குத் தீவனம் (வைக்கோல்) சேகரித்து கூடாரத்தில் கட்டுகிற வேலையை இன்னொருவர் பார்க்க, சட்டி, பானை, அண்டா பாத்திரங்கள், எரிக்க விறகு அத்தனையும் சேகரித்து அவற்றை ஆடாமல், அசையாமல் கீழேயும், மேலேயும் கட்டுகிற வேலையை வேறொருவர் பார்க்க இதெல்லாம் ஆம்பிளைங்க சமாச்சாரம். பொம்பளைக்கு...?

"யெக்கா...! எங்க வீட்டுலேந்து இந்தவாட்டி ரெண்டு வண்டி போகுது. கூட்டமா இருக்குமேன்னு கவலைப்பட வேணாம்...! மூணு நாளையிலே திரும்பிடலாம். மாமனும் நீயும் வரணும்னு 'அவரு' கூப்பிடச் சொன்னாரு. மாமன் அப்படி இப்படிச் சொல்லுச்சின்னா, அதுக்கு மட்டும் கட்டிச்சோறு (புளியோதரை) கட்டிவைச்சு, நீ புறப்பட்டு வந்துடு. சாகிறதுக்குள்ள இப்படி நாலு இடம் பார்த்தாத்தானே....." வீடு வீடாகச் சென்று அழைக்கின்ற வேலையைப் பொம்பளைகள் செய்வார்கள். அதுவும் ஒரு முறை சொல்லாமல் போய்விட்டால் சடவு வந்துவிடும். உறவுகளையும் தாண்டி, பழக்கப்பட்டவர்களுக்கும் அழைப்பு விடுவார்கள்.

"ரெண்டு கெடா போகுது...! உரிச்சு ஒத்தாளா தின்ன முடியும்? நம்மளச் சேர்ந்தவங்க நாலு பேர் கூடி திங்கறதுக்குதானே இப்படி திருவிழா வச்சிருக்கான்...! வேலை கிடக்கு... வந்து பார்க்கலாம்... வாப்பா..." என்று அழைப்பவர்களும் உண்டு.

பொம்பளைகளும், குழந்தைகளும் வண்டியில் ஏறிக்கொள்ள, பொழுது விடிவதற்கு முன்னால் கிளம்பும் வண்டிகளின் வரிசை பார்க்க, பொட்டலில் படுத்துக் கிடப்பவர்களும் முழித்துக் கொள்வார்கள். வண்டிக்குப் பின்னால் கட்டப்பட்ட 'கெடாய்களும்' ஆனந்தமாய்(!) வண்டியோடு ஓடும்.

இந்த வசதியும் ஆனந்தமும் டீசல் வண்டியில் கிடைக்குமா? 'லக்கேஜ்' கணக்கில் தீட்டிவிடமாட்டான் தீட்டி! நேர்த்திக்கடன், வழிபாடு இவற்றைக் கழித்துவிட்டுப் பார்த்தால் கிராமத்து ஜனங்களின் 'கோவில் பயணம்' ஒரு குட்டி 'விடுமுறைச் சுற்றுலா' போலத்தான்.

இந்த உறவு கூடும் வேளையிலே, பார்வைப் பரிமாற்றங் களுக்கும், ஸ்பரிசங்களுக்கும் பஞ்சமிருக்காது. களவுக்

காதலோ, கற்புக் காதலோ... எல்லோரும் இன்புற்றிருக்கும் வேளையில்... இவர்களும் இன்புற்றிருப்பார்கள். அங்கேயே சில உறவுகள் கழுத்துவரை (தாலி) வருவதும் உண்டு. சில உறவுகள் பார்வைகளோடு நின்று போவதும் உண்டு.

சாப்பிட்டுப் பாய் விரித்துப் படுத்துக் கிடக்கிற நேரத்தில் உறவுக்காரர்கள், பேச வேண்டியதெல்லாம் பேசிக்கொள்வார்கள். தீராத பிரச்சினைகள் தீர்வதும் உண்டு. புதிதாகப் பிரச்சினைகள் முளைப்பதும் உண்டு. என்னவாக இருந்தாலும், இந்த மக்களுக்கு இது ஒரு அத்தியாவசியத் தேவை என்று கூடச் சொல்லலாம்.

இந்தக் 'கூட்டு வண்டிப் பயணம்' மறைந்து விடவில்லை என்றாலும் எண்ணிக்கையில் குறைந்திருக்கிறது.

வத்றாயிருப்பு பக்கத்திலிருக்கும் மகாலிங்கம் கோவில். நாலாபக்கமும் மலை. நடுவே சிவன் கோயில். மலை அடிவாரத்திலிருந்து கரடுமுரடுப் பாதைகளைக் கடந்து மலையேறிக் கோவிலை அடைய, ஒரு கல்லூரி மாணவனுக்கு (திடகாத்திரமான) ஐந்து மணிநேரம் பிடிக்கும். மலையடிவாரத் திலிருந்து பதினாலு மைல் தொலைவிலிருக்கும் மாவூத்து கூட்டு வண்டிகளின் கூடாரம்! பெரிய புளியந்தோப்பு...! ஆயிரக்கணக்கில் கூட்டு வண்டிகளைப் பார்த்த ஞாபகம் எனக்குண்டு.

கடந்த முறை சென்றபோது, டிராக்டர்களும் வேன்களும் அடைந்துகிடந்தன. சொடலை என்பவர் சொன்னார்: "ஊருகாட்டுல உழுகிறதுக்கே மாட்டைக் காணோம். இதுல கூட்டு வண்டிக்கு எங்க போறது? நாலு ரூபாயை நீட்டினா, சண்டிங் பஸ் (விழா பேருந்து) மலையடிவாரத்தில இறக்கி விடுகிறான். முன்னாடி, ஆடு வெட்டுறேன்... கோழி வெட்டுறேன்னு நேந்துகிட்ட ஜனங்க ஜாஸ்தி... இப்போல்லாம் 'பட்டுத் துண்டு போடறேன்னு' சுருக்கமா முடிச்சிக்கிறாங்களே! அதுனாலதான், பாதி ஜனம் பஸ்லேயே வந்து போயிடுது..." என்றார் அவர்.

"நூறு பேத்துக்கு கறியுஞ்சோறு ஆக்குறதுன்னா பொம்பளக இப்ப அலுப்பு படுறாக தம்பி..." என்றார் இன்னொருவர்.

தாயமங்கலத்தில் சந்தித்த மருதையா குடும்பம் சற்று வித்தியாசமானது. "எனக்கு அஞ்சு தங்கச்சிங்க... ஒவ்வொண்ணும்

ஒவ்வொரு ஊர்ல இருக்குதுக. பார்க்கணும்போல இருக்கு... ஒண்ணா கூடணும்னு லெட்டர் போட்டா வராதுக... தாயமங்கலத்துல திருவிழா (மாரியம்மன்)னா குடும்பத்தோட ஓடி வந்துருதுக. ஒண்ணா மண்ணா ஆக்கித் தின்னுட்டு ஒருத்தரை ஒருத்தர் பாத்துக்கிறதுக்காகவே இந்தத் திருவிழாவுக்கு வரணும்னு தோணுதய்யா..." என்றார் அவர்.

மாரியம்மன் கோயில் என்றாலும், அசைவ உணவுகள் உண்டு. மாரியம்மனுக்குக் கரும்பு ரொம்பப் பிடிக்குமாம். அதனாலேயே குழந்தைக்கு ஏதாவது நோவென்றால், 'உனக்குக் கரும்பால தொட்டில் கட்டுறேன். காப்பாத்து ஆத்தா' என்று வேண்டிக் கொள்வார்களாம்.

இப்படிச் சாமிக்குப் பிடித்தது, பிடிக்காததை வைத்து, நேந்து கொள்வதும் ஒதுக்கித் தள்ளுவதும், கிராமங்களில் இன்றும் வாடிக்கையாக நடக்கிறது. தெத்தூர் அதற்கு ஓர் உதாரணம். சாத்தையாறு அணைக்கு மேல்புறமிருக்கும் இந்த ஊரைச் சேர்ந்த தங்கராசு சொன்னார்: "கோவில் திருவிழாவுக்குச் சாட்டின பெறகு (அறிவிப்பு) பதினஞ்சு நாளைக்குப் பச்சை நெல்லு குத்தமாட்டோம்; வாழ மரம் வெட்டமாட்டோம், பச்சை மட்டை பின்னமாட்டோம்; கல்யாணம் காச்சி வைக்க மாட்டோம்; கறியெடுக்க மாட்டோம்; பச்சை இளநீ வெட்டமாட்டோம்; பச்சை மண்ணு குலைக்க மாட்டோம்;' புதுவீடும் கட்டமாட்டோம்; இட்லி, தோசைக்குப் போடமாட்டோம். இழவு விழுந்தா கொட்டு மேளம் வைக்க மாட்டோம். உறவுக்காரங்க ஊருக்குள்ள யாரும் அழுக மாட்டோம்..." என்று அடுக்கிக்கொண்டே போனார்.

ஆச்சரியமாக இருந்தது.

11

சேர்வை பெற்ற சன்மானம்

எம்.ஐ.டி. (Anna University)யில் படித்துக் கொண்டிருந்த காலம். மாணவர் தலைவனாகவும் பொறுப்பேற்றிருந்தேன். (Mitafest - 92) கல்லூரிக் கலைவிழாவுக்கான எல்லா ஏற்பாடுகளும்

துவங்கியாகி விட்டது. பட்ஜெட் ஒண்ணே முக்கால் லட்சம்! சில கம்பெனிகள் (Sponsorship) கொடுத்த உறுதிமொழியை நம்பி, ஆற்றில் இறங்கிவிட்டோம். விழா ஏற்பாடுகள் பாதிவரை வந்த நிலையில் "Year end" என்று சொல்லி கம்பெனிகள் பின்வாங்கிக்கொள்ள... மண்டை காய்ந்துவிட்டது. தூக்கம் தொலைந்தே போனது. பரிசளிப்பு விழாவிற்கு கமல்ஹாசன் வருவதாக ஒத்துக்கொண்டிருந்தார். வெற்றி பெற்ற மாணவர்களுக்குப் பரிசை பணமாகத்தான் கொடுக்க வேண்டுமென்பது சமீபத்திய நடைமுறை, 'வெத்துக் கவரை'க் கொடுத்தால்...? நினைக்கவே நடுக்கமாக இருந்தது. டென்சனைக் குறைக்க நண்பன் ஒருவன் கேட்டான்.

"இப்ப கடவுள் தோன்றினால், ஒரு அழகான பொண்ணு கேட்பேன்...! நீ...?"

"ஒண்ணேமுக்கால் லட்சம்..." என்றேன்.

"ஏன்டா...? கடவுள்கிட்டகூட ரெண்டு லட்சம் கேட்கக் கூடாதா?" (இந்தியன் வங்கித் தலைவர் கோபாலகிருஷ்ணன். உதவிக்கரம் நீட்டி, விழாவை வெற்றியடைய வைத்தார் என்பது வேறு விஷயம்) நண்பன் கேட்ட கேள்விக்கு அப்போது, ஆற அமர யோசித்து பதில் சொல்லத் தெரியவில்லை.

கூலு சேர்வையின் கதையைக் கேட்ட பிறகு, 'கடவுளே தோன்றினாலும் கண்டதெல்லாம் கேட்க முடியாது' என்பது புரிந்தது! அல்சர் வலியால் துடிப்பவனுக்கு அமெரிக்காவை நீட்டினாலும் வேண்டாமென்றுதான் சொல்வான்.

கூலு சேர்வையின் கதையும் இப்படித்தான்...

காலம் 1922. மாலை நேரம்... மதுரை கல்பாலத்திற்குப் பக்கத்தில் வைகைக்கு நடுவே – இருக்கும் மைய மண்டபம்...! சிறுவர்கள் நான்கைந்து பேர் விளையாடிக் கொண்டிருந்தார்கள்! விளையாடுவதைக் கவனித்துக் கொள்ள ஒரு காவலாளி. காரணம் – விளையாடிக்கொண்டிருந்தது ஆங்கில அதிகாரிகளின் பிள்ளைகள். அதில் ஒருவன் கலெக்டாின் மகன்! துரை மகன்!

அப்போதெல்லாம் வைகையில் அணைக்கட்டு கிடையாதே! எங்காவது இடி இடிக்கும். ஏதோ ஒரு மூலையில் மழை பெய்யும்... காட்டு வெள்ளம் கரைபுரண்டோடிவரும்! மஞ்சள் வெயிலை ரசித்து விளையாடிக்கொண்டிருந்த சிறுவர்களுக்கு, வெள்ளம் புரளப்போவது தெரியவில்லை. திடீர் வெள்ளம்.

ஒத்தக் காவலாளி என்ன செய்வான்! தன்னைக் காப்பாத்திக்க மண்டபத்தில் ஏறிக்கொண்டான். நேரம் ஆக ஆக, ஜனக்காடு கூடிவிட்டது. ஆணும் பெண்ணும் ரெண்டு கரையில் கூடி நின்று, மண்டபத்தில் தவிக்கிற பிள்ளைகளைப் பார்த்து 'உச்சு' கொட்டிக்கொண்டிருந்தனர்.

'சென்டிமெண்ட்' எல்லா ஊரிலும் ஒன்றுதானே! கலெக்டர் துரைக்குச் செய்தி போனதும் மனிதர் ஆடிப்போய்விட்டார். ஓடிவந்தார், "யாராவது போய் காப்பாத்துங்களேன்..." கூப்பாடு போட்டார். குளத்தில் நீந்தலாம்... குட்டையில் நீந்தலாம். வைகை வெள்ளத்தில் நீந்த முடியுமா...?

"துரை சொல்றாரேன்னு குதிச்சுப்புட்டு, காப்பாத்த முடியாம போனா, பரம்பரையைத் தண்டிச்சுப்புடுவானே..." இந்த பயம் வேறு ஒரு பக்கம் வேடிக்கை பார்த்தது கூட்டம்! பிள்ளைப் பாசமாயிற்றே! பக்கத்து ஊர்க்காரர்களுக்கெல்லாம் சேதி அனுப்பச் சொன்னார் துரை. வெள்ளத்தில் நீந்தக்கூடிய வீரமகன்களைக்கொண்டு வர உத்தரவு!

அப்படிக் கொண்டு வரப்பட்டவர்தான் இந்தக் கூலு சேர்வை! தென்கரை கிராமத்தைச் சேர்ந்தவர்! வைகைக் கரையில் வாழ்பவர் என்பதால், வெள்ளம் ஒன்றும் பயமில்லை. ஆனால், அன்றைய வெள்ளப்போக்கு ஒரு 'தினுசாக' இருந்தது. பாதுகாப்புக்கு மூன்று சொரக்குடுக்கை'களை எடுத்துக்கொண்டு போனார். சொரக்குடுக்கை நம்ம பாட்டனார் காலத்து லைஃப் ஜாக்கெட்.

மூன்றையும் இடுப்பில் கட்டி... நொங்கும் நுரையுமாகத் தத்தளித்த வெள்ளத்தில் குதித்தார். பிறகு...? துரையின் பிள்ளையை முதுகில் சுமந்து (அவனுக்கு ஒரு சொரக்குடுக்கையைக் கட்டி) காப்பாற்றிவிட்டார்.

வெள்ளக்காரத் துரைக்கு வாயெல்லாம் வெள்ளை. சிரித்தார்; கண் கலங்கினார். அந்த இடத்திலேயே கூலு சேர்வைக்கு ஏதாவது செய்ய வேண்டுமென்று நினைத்தார்.

"என்ன வேண்டும் கேளுங்கள்...! உங்கள் ஊரிலேயே வீடு வேண்டுமா? புறம்போக்கு நிலங்கள் வேண்டுமா...? விவசாயம் செய்ய வயல் வேண்டுமா... எத்தனை ஏக்கர் வேண்டும்... கேளுங்கள்" என்றார் துரை. தயங்கினார் கூலு சேர்வை. என் அன்பு மகனைக் காப்பாற்றியவர் நீங்கள்... என் அதிகாரத்திற்குட்பட்ட எதை வேண்டுமானாலும் கேளுங்கள்" என்றார். "ஐயா! குடியிருக்க ஒரு குச்சும் (அடுத்தவன் நிலத்தில்) கூலிக்கு தண்ணி பாச்சி கஞ்சி குடிக்க, மனசில் தெம்பும் இருக்குங்க... ஆனா..." மீண்டும் தயங்கினார். எப்படி அதைச் சொல்றது...?

"தைரியமாச் சொல்லுங்க..." - துரை.

"கள்ளு, கஞ்சா குடிக்கிற பழக்கத்தை என்னால மறக்க முடியலங்க...! ஒவ்வொரு நாளும் போலீசுக்குப் பயந்து பயந்துதான் குடிச்சிக்கிட்டிருக்கேன். ரொம்ப கஷ்டமா இருக்கய்யா... போலீசுக்கு தெரிஞ்சே நான் குடிக்கிறதுக்கு வழிவகை ஏதாவது செய்யுங்க..." என்றார் கூலு சேர்வை.

ஒருகணம், மௌனமாயிருந்த கலெக்டர் துரை, செப்புப் பட்டயம் அடித்துத் தர உத்தரவிட்டார். அந்தப் பகுதியில் கூலு சேர்வை மட்டும் 'போதை வஸ்துகள்' அருந்திக்கொள்ள கொடுக்கப்பட்ட அனுமதிப் பட்டயம் அது.

அப்புறமென்ன... அவர் பட்டத்து ஆட்களெல்லாம் (நண்பர்கள்) ஒளிந்து ஒளிந்து செய்த காரியத்தை கூலு சேர்வை, ஒளிவு மறைவில்லாமல் செய்தார்.

இரண்டொரு நாளில், இந்தச் சம்பவம் தெரியாத போலீஸ் அதிகாரி ஒருவர், கூலு சேர்வையை 'உள்ளே' தூக்கிப் போட்டார். உறவுக்காரர்கள், கலெக்டர் கொடுத்த செப்புப் பட்டயத்தை எடுத்துக்கொண்டு ஓட...

பட்டயத்தைப் பார்த்த போலீஸ் அதிகாரிக்கு, நாடி நரம்பெல்லாம் வேர்த்து விறுவிறுத்தது!

ராசாமாரு மருவாதையோடு (மரியாதை) வீடு வந்து சேர்ந்தார் கூலு சேர்வை.

ஊருக்குள் இவரைக் கண்டால் மற்றவர்களுக்குப் பொறாமை! வீட்டுக்குள் – பொண்டாட்டி, பிள்ளை பொருமித் தள்ளிவிட்டார்கள்.

"இப்படி ஒரு கூறுகெட்ட பய... ஒலகத்துல இருப்பானா...? கள்ளுக்குடிக்க பட்டயம் வாங்கி வந்திருக்கானே... அஞ்சாறு ஏக்கர் பூமி வாங்கிட்டு வந்திருந்தா, நிம்மதியா கஞ்சியாவது குடிச்சிருக்கலாம்..."

சொந்தக்காரர்கள் மாஞ்சி மாஞ்சி பேசிக்கொண்டார்கள்.

கூலு சேர்வை மனசு வைத்திருந்தால் தோப்பு தொரவு என்று துரை காலத்திலேயே (குட்டி மந்திரியைப் போல) வாழ்க்கையில் செட்டிலாகியிருக்க முடியும். ஏன் செய்யவில்லை...?

உறவுக்காரர்களுக்கும் இந்தக் கேள்விக்குப் பதில் தெரியவில்லை. "மத்தவங்களைப்போல என் தாத்தாவும் வினயமாக இருந்து துரைகிட்டே ஏதேனும் கேட்டிருந்தா இந்நேரம் எங்க குடும்பமும் நல்ல முன்னேற்றத்துல இருந்திருக்கும்...ம் ஆனாலும் குறைவில்ல சார்... கஞ்சி தண்ணிக்கு கஷ்டமில்லாம இருக்கிறோமே... அத நெனச்சு சந்தோஷப்பட வேண்டியதுதான்..." என்றார் கூலு சேர்வையின் பேரன் பாண்டி.

கூலு சேர்வைக்குப் பேர் வாங்கிக் கொடுத்தது அவரது நீஞ்சும் திறமை மட்டுமல்ல. சொரக் குடுக்கையும்தான். கிராமங்களில் இது 'தொங்காத' வீடுகளே இருக்காது!

சொரை (சுரக்காய்) விதையை ஊனும்போதே 'இந்த வட்டம் ஒரு நல்ல சொரக் குடுக்கை தயார் பண்ணிடணும்' என்கிற நினைப்பு எல்லா சம்சாரிக்கும் வந்துவிடும். கூரை, படப்புகளில் சொரக் கொடியை ஏத்திவிட்டு, வெஞ்சனத்துக்கு அறுத்த காய்கள் போக, முத்துவதற்கென்று சில காய்களை விட்டு வைப்பார்கள். நெத்தானதும் – 'சொரக் குடுக்கை'! அதன் முக்கிய பயன் – நீச்சல் மட்டுமே! (மலை நாடுகளில் பாதியாக அறுத்து, கயிறு கட்டி, தேன் கிண்ணமாகப் பயன்படுத்துவது உண்டு.

“அட... யப்பா...! ஓம் மகென் இளங்கன்னுக்குட்டியாட்டம், ‘பளிச்... பளிச்’னு துள்ளிக்கிட்டு திரியறாண்டா... ஊரைச் சுத்தி தண்ணி கெடக்கு. காலா காலத்துல நீச்ச பழகிக் கொடுத்துடு...” இப்படி அறிவுரை சொல்பவர்களும், சில முரட்டுக்காரத் தகப்பனார்கள், முதுகில் குடுக்கையைக் கட்டி தண்ணிக்குள் தூக்கியெறிந்துவிட்டு, அவன் தண்ணிக்குள் ‘தயா தக்கா’ ஆடுவதைக் கரையில் நின்று ரசிப்பதும் கிராமத்துத் தண்ணீர் கொண்டாட்டங்கள்.

புள்ளையில்லாதவனுக்குக் கிராமங்களில் என்ன மரியாதையோ அதேதான் நீச்ச தெரியாதவனுக்கும்! கிண்டல், கேலி பொறுக்க முடியாது. நீச்ச தெரியாமல், கரையிலோ, குளத்துப் படியிலோ உட்கார்ந்து அள்ளிக் குளித்தால் “யக்கா..... உங்க படித்துறை அங்க இருக்குக்கா... இது ஆம்புளைங்க குளிக்கிற இடம்...” என்று ஆம்பளையையே நையாண்டி பண்ணுவார்கள். இந்தத் தொந்தரவுக்காகவே, நீச்சல் பழகிக் கொண்டவர்கள் பலர். (ஜன்னி கண்டவர்களுக்கு ‘தண்ணியில் கண்டம்’ என்று பயமுறுத்தி வைப்பது தவிர்த்து.)

இப்போது – நகரத்தைப் போலவே இங்கேயும் – ‘ஸ்விம்மிங் பூல்’ பஞ்சம். கிணற்றுப் பாசனமும், பம்ப் செட் குளியலும், பாத்ரூம் குளியலும் (அடி பம்பில் அடித்து வாசலில் வைத்து உடம்பில் ஊத்திக் கொள்வது) பெருத்து விட்டதால், கண்மாய், குளக் குளியல்கள் குறைந்துபோனது. தொற்று வியாதிகளைப் பற்றி அதிகம் பேசுகிற இன்றைய சூழலில், இது ஒரு வகையில் ஆரோக்கியமான மாற்றம்தான்.

கருத்தமுத்து என்கிற பெரியவர் வேறு கோணத்தில் சொன்னார்.

“கவர்மெண்டுக்கு காசு வருதுன்னு ஊர் கம்மாயெல்லாம் கருவலங்காடு வளத்து வச்சிட்டான். எல்லாக் கம்மாய் (கண்மாய்) களும் மேடு தட்டிப் போய் நிக்குது... விவசாயத்துக்கே தண்ணி நிக்கமாட்டேங்குது... குளிக்கிறதுக்கும், நீஞ்சறதுக்குமா கெடக்கப் போகுது. அப்படியும் பொதுச் சேவை செய்யறவங்க போய்ச் சேர்ந்துட்டாங்க தம்பி... குளங்களைத் தூர் எடுக்க ஆளில்லை... கம்மாக்கள்ல கருவேல முள் அப்பிக் கிடக்கு... மாடுகளை நீஞ்ச விட்டு குளிப்பாட்ட முடியாம, அடிகுழாய்ல அடிச்சு குளிப்பாட்டிக்கிட்டிருக்கிறோம்...” என்றார் அவர். (போன

ஊர்களெல்லாம் கண்மாய் முழுக்க கருவலங்காடுகள்தான்! தண்ணீர் பிடிப்பு குறைந்து கிடக்கின்றன. அரசு வருமானம் பண்ணட்டும். அதில் ஒரு பகுதியை ஆழப்படுத்துவதற்கு (உண்மையாக) பயன்படுத்தலாமே! அன்று பட்டம் தவறாமல் மழை பெய்தது. வஞ்சகமில்லாமல், கண்மாய் குளங்கள் நிரம்பி வழிந்தன. நீச்சல் அவசியம். இன்று?

மாரிமுத்து என்கிற இளைஞரே அதற்குச் சாட்சி. கூடி நின்றவர்களில் (புதுப்பட்டி) பெரியவர் ஒருவர், மாரிமுத்துவைக் காட்டி, "இவனெ போட்டோ புடுச்சு போடுங்க... இத்தம் பெரிய ஆம்பளைக்கு நீச்ச தெரியாது..." என்று சொன்னதுதான் தாமதம். "ஐயோ வேணாம் சார்... அவமானமாப் போயிடும். அடுத்த மாசம் கல்யாணம். ஏ பெரிசு...! எனக்கு நீச்ச தெரியாதுன்றியே... எனக்குத் தெரிஞ்சதெல்லாம் ஒனக்குத் தெரியுமா...? கார், லாரி, மோட்டார் பைக், சைக்கிள் ஓட்டுவேன்... ஒனக்கு ஓட்டத் தெரியுமா..? சும்மா போவியா..." என்று முறைக்க, அந்தப் பெரியவர் சிரித்துச் சமாளித்தார்.

கீழைப்புத்தூரைச் சேர்ந்த (உசிலம்பட்டிக்கு அருகே) மாயக்கா "வயசுல, கிணத்துல சொர்க்கு (டைவ்) அடிச்சுத்தான் குளிப்பேன். இப்ப அப்பிடி பாயுறதுக்குக் கிணத்துல அம்புட்டுத் தண்ணி இல்ல... இந்தா... எம் பேரனுக்கு வயது பதினைஞ் சாகுது. நீச்ச தெரியாது. காலம் மாறிக்கிட்டு வருதுய்யா..." என்றார்.

உண்மைதான். சொரக் குடுக்கைகள் மறைந்து, 'கார்' ட்யூப்களை மணி வாடகைக்கு எடுக்கும் வழக்கம் இப்போது! சொரக் காய்களையே வெஞ்சனக் காயாகப் பயன்படுத்த யோசிக்கிற காலம் இது. (ஏழைக்காய் என்பதாலா?) முன்பெல்லாம், வைகையோரக் கிராமங்களில் நீச்சல் தெரிந்தவர்களுக்குக்கூட இந்தக் குடுக்கைகளின் சேவை ரொம்பத் தேவை. கூலி வேலைக்குச் செல்கிறவர்களும், கஞ்சி சட்டியோடு இன்னொரு கையில், 'சொரக் குடுக்கை' பிடித்துச் செல்வார்களாம்! ஆணும், பெண்ணும் 'சொரக் குடுக்கை'யைக் கட்டி நீந்தி வருவது கண்கொள்ளாக் காட்சியாக இருக்குமாம் (ஊர் மக்களது ரசனை!) அப்போது நீர் வரத்து அதிகம்... பாலங்கள் குறைவு. இப்போது பாலங்கள் அதிகம்... நீர்வரத்துக் குறைவு.

இயற்கையும் விஞ்ஞானமும் இடமாறிக்கொண்டதால், ‘சொரக் குடுக்கை’ மட்டுமல்ல... கிராமத்து ‘சின்னச் சின்ன ஆசைகளும்’ மறைந்துகொண்டிருக்கின்றன. தண்ணீரில் எறிபந்து விளையாட ஆசை... துவட்டியவனின் முதுகில் மண் எறிய ஆசை... மல்லாக்கப்படுத்து இளநீச்சு போக ஆசை... புதுத் தண்ணியில் கண் சிவக்க ஆசை... துட்டு வீசி, நீந்திப் பிடிக்க ஆசை... ஆழம் போய் அடிமண் எடுக்க ஆசை... வயிறு முட்ட தண்ணி குடிக்க ஆசை... டவுசர் சட்டையை ஒளித்து வைக்க ஆசை... முங்கு நீச்சலில் தொலைந்து போக ஆசை... சொர்க்கு பாய ஆசை... தொட்டு விளையாட ஆசை...

இந்தக் ‘கிராமத்து குளியல் ஆசைகள்’, வரும் தலைமுறைக்கு வெறும் ‘ஆசை’களாக இருந்தாலும் ஆச்சரியமில்லை.

12

கூடி வாழ்கவே

கிருஷ்ணக்கோனார் குடும்பம் – ஊருக்குள் யார் (சாப்டூர் அருகே) நுழைந்தாலும் மோர் கொடுத்து உபசரிக்கும் குடும்பம். மத்து போட்டு பண்ண காரச்சி (பெண் பண்ணையாள்) தயிர் கடையும் சத்தம், நாள் முழுக்கக் கேட்டுக்கொண்டிருக்கும். அத்தனை செழிப்பான குடும்பம்!

பால் மாடுகளைப் பார்த்துக் கொள்ள ஐந்தாறு பண்ணையாட்கள், பம்ப் செட்டுகளைப் பார்த்துக் கொள்ள தனியாட்கள், தோப்பு துரவைப் பார்த்துக் கொள்ள, வண்டி மாடுகளை பார்த்துக் கொள்ள – தனித்தனி ஆட்களென்று, இங்கு கூலியாட்களே ஒரு திருவிழாக் கூட்டம்தான்! வருகிற விவசாய வருமானமும் அப்படித்தான் (நிலபுலன்கள் அப்படி)!

பருத்தியோ, பயறோ, வயல் வெள்ளாமையோ மூட்டை மூட்டையாக வண்டியில் ஏத்திப் பழக்கப்பட்ட குடும்பம் அது. பிள்ளைப் பேறும் அப்படித்தான். வஞ்சகமில்லை. ஒரு பொண்ணு அஞ்சு ஆணு.

"கிருஷ்ணக் கோனாருக்கு புள்ளைக முத்து முத்தா பொறந்திருக்கு! அம்புட்டு ஒத்துமையா இருக்கிறதாலே வெள்ளாமையை அம்பாரம் அம்பாரமா, அள்ளி குவிக்குதுக." ஊரே கண் வைத்தாலும் அது ஒரு ஆனந்தப் பொறாமை! இதனாலேயே, ஊருக்குள் கிருஷ்ணக் கோனாருக்கு தனி மரியாதை (நாட்டாமையோ, தலைவரோ அல்ல) கிராமங்களில் ஜனம் பெருத்த வீடுகளில் அதுவும் அண்ணன் தம்பிகள் ஒத்துமையாக இருக்கிற வீடுகளில், அக்கம்பக்கத்தார் வாலாட்டவே மாட்டார்கள்.

(ஒருத்தனைத் தொட்டால் ஒன்பது பேரும் உதைப்பார்களே என்ற பயமும் உண்டு) தனதாட்கள் அதிகம் பேர் இருப்பதால், காடு வயல்களில் இறங்கி வேலை செய்கிற கூலியாட்கள்கூட குசும்பு பண்ணாமல் வேலை பார்ப்பார்கள்!

ஊர் மெச்ச வாழ்ந்துவிட்ட கிருஷ்ணக்கோனாருக்குப் பேரன் பேத்திகளில் ஆசை வந்தது! பிள்ளைகளுக்குத் திருமணம் செய்து வைத்தார். ஒரு பிள்ளைக்கு ஒரு விதமாகவும், இன்னொரு பிள்ளைக்கு வேறு விதமாகவும் அமைந்து விடாமல் இருக்க முதல் கல்யாணத்திற்கு செய்த செலவுகளையெல்லாம் சிட்டையில் (சினை கணக்குப் புத்தகம்) குறித்து வைத்து. நாலாவது மகன் கல்யாணம் வரை அதைப் பார்த்துப் பார்த்துதான் செலவு செய்தார். கொஞ்ச நாள் வரை 'ஓப்படைச்சியா'களும் (மருமகள்கள்) ஒற்றுமையாகத்தான் இருந்தார்கள்! வீட்டு வேலை (சமைப்பது, தண்ணியெடுப்பது), காட்டு வேலை எல்லாத்தையும் 'சுழற்சி' முறையில் பார்த்துக்கொண்டார்கள். வண்டி கட்டி சினிமாவுக்குப் போனாலும், மந்தைக்குப் போனாலும், ஒண்ணு சேர்ந்து போகிற அழகு... ஊரையே

ஆச்சரியப்பட வைத்தது! அந்த ஆச்சரியம் நாலாவது மகனுக்குப் பிள்ளை பிறக்கும் வரைதான் இருந்தது. இப்போது கிருஷ்ணக் கோனாரோடு இருப்பது அவரது கடைசி மகன் மட்டுமே. (திருமணம் ஆகவில்லை!). ஒரே வீடு. ஐந்து உலை. (சமையல்) ஒரே வாசலில் நுழைந்தாலும், ஒருவருக்கொருவர் முகம் கொடுத்துக்கொள்ள மாட்டார்கள்.

பேசுவதற்கே தயங்கினார் கிருஷ்ணக்கோனார். 'போட்டோ எடுத்தால் ஆயுள் கம்மி' என்று நாசூக்காக மறுத்தார். "எம்புள்ளைகளை நானே குறை சொன்னா, நல்லாயிருக்காதய்யா... ஏதோ கெட்ட கிரகம். என் வாயால எதுவும் சொல்லக்கூடாது. இந்தக் குடும்பத்தைப் பத்தி இந்த ஊருக்கு நல்லாத் தெரியும்... எதை விசாரித்து, இங்கே வந்தீங்களோ... அதை அப்படியே எழுதுங்க... எனக்கு வருத்தமில்ல..." என்றார் அவர்.

ஊர் போற்ற வாழ்ந்த குடும்பம், ஒருத்தொருக்கொருத்தர், முகம் முறைத்துக் கொள்ளக் காரணம் – 'கத்திரிக்கா குழம்பு' என்றால் நம்பமுடிகிறதா? பின்னணியைக் கேட்டபோது ஆச்சரியமாக இருந்தது!

அன்று கடலைக் காட்டில் களையெடுப்பு! 'சுழற்சி முறையில்' மூத்த மருமகளுக்குத்தான் வீட்டு வேலை – சமையல். கடைசி மருமகளுக்குக் காட்டு வேலை. கைக்குழந்தையோடு வேலைக்குப் போன கடைசி மருமகளுக்கு அன்று அகோரப் பசி. விறுவிறுவென்று வீட்டுக்கு வந்தவள், கை காலைக் கழுவிவிட்டு நேரே அடுப்பளைக்குள் போய்விட்டாள். அன்று முட்டைக் கத்திரிக்கா குழம்பு. எடுத்துப் போட்டு சாப்பிட உட்கார்ந்த நேரம் பார்த்து, குளிச்சிட்டு வந்த மூத்த மருமகள் உள்ளே வந்தாள். தட்டைப் பார்த்தாள்.

"ஏம்மா... பொழுது சாயல... ஒரு ஆம்பளைகூட இன்னும் சாப்பிடலை. அதுக்குள்ள இம்புட்டு கத்திரிக்காய அள்ளிப் போட்டு திங்கறியே... எல்லாத்துக்கும் எப்படி நிரவுறது?" (அவள் கவலை அவளுக்கு).

கத்திரிக்கா தோட்டத்தில் விளைந்ததுதான். வேணுமென்றால் மூட்டையாக பிடுங்கிக்கூட குழம்பு வைத்துக் கொள்ளலாம்.

கடைசி மருமகளுக்கு இந்த வார்த்தைகள் 'சுருக்' தட்டிவிட்டது.

“ஏதோ ஓங்கப்பன் வீட்டிலேருந்து கொண்டு வந்த கத்திரிக்கா மாதிரி பேசறியே... புள்ளைத்தாச்சின்னுகூடப் பார்க்காம! எடுத்துக்கடி.... நீயே வச்சி அமுக்கு...” தட்டைத் தள்ளிவிட்டு மருமக எந்திரிக்க, மாமியா வருவதற்கும் சரியாக இருந்தது! கத்திரிக்காய் விஷயம் ‘ஆட்டம் பாம்’ ஆகப்போகிற விஷயம் தெரியாத மாமியார், “ஏத்தா... உடம்பு அரிக்குதுன்னயே... பச்ச உடம்புக்காரி, கத்திரிக்கா இவ்வளவு திங்கலாமா?” என்று யதார்த்தமாகக் கேட்டு வைக்க... அவ்வளவுதான் அன்று இரவே பிரச்சினை புகைய ஆரம்பித்தது. கடைசி மகனுக்கு அம்மாக்காரி பரிமாற, கத்திரிக்கா வேண்டாமென்றான்.

“யப்பா... முட்டை கத்திரிக்கா நல்லா ருசியாயிருக்கு... சாப்பிடு” என்று சொன்னதுதான் தாமதம். “வேணாம்... எல்லாத்தையும் மூத்த மகனுக்கே வை. கத்திரிக்கா திங்கறதுக்குக்கூட எம் பொண்டாட்டிக்கு உரிமை இல்லன்னா எதுக்கு இம்புட்டு உழைப்பு... நீ வேற மூத்த மருமகளுக்கு ‘சப்போர்ட்’ பண்ணியிருக்கே! உனக்கு எப்பவும் எங்க பக்கம் இளக்காரம்தான்”. தாயைச் சரமாரியாகக் குற்றம்சாட்ட சமாதானத்துக்கு வந்த அண்ணன்காரன்களுக்கும் ரோசம் தட்ட.... வார்த்தை தடித்தது.

உள்ளே நுழைந்தார் கிருஷ்ணக்கோனார். பிள்ளைகளின் நாடித்துடிப்பு தெரிந்தவர். கோபத்தில், பிள்ளைகள் கேட்பதற்குள் தானே முந்திக்கொண்டார்.

“தொழுவத்தில் ஒண்ணா திங்கிற மாடுகள் முட்டிக்கிட்டா ‘காடி’யை (புல்லு, வைக்கோல் போடுகிற இடம்) மாத்தணும். வீடு ஒண்ணுதான். ‘உலை’யைத் தனித்தனியா வச்சுக்குங்க..... (விவசாயமும் அப்படியே)” புத்திசாலித்தனமாக முடிவெடுத்தாலும், பிள்ளைகள் ஒன்றுக்கொன்று பேசிக் கொள்ளாததை நினைத்து மறுகிக்கொண்டிருக்கிறார்.

“சொத்தப் பிரிச்சாலும், ஒத்தாளா நின்னு, விவசாயத்தை இழுக்கிறதுக்கு எல்லாப் பயல்களுமே தவங்கறானுக...” என்று ஊர்க்காரர்கள் சொன்னார்கள். எங்க காலத்துலேயே, பயக ஒண்ணு சேர்ந்தடணும்னுதான் ஆசைப்படறேன்... மேல இருக்கிறவன் மனசு வைக்கணும்...’’ என்றார் கிருஷ்ணக்கோனார். ரொம்ப நம்பிக்கையோடு.

கிருஷ்ணக்கோனாரைப் போல கிராமங்களில் ஆயிரமாயிரம் தகப்பனார்கள், உருகிக்கொண்டிருக்கிறார்கள்!

கிருஷ்ணக் கோனார் மட்டுமல்ல இன்று இந்த பூமியில் இதுமாதிரி ஆயிரக்கணக்கான தாய், தகப்பனார்கள் நித்தம் நித்தம் உருகிக்கொண்டிருக்கிறார்கள். பண்பாட்டின் அலங்காரமென்று கருதப்பட்ட, கூட்டுக்குடும்பத்தின் மகிமை மங்கி, தனிக்குடித்தனச் சிறப்புகள் தலைதூக்க ஆரம்பித்து விட்டன!

'முன்னேற்றத்துக்கு உகந்தது தனிக்குடித்தனமே' என்கிற பொங்கல் விழா (டி.வி) பட்டிமன்ற தீர்ப்புகள் இங்கெல்லாம்கூட எட்டியிருக்கிறது. பட்டணத்தை விட்டுத் தள்ளுங்கள். தனி மனித வருமானமும், தனி மனித சிந்தனையும் அங்கு அதிகம். கிராமங்களுக்கு என்ன வந்தது?

அச்சணம்பட்டியை (வத்தலகுண்டு) சேர்ந்த சுப்புலட்சுமி "முதல்ல கூட்டுக்குடும்பம் நல்லாதான் இருக்கும். அதோட வகிசி போகப் போகத்தான் தெரியும். தோசைக்குப் போட்டா, அத்தனை கூட்டத்துக்கும் ஊத்தி எடுக்கிறதுக்குள்ளே கை ஓஞ்சி போயிடும். நாம நெனச்சதைச் செஞ்சி சாப்பிட முடியாது. அரிசியை அள்ளி தின்னாக்கூட 'வைவாகளோ'ன்னு பயந்து சாகணும். தாலி கட்டினது ஒரு புருஷன்னா... தாலி கட்டாம ஒம்பது புருஷன் இருப்பாங்க... இதுக்குத்தான் கல்யாணம் ஆச்சா – புள்ள, குட்டின்னு தனியா போயிடணும். இருக்கிற வரைக்கும் ஆக்கித்தின்னலாம். இல்லைன்னா முடங்கிப் படுத்து எந்திரிக்கலாம்." என்றார் அவர்.

இப்படி இந்த மக்கள், கூட்டுக்குடும்பத்தின் மேல் அடுக்குகிற குற்றச்சாட்டுகள் நிறைய.

குடும்பத் தலைவர் சொல்வதற்கெல்லாம் மாடுபோல தலையாட்டி வேலை செய்யணும். நாலு இடம் போக முடியாது. நாலு பேரைப் பார்க்க முடியாது. நல்லது கெட்டது எல்லாத்தையும் மூத்தவரே பார்த்துக்குவார். உலக ஞானம் வராது.

புருஷனிடம் பேசுவதற்குக் கூட, அக்கம்பக்கம் ஆள் பார்க்கணும்! கடுகுத்தண்டி மூக்குத்தி எடுக்கிறதுக்கும் வருஷக் கணக்கில காத்துக்கிடக்கணும். மூத்ததுகளின் (குசும்பு பிடித்ததுகளாயிருப்பின்) தொண தொணத்த பேச்சுகளைத் தாங்கிக்கணும்.

'கருவாடு' பணம் சேர்க்கிறதுக்கும் பயந்து சாகணும். சினிமா, ஊர் தேசம். போகணும்கிற ஆசையை அடக்கிக்கணும்...

புள்ள குட்டிகளுக்குப் புதுத்துணி எடுக்க 'தலசு'கிட்டே அனுமதி வாங்கணும். தூக்கத்தைக்கூட அளந்துதான் தூங்கணும்... சொத்து – வருமானம்னு வருங்காலத்துக்கு தனியா எதுவும் சேர்த்துக்க முடியாது.

இப்படி எக்கச்சக்கமான மனக்குறைகள் தென்பட்டாலும் அந்த வாழ்க்கையிலிருந்த பெரிய மன நிறைவு, ரத்தம் சுண்டிப்போன கிழடு கட்டைகளுக்குக் கிடைத்த அரவணைப்பும் ஆறுதலும்தான். பெரியவர்கள் குழந்தைகளைப் போல. தள்ளாடும் வயதில் தானே பொங்கித் தின்னு, பாசத்துக்கு ஏங்கித் தவிக்கிற பரிதாப நிலை கூட்டுக் குடும்பத்தில் இருப்பதில்லை.

தான் பெற்றது, பெண்டாட்டியோடு தனி வீடு போனதால் விறகு பொறுக்கி, வெட்டி, வித்து, பிழைக்கிற கிழவியையும், கூலிக்குப் பருத்தியெடுத்து கஞ்சி குடிக்கிற கிழவியையும் சந்தித்தபோது மனசு என்னவோ செய்தது. பேசும்போது அவர்கள் கண்களில் நீர் கசிந்தது. பிள்ளைகள் கஞ்சி ஊத்தாததால், அருகு வெட்டிப் பிழைக்கும் பெரிசுகளைச் சந்தித்த அனுபவமும் உண்டு. இவர்கள் கண்ணீரைப் பார்த்தால் எந்த இளைய தலைமுறைக்கும் தனிக்குடித்தனம் போக ஆசை வராது.

இந்த நாகரிகக் கட்டத்திலும் கூட்டுக் குடும்பத்தில் உறுதியான நம்பிக்கையோடு வாழ்ந்துகொண்டிருக்கும் நாயக்கர் குடும்பத்தைச் சந்தித்தபோது ஆச்சரியமாக இருந்தது. அந்தக் குடும்ப உறுப்பினர்களின் எண்ணிக்கை 120. பரம்பரை பரம்பரையாக இப்படித்தான் வாழ்ந்துகொண்டிருக்கிறார்களாம். ஊர்– வீர நாயக்கன் பட்டி. ஒரு நேரம் சோறு ஆக்குவதென்றால் 16 படி அரிசி வேண்டும். கல்யாணம் நடத்துவதென்றால், கூட்டாகத்தான் கொட்டு மேளம்! (1981ல் 8 பேருக்கு ஒரே நேரத்தில் கல்யாணம், பிள்ளை காதுகுத்து மற்ற சடங்குகளும் ஒரே நேரத்தில் வைத்துக் கொள்ள வசதி!) காட்டு வேலை, வீட்டு வேலை எல்லாவற்றையும் தலைக்குத் தலை வகை பிரித்துக்கொண்டு செயல்பட்டாலும், பணப்பொறுப்பு மட்டும் தலைவர் கையில்.

இந்த நீண்ட குடும்பத்தின் தலைவர் ராமராஜை சந்திக்கப் போன போது, குளத்தில் தூண்டில் போட்டு மீன் பிடித்துக் கொண்டிருந்தார். (120 பேருக்கு மீன் வேண்டும்) மீன் விழுக விழுக,

வீட்டில் பொம்பளைகள் உரசி கழுவிக்கொண்டிருந்தார்கள். மற்றொரு பக்கம் ஓட்டல் போல மசாலா ஆட்டிக் கொண்டிருந்தார்கள். எந்தப் பண்டமென்றாலும் அத்தனை பேருக்கும் பத்துமென்றால்தான், சமைக்கவேண்டுமாம். வேட்டைக்குப் போய், குருவி, கதுவாலி அடித்து வந்தால் தனியாக இருக்கும் குடிசையில் அந்தக் குடும்பம் மட்டும் சமைத்துச் சாப்பிட்டுக் கொள்ளலாம். திருவிழா விசேஷம் என்றால் தலைக்கு இவ்வளவு என்று தலைவர் பணத்தைப் பிரித்துக் கொடுத்து விடுவாராம்.

அடுப்படியெல்லாம் சுத்திக் காண்பித்தார்கள். அண்டா, குண்டா சட்டிகள், பொங்குகிற பானைகள், அத்தனையும் ஏதோ கல்யாண சத்திரத்துக்குள்ளே நுழைந்துவிட்ட நினைப்பை ஏற்படுத்தியது. சோறு ஆக்குவதே பெரிய தொழில் இங்கு.

"திருமணங்கள் கூட அக்கா மகள், அத்தை மகள் உறவுக்குள்தான். உறவு உடையாமல் இருப்பதற்கு அதுவும் ஒரு காரணம். இப்படி எல்லோரும் மொத்தமாக இருப்பதால் சொத்துகள் பிரியாமல் பாதுகாக்க முடிகிறது...' என்றார் ராமராஜ்.

இவர்களிடம் கேள்விப்பட்ட ஒரு ஆனந்தமான செய்தி... எல்லாச் செலவுகளுக்கும் ஒரு கணக்கு உண்டு. படிப்புக்கு மட்டும் செலவுக் கணக்கே கிடையாது. அந்தச் செலவு பொதுவானதாம்.

இல்லையென்றால் அண்ணாமலைப் பல்கலைக்கழகத்தில், இந்த குடும்பத்தைச் சேர்ந்தவர் பேராசிரியராக இருக்க முடியுமா? திண்டுக்கல்லில் ஒருவர் முன்சீப் ஜட்ஜாக இருக்க முடியுமா?

ஊர்போல ஒற்றுமையாக வாழும் இவர்களைப் பார்த்து பெருமைப்பட்ட அதே நேரத்தில் பக்கத்து ஊர்களைச் சுற்றிய பிறகு, இவர்களைப் போலுள்ள நாயக்கர் குடும்பங்கள், தனிக் குடித்தனங்களாக மாறியிருப்பது கண்டு அந்த இனத்தைச் சேர்ந்தவர்களே வருத்தப்பட்டார்கள். அவர்களே நியாயமும் சொன்னார்கள்.

சக்கரப்ப நாயக்கனூரைச் சேர்ந்த அய்யரப்ப நாயக்கர், சொன்னார்: "எல்லாரும் படிச்சிட்டாங்கையா...! காலேஜ் வரைக்கும் போனவன், கலப்பை பிடிப்பானா? விவசாயம்

சுசி கணேசன் | 129

செய்யாதவனுக்கு மத்தவன் உழைச்சு கஞ்சி ஊத்துவானா..? சண்டை வருது... ஒருத்தன் ஒக்காந்து திங்க, ஒருத்தன் ஒழைக்கணுமான்னு பிரச்னை வருது... இன்னும் சில பேர் வப்பாட்டி வீட்டுல போய் படுத்துக்குவான். அவன் என்னிக்கு வந்து மாட்டைத் தண்ணிக்கு விட்டு கூலம் போடுறது... சொத்தைப் பிரிச்சுக் கொடுத்தா உழைச்சாத்தான் பிழைக்க முடியும்கிற புத்தி வரும்" என்றார் அவர்.

அந்தக் கிராமத்தைவிட்டுக் கிளம்பும்போது, பொழுது சாய்ந்திருந்தது. மஞ்சள் வெயில். வில் போல் ஒரு பறவைக் கூட்டம் தலைக்கு மேலே பறந்து போனது...!

13

பொண்ணு சுமக்கும் பூமி

'**நா**ன் அசைந்தால் அசையும் அகிலமெல்லாமே...' என்பது எம்பெருமானுக்குப் பொருந்துகிறதோ இல்லையோ – இந்த கிராமத்துப் பெண்களுக்கு

கச்சிதமாகப் பொருந்தும்! நகரத்துப் பெண்களைவிட, இந்தப் பொம்பளைகளுக்கு அழகு குறைவாயிருக்கலாம். ஆனால், குடும்பப் பொறுப்பும், உடல் அலுப்பும் ரொம்ப அதிகம்! கோழிகூப்பிட 'சொரட்டு சொட்டு'னு கேட்கிற வெளக்குமாறு (பெருக்குகிற) சத்தத்திலிருந்து தொடங்கி, ஊரும் வீடும் அடங்கிய பிறகும், இருக்கிற வெஞ்சனம் கொழம்பு எல்லாத்தையும் ஒரே சட்டியில் போட்டு, அடுப்பில் ஏத்தி, சுண்ட வைத்து மேலே ஓலம்பட்டி கவுத்தி, தூங்கப் போகும்

வரைக்கும் (சாமத்தில் 'புருசன் தொந்தரவு' இருந்தாலும் ஏற்றுக்கொண்டு) அவளது பாடு இருக்கிறதே... சம்பளம் என்று கொடுத்தால் ஜனாதிபதி சம்பளம் கொடுக்க வேண்டும்!

'வீட்டுக்குப் பொம்பளை; காட்டுக்கு ஆம்பளை' என்பது 'சும்மா வாச்சும்' சொல்லப்பட்டதுதான். உண்மையில் ரெண்டையும் இழுத்துப்போட்டுச் செய்வது பெண் இனமே. நகரத்தில், இளைஞனோ, முதியவரோ... பெண் சாராத வாழ்க்கை வாழ முடியும்! ஆனால் கிராமத்தில், சின்னாத்தா, பெரியாத்தா, அண்ணி, அக்கா, அத்தை மகள், அக்கா மகள் – இப்படி யாரையாவது அண்டித்தான் வாழ வேண்டியிருக்கும்! கிராம வாழ்க்கையின் இயல்பு அது.

தண்ணீரைத் தொட்டாலும், சகதியைத் தொட்டாலும், சாணியைத் தொட்டாலும், சாமியைத் தொட்டாலும், பெண்ணின் துணையில்லாமல் எதுவுமில்லை. கூட்டுக் குடும்பம் மட்டுமல்ல... கிராம வாழ்க்கையும் அதன் இயக்கமும் இவர்களைச் சுற்றித்தான்!

''யெல... இருக்கிற ஒண்ணேமுக்கா குறுக்கத்தை அழிக்கறதுக்கு ஓம் பொண்டாட்டி ஒரு பொட்டக் குட்டியப் பெத்துட்டாடா..." என்று பேசும் ஊர்கூட்டம்.

"துப்பு கெட்ட சிறுக்கி, முதக் குழந்தையே பொட்டையா பெத்து போட்டிருக்காளே... அந்த எடுவட்டபய குடும்பத்துல பொண்ணெடுக்க வேண்டாம்னு தலைபாடா அடிச்சிக்கிட்டேன். எவனாவது கேட்டானா...?" என்று அலட்டும் மூத்த கிழவி.

"இருக்கிற தொந்தரவு போதாதுன்னு இவ வயித்திலிருந்து இன்னொரு தொந்தரவு வந்திருக்கும். ஏண்டியம்மா... பொம்பளைப் புள்ளகளுக்கு தவமிருக்கிற வீட்டுக்கும் போகாம இங்க எதுக்கு வந்தே" என்று புலம்பும் சொந்தக்காரி.

"யே... எந்திரியாத்தா..... ஆம்பளை புள்ளய பெத்தவளாட்டம் அலுத்து படுத்திருக்கிற....." என்று அதட்டும் மாமியார்.

பிறப்பில துவங்கிற ஏச்சும் பேச்சும், அது வளர்ந்து, ஆளாகி பிள்ளைகுட்டி பெத்து, பெரிய மனுசியாக வடக்கே கால் நீட்டும் வரைக்கும் தொடரும்.

பின்னே?

ஆம்பளைப்புள்ள என்றால், டவுசரை மாட்டி பத்தி விடலாம். பொண்ணுக்கு? அரைமூடி வாங்குவதில் ஆரம்பிக்கிற செலவு பாவாடை, தாவணி, லவுக்கை, சடைக் குஞ்சம் வரைக்கும் போகும்.

காதிலயும் மூக்கிலயும் எத்தனை நாளைக்குத்தான் சீமாத்து (வெளக்கமாறு) குச்சியை ஒடுச்சு ஒடுச்சுத் திணிக்க முடியும்? கையிலே கண்ட காசுக்கு மூக்குத்தி தோடு; பொங்கல், திருவிழாவென்றால் காலுக்கு ரெண்டு கொலுசு எடுக்கணும்; அவளும் வயசுக்கு வந்திட்டா... குட்டியானையைக் கட்டி தீனி போட்ட கதைதான்! 'மாமன் முறை' ஒரு பக்கம் இருக்கட்டும். வந்து போற ஊர் சனத்துக்கு வடிச்சுக் கொட்டணுமே! சொந்தம் சுருத்து மரியாதைக்கென்று சடங்கு நடத்தணுமே! பிறகு கல்யாணம்.

மொடமோ நொண்டியோ ஆனாலும்... கழுத்துல காசிக்கயிறைக் கட்டியா அனுப்ப முடியும்...? ஏதோ ஆனமட்டுக்கும் ஒத்த வடமோ, ரெட்ட வடமோ போட்டு அனுப்பணும். போற பொண்ணுக்கு சீதனமா அண்டா, குண்டா, அருவாமனை, பாய், தலையணைன்னு அத்தனையும் வண்டியில ஏத்தி அனுப்பணும். முடிந்ததா? பிறகு மறுவீடு! அதுவும் மாப்பிள்ளை 'கவுச்சி' திங்கிறவராயிருந்தால், ஆடு, கோழி வறுவலிலே, 'பிறந்த வீடு' ஆடிப்போயிடும்! (வந்த சொந்தங்களும் ஒரு கை பார்க்கும்!) விருந்து முடிஞ்சு ஊருக்கு அனுப்பும்போது, கோடித் துணிமணி எடுத்துக் கொடுக்கணும்... பின்னாலே குடத்திலயும் அண்டாவிலயும் அதுரசம், முறுக்கு, லட்டு, பணியாரம்–னு அத்தனை பலகாரமும் வரிசை கட்டி அனுப்பணும்! (தப்பித்தவறி தகுதிக்கு மீறின இடமா யிருந்தா, காட்டையோ, வீட்டையோ குத்தகைக்கு வைக்க வேண்டியதுதான்!) படிச்சவங்க மாதிரி 'தள்ளிப் போட்டா' அப்பனும் ஆத்தாளும் கொஞ்சம் இளைப்பாறலாம். இல்லைன்னா ஏழாவது மாசத்திலேயே பலசோறு வச்சு, பேர்காலத்துக்குக் கூட்டி வரணும்! அவ, புள்ள பெத்து சுகமா எந்திரிக்கிற வரைக்கும் இவகளுக்கு வேற சிந்தனையே ஓடாது.

புள்ளையும் பொறந்தாச்சு! கறுப்பு வளவி போடுற திலிருந்து, புருசன் வந்து கூப்பிட்டு போற வரைக்கும் ஆகிற செலவு... மாப்பிள்ளை வந்து பார்க்கும் போது, 'பச்ச மண்ணு' கழுத்திலயும் காதிலயும் தங்கம் பளபளத்தா அவரு சந்தோசப் படுவார்னு... அதற்கும் ஆட்டையோ

மாட்டையோ வித்தாகணும்! பிஞ்சு விரலுக்குப் பொருந்தாத மோதிரமென்றாலும், நூலில் கட்டியாவது ஆட விடணும்.

இதத் தவிர தலை ஆடி, தலைத் தீவாளி, அதுக்கு கோடித் துணிமணிகள்! இடையில் வருகிற ஊர்த்திருவிழா, குலதெய்வ கோயில் திருவிழா. சம்பந்தி அழைப்பு! எல்லா முறைகளும் செய்தாக வேண்டும். இல்லையென்றால் 'சடவு' என்று சொல்லி மகள் வாசலில் நிற்பாள்.

சம்பந்தி வீட்டில், கல்யாணம், கருமாதி என்றால் இவளது பிறந்த வீட்டிலிருந்து எல்லா 'வரிசை முறை'யும் சரியான படிக்கு போய்ச் சேரணும்! இல்லையென்றால் சொந்தபந்தம் காறி துப்பும். அவளே ஒருநாள் கிழவியாகி, மண்டையைப் போட்டாலும், 'அப்பன் வீட்டுச் சேலை'ன்னு அப்பவும், பிறந்த வீட்டிலிருந்து வரிசை போயாகணும்.

சாகும் வரைக்கும், பிறந்த வீட்டையே உண்டு இல்லை என்று ஆக்குகிற பிறப்புதான் 'பெண் பிறவி' என்பது இந்த மக்களது சித்தாந்தம்! இந்தத் தொல்லைப்பாடுகளை மனதில் வைத்துதான் 'பெண் குழந்தைகளை' வெறுக்கிறார்கள் என்பது ஒரு பக்கம் இருந்தாலும், 'சகதிக்குள் சிக்கிக்கொண்டவன் மற்றவர்களை எச்சரிப்பது போல' இன்னொரு காரணமும் உண்டு.

அது – கல்யாணம் ஆனாலும், ஆகாவிட்டாலும் அவள் காட்ட வேண்டிய உழைப்பு; பாடு! பெண்ணாகப் பிறந்தவளுக்கு, இங்கே ஆறு வேலைகள் கண்டிப்பாகத் தெரிந்திருக்க வேண்டும் (ஆறு கட்டளைகள் அவை!)

        ஆட்டணும்
        அரைக்கணும்
        குத்தணும்
        கொணறணும் (இறைத்தல்)
        திரிக்கணும்
        பொடைக்கணும்

கிராமங்களில் இந்த ஆறு வேலை தெரியாதவர்களைப் 'பொம்பளை' என்கிற கணக்கிலேயே எடுத்துக் கொள்ள மாட்டார்கள்.

இதனாலேயே, பொண்ணுக்கு விவரம் தெரிகிற வயசு வந்தவுடனேயே ஆத்தாக்காரி, தான் செய்ற வேலை

அத்தனையிலும், 'யானை, குட்டியை கவுட்டுக்குள்ள நுழைச்சு தண்ணிக்குள் இறக்குவதைப்போல' இறக்கி பழக்கிக் கொடுப்பாள்.

அம்மி, கொத்து மழுங்கி, வழுவழுன்னு இருந்தாலும் சரி... அரைச்சு அரைச்சு நடுவுல ஓடை மாதிரி வளைவு நெளிவு இருந்தாலும் சரி... மசாலாவுக்கு மைபோலவும், ரசத்துக்குக் கொத்து கொத்தாகவும் அரைக்கத் தெரிஞ்சிருக்கணும். மிளகுச் சாறு சிந்திவிடாமல், உள்ளங்கை கூட்டி, 'சருட்சருட்'னு வழிக்கவும் கத்துக் கொடுப்பாள் ஆத்தாக்காரி, "யே... குளவியை ஒருக்கலிச்சு அமுக்கி பிடிச்சு தட்டு... அப்பதான் தேங்காய் பறக்காது..." என்று தேங்கா அரைக்கும் முறையைக் கூட சொல்லித் தருவாள் (கிராமங்களில், பணம் பெருத்த வீடுகளில் மிக்ஸி சத்தம் கேட்கிறது!)

"யேலா...! அன்னக்கரண்டியால கையை உள்ள விட்டுடாம தள்ளி விடு..." இட்லி, தோசைக்கு உளுந்து, அரிசி ஆட்டினாலும், மாட்டுக்கு குலுதாடியில் ஊத்த பருத்திக் கொட்டை ஆட்டினாலும் எதிரே மகளை உட்கார வைத்துப் பழக்குவாள்! "யாத்தா... நா ரெண்டு சுத்து சுத்தறேன். நீ தள்ளிவிடு..." மகளே கொஞ்ச நேரத்தில் கை மாத்துவாள்! (உளுந்து ஆட்டுவதற்குத்தான் ரொம்ப பேருக்குப் பிடிக்கும்! எண்ணெய் தடவிய மீனைப் போல குளவி வழுக்கிக்கொண்டு சுத்தும் தண்ணீர் பட்டால்) அதுவும் தெருவில் கிடக்கும் ஆட்டுரலில் ஆட்டினால், "ஆத்தாடியாத்தா மூணு படி அரிசியை செத்த நேரத்தில ஆட்டி எடுத்திட்டாளே... உன்னைக் கொத்திட்டுப் போறவன் அதிர்ஷ்டக்காரன்தாண்டி..." இப்படிக் கிடைக்கிற பாராட்டு, 'மாடு மாதிரி உழைக்கிறவ' என்கிற பட்டத்தையும் கொடுத்து வேகமாகக் 'கல்யாணம் காட்சி' காண வைக்கும்.

இதுபோலவே குத்துவதும்! அப்போதெல்லாம் ஏது ரைஸ் மில்! (ரைஸ் மில் வந்த காலத்திலும், காசுக்கு எங்கே போவது என்கிற நிலையும் இருந்தது!) குந்தாணி வைத்து (சிதறாமல் காக்கும் கருவி) மூட்டை மூட்டையாக நெல்லைக் குத்தரிசியாக மாற்றுவது; கம்பங்கூழுக்கு கம்பு இடிப்பது; சோளத்த இடித்து சலித்து, மிஞ்சியதை மீண்டும் கொட்டி இடித்துக் கரைத்துப் புளிக்கவைப்பதுச் சாமை, தினை (நவதானியம் எதுவாக இருந்தாலும்) 'உலக்கை உரல்' உறவு இல்லாமல்

கஞ்சியாகாது! (பாறை ஒட்டிய கிராமங்களில் பாறையிலே உரல் பண்ணி வைத்திருப்பார்கள்) சின்னப்பிள்ளைகள், பழக வேண்டுமென்பதற்காகவே ரெண்டு மூணு 'சைஸ்'களில் எல்லா வீடுகளிலும் உலக்கை இருக்கும். தோளுக்கு மிஞ்சிய உலக்கையை... தலைக்கு மேலே தூக்கி, இடிக்கும் சின்னஞ் சிறுசுகள் 'உமி'யை அள்ளிப் போட்டு குத்தி, கூட்டாக (இரண்டு, மூன்று) இடிக்கும்போது உலக்கை ஒன்றோடு ஒன்று இடித்துக் கொள்ளாதபடி, டைமிங் கற்றுக் கொள்வார்கள்.

சாப்பாட்டுக்கு மட்டுமல்ல... மொளகாப் பொடியிலிருந்து அரசலவு பொடி (மசாலா) அத்தனைக்கும் உரலே உதவி! எள்ளுருண்டை இடிப்பதிலிருந்து, காளியாத்தாளுக்கும், மாரியாத்தாளுக்கும் 'மாவிளக்கு' மாவு இடிப்பது வரை... பொம்பளைகள் உலக்கையும் கையுமாக இருக்க வேண்டும். (திருவிழாக் காலங்களில் ஆட்டுவது, குத்துவது – ஆம்பளைகள் கைகொடுப்பது உண்டு)

இடித்தால் போதுமா? புடைக்க...? பொம்பளப் புள்ள பிறந்தாலே, கொசவனிடம், சின்னதாக ஒரு சொளகு பின்னிக் கேட்பார்கள். மணலில் எச்சில் துப்பி, பணியாரம் சுடுகிற வயசிலேயே அதே மணலை, சொளகில் அள்ளிக் கொட்டி, பெருமணல், சிறுமணல் என்று கொழித்து, பிரித்து, கற்றுக் கொண்டு விடுவார்கள். புடைத்தல் – இதனை மட்டுமே நம்பி, களம் கூட்டி, புடைத்து கொழித்து, கூலி வாங்கிக் கஞ்சி குடிக்கும் ஆதிதிராவிட இனத்துப் பெண்கள் இன்னும் கிராமங்களில், நிறையப் பேர்! பொழுது விடிவதற்கு முன்னால் களத்தில் இருக்க வேண்டும்... மூட்டை ஏத்திய பிறகுதான் வீட்டுக்குப் போகவேண்டும். கூலி நாலு படியோ அஞ்சு படியோ கிடைக்கும்! பத்துமா...? சிதறிய நெல்லையும், சண்டையும் கூட்டிப் பெருக்கி, ஒண்ணு கூட்டி 'பொழுது சாய்ந்த பிறகும் புடைத்துக்கொண்டிருப்பார்கள். இருபது சொளகு புடைத்தெடுத்தால்... அரைச் சொளகு தானியம் சேரும். அதைத் தனியாக முந்தானையில் முடிந்துகொண்டு கிளம்புகிற ஏழ்மை இன்னும் கிராமங்களில் மாறவில்லை.

இடிப்பதைப் போலத்தான் திரிப்பதும்! கூழோ களியோ கிண்ட கேப்பை (கேழ்வரகு) திரிப்பது; உளுந்து, புவாணி பயறுகளை ரெண்டாக உடைப்பது, வறுத்த அரிசி திரிப்பது... (பெருத்த உடம்புக்காரி – காரன்களுக்கு 'திருகைக்குண்டி' என்கிற

வசவும் இங்கேயிருந்து வந்ததுதான்) வரகு திரிப்பது... திருகையில் உட்காராத பெண்களே கிடையாது! பழைய துணியைக் கட்டிக்கொண்டு, மூட்டை மூட்டையாக வரகு திரிப்பதைப் பார்த்தாலே... பரிதாபமாக இருக்கும்! கடுமையான வேலை! குறுக்கு செத்துப்போகும்! திருகைக்குப் பட்டை (கரம்பை தடவிய துணி) போடுவதிலிருந்து ஆம்பளை மம்பட்டிக்கு கணை தேடுவதைப் போல, திருகைக்கு கணை தேடுவதே பொம்பளைகளுக்குப் பெரும்பாடு. நடுக்குச்சியில் இடிபடாம திரிக்கணும்..... ஒரு கை தானியம் அள்ளிப் போட, இன்னொரு கை திருகை இழுக்கிற லாகவம் தெரியும்! உளுந்து உடைக்கும்போது பக்குவமாக உடைக்கணும்... "யடியே... 'சக்... சக்'னு திருகைய தூக்கிவிட்டு திரி! இல்லேன்னா போற இடத்துல, குருணை விழுகுதுன்னு ஒம் மாமியா குவட்டுல குத்துவா..." இதையும் ஆத்தாக்காரிதான் சொல்லிக் கொடுப்பாள் (இப்போதெல்லாம் உருட்டு உளுந்து உபயம்!)

கொணறுவதும் அப்படியே... கிணத்துக்குத் தண்ணியெடுக்கப் போகும் போதே கூடவே, மகளையும் கூட்டிக் கொண்டு போய், சின்ன சொம்பில், தண்ணீர் பிடித்து, அதுக்கு ஒரு சுருமாடு கூட்டி, தலை வைத்து அழைத்து வருவது உண்டு.

கொச்சைக் கயிறுக்கும், கைக்குமிருக்கும் லாகவத்த, பிஞ்சு உள்ளம் அப்போதே படம் பிடித்துக் கொள்ளும். சொம்பு சருவச் சட்டியாகி, இடுப்பில் உட்காரப் பழகும், பிறகு கொடம், மெல்ல சுருமாடு கூட்டி, பானையும் சருவச் சட்டியும் தலைக்கு ஏறும். கிணற்றுச் சுவரில் வாளி மோதாமல், பத்து நடையென்றாலும், அலுக்காமல் தண்ணியெடுக்கப் பழகிக் கொள்வாள்.

இவை தவிர, சாம்பலென்றாலும், பளபளவென்று பாத்திரம் தேய்ப்பது, குலையாமல் சோறு வடிப்பதும்; பயிரை வெட்டாமல் களையெடுப்பது, நிரை பிந்தாமல் பருத்தி எடுப்பது, தொளி மிதிப்பது, பயிர் அள்ளாமல், நாத்துப் பிடுங்குவது... கழுத்து குன்னாமல் சுமை சுமப்பது... இப்படி சமஞ்சு, கழுத்தில் தாலி ஏறுவதற்கு முன்னால், அவளுக்குத் 'தெரியாத வேலை' என்று எதுவும் இருக்காது! இவை அத்தனையும் போற வீட்டுல 'புண்ணியவதி புள்ளய நல்லா வளர்த்திருக்கா...' என்ற பேர் வாங்க நினைக்கிற தாய் செய்கிற வேலைகள்.

காரணம் – கிராம வாழ்க்கையின் பெரும்பாதி – அதன் இயக்கம் – செயல் அத்தனையும் இவர்களைச் சார்ந்ததுதான் பொண்ணு தாங்கும் பூமி.

இன்று?

நூறு இளம் கிராமத்துக் குமரிகளில், இருபது பேருக்கு இவற்றில் எல்லா வேலைகளும் தெரிந்திருந்தால் அது ஆச்சரியம்! இன்றைய வாழ்க்கை முறை அப்படி! விஞ்ஞான வளர்ச்சியில் வேலைப்பாட்டைக் குறைத்துக் கொள்ள எல்லோரும் தயார்படுத்திக்கொண்டார்கள். ரைஸ்மில், கிரைண்டர் (கிராமங்களில், காசு வாங்கி ஆட்டிக்கொடுக்கும் நிலை!) வந்த பிறகு குத்துவதும், திரிப்பதும், அரைப்பதும், ஆட்டுவதும் தேவையற்றுப் போனது! பச்சை நெல்லை விலைக்குப் போட்டு – அவுச்சி, காய வச்சு, அரைச்சு புடைச்சு, கல் பிரித்து – இவ்வளவு பாடு எதற்கென்றெண்ணி கல் இல்லாத அரிசி மூட்டையாகவோ, கிலோ அரிசியாகவோ வாங்க ஆசைப்படுகிற தலைமுறை இது!

உண்மையில் 'வாழ்க்கை முறை' கற்றுக் கொடுக்கும் ஒரு குட்டிப் பல்கலைக்கழகம்தான் கூட்டுக் குடும்பம். நல்ல மாமன் மாமியார் இருந்துவிட்டால் அதுவே பூலோக சொர்க்கலோகம்.

அப்பத்தா, அப்புச்சி, சின்னத்தா, பெரியாத்தா என்று பாசம் கொட்டி வளரும் குழந்தைகள், பங்காளி சண்டை யில்லாமல் வீட்டுக்குள் நேசம் காட்டும் குழந்தைகள்தானே, நாட்டுக்குள்ளும் நேசம் காட்டும்? தனிக்குடித்தனத்தில் இருக்கும் 'குழந்தைத் தனிமை' கூட்டுக் குடும்பத்தில் 'போயிந்தே'!

அரைப்படி வடித்தாலும், ஆறுபடி வடித்தாலும், அடுப்படி வேக்காடு ஒண்ணுதான்! ஆனால் செலவு மிச்சம்... சேமிப்பு வளருமே...

புருஷன் பொஞ்சாதிக்குள் 'சடவு' ஏற்பட்டால், கூட நின்னு தட்டிக்கேட்டு தவறைத் திருத்தி ஒண்ணு சேர்த்து வைக்கும், அனுசரணையான ஒரு 'கிழட்டுக் கூட்டம்' அங்கிருக்கும்...

ஓட்டுப் போடுகிற இடத்தில் கூட, பெருத்த குடும்பம் என்கிற மரியாதையும் கிடைக்கும்.

ஒருத்தி உடம்புக்கு ஒண்ணு வந்தால், முடக்கிப் படுத்துக் கொண்டாலும், அவளது குடும்பம், குட்டிகளைப் பார்த்துக் கொள்ள 'உறவு' இருக்கும்.

குழந்தை பெத்தாலும், அது தலை நிற்கிற வரைக்கும் பத்திரமாகப் பார்த்துக் கொள்ள ஒரு கிழவியும் இருப்பாள்... 'பச்சை மண்ணு' உடம்பைப் பார்த்துக் கொள்ள பக்குவமும் சொல்லுவாள். தாய் தூங்கினாலும், குழந்தைக்கு ஒரு ஈரத்துணி மாத்துவதற்கு ஒரு ஆள் இருக்கும். பாதை தெரிந்தவர்கள் கூட்டிப்போனால் பயணம் சுகம்தானே!

குடும்பம் கூட்டாக இருந்தால், "எம்புள்ளகளைப் பாருங்கடா...! எங்க ஒத்துமையைப் பாருங்கடா..." நடையிலும், பார்வையிலும் மட்டுமே வெளிக்காட்டும் மாமனார் (தலைவர்).

கால் நீட்டி, உட்கார்ந்து மருமகள் தலை உதறி, ஈர்வலித்து, அள்ளிமுடித்து, கொண்டை ஊசி குத்தி விடும் மாமியார்...

கூட்டுக் குடும்பம் நடைமுறையில் சில இடங்களில் கசந்தாலும்... உண்மையில் இனிப்பானதுதான்! (நமது கலாசாரத்தின் இனிப்பான பக்கங்கள்!) எப்படிக் கிராமத்தின் செயல், இயக்கம், எல்லாமே பெண்களின் வேலையைச் சார்ந்து இருக்கிறதோ... அதுபோலத்தான்... கூட்டுக் குடும்பமும், அவர்களை அண்டியே அதன் வீழ்ச்சியும் வளர்ச்சியும்!

கிராமங்களில் பெருந்தொழில் விவசாயம். வேலையாட்களுக்குப் பஞ்சம் ஏற்பட்டிருக்கிற இந்தக் காலத்தில், கூட்டுக் குடும்பம் என்பது இந்த வேக்காடு தாங்க ஒரு மருந்து, சிதைந்து வரும் கூட்டுக் குடும்பச் சிந்தனை தூக்கி நிறுத்தப்பட வேண்டும் என்பதே ஆசை. கிராமங்களிலாவது!

கிராமங்கள் –

பொண்ணு சுமக்கும் பூமியாகவே இருக்கட்டும்.

பொண்ணு சுமந்த பூமியாக வேண்டாம்.

14

'திடுக்... திடுக்...'

பன்னெடுங்காலமாய் கிராமத்து ஜனங்களை ஆட்டிப்படைத்த விஷயங்கள் இரண்டு. ஒன்று – சாமி பயம். மற்றொன்று – பேய் பயம்! முன்னதைப் போல பின்னதுக்கும் மக்கள் பயந்து செத்தார்கள். இதையே வேறு மாதிரியும் சொல்லுவார்கள். 'அசலூர்க்காரனுக்குத் தண்ணியில பயம்னா, உள்ளூர்க்காரனுக்குப் பேய்ல பயம்!' அவனுக்குத்தானே, எந்த மரத்துல யாரு நகண்டுக்கிட்டு செத்தது? எந்தக் கெணத்துல எவ எவ குதிச்சு செத்தது? எந்த ஓடையில எவ அரளி

தின்னு செத்தது? என்கிற முழுப்புள்ளிவிவரமும் கையில் இருக்கும்! அது படுத்துகிற பாடு... இருக்கிறதே...?

ஒத்தையிலே களையெடுக்கப் போனா திடுக்; பருத்தியெடுக்கப் போனா திடுக்; துணியலசப் போனா திடுக்; கோழி கூப்பிட சாணியள்ள கொட்டத்துக்குப் போனா திடுக்; மந்தைக்குப் போனா திடுக்; தண்ணிக்குப் போனா திடுக்; மத்தியான வேளையில மரத்தடியில் படுத்துக் கிடந்தா திடுக்; ஊருணிக் கரையில் உட்கார்ந்திருந்தா திடுக்; கண்மாய்க்குள் முள்ளு பொறக்கப் போனா திடுக்; மலை மேல ஆடு மாடு மேய்க்கப் போனா திடுக்; துவரங்காட்டுக்குள்ள திடுக்; வாழத் தோப்புக்குள்ள திடுக்; சாமி கோவிலைத் தாண்டினதும் திடுக்... இப்படி ஊரைச் சுற்றி பத்துப் பதினைந்து இடமிருக்கும்.

அதைத் தாண்டும் போதெல்லாம், ஆம்பளை பொம்பளை எல்லோருக்கும் மனசு 'விசுக்விசுக்'னும்.

'அடியே! அது துடியான சாமி! அந்தப் பக்கம் போனா சுத்தமா போ... இல்லேன்னா சாமியே 'சுருக்'னு பயமுறுத்திப்புடும்' – இப்படி மிரட்டல் வேறு.

பிள்ளை பெத்தவள் 'வெளியெ' போனால் பன்னருவாளை இடுப்பில் சொருகிக் கொள்வதிலிருந்து, தோட்டத் திலிருப்பவனுக்குத் தூக்குச் சட்டியில் கறியுஞ்சோறு கொண்டு போனா, அடுப்புக்கரி அள்ளிப் போட்டுக்கொள்வது வரை... இங்கு நிலவுகிற 'பேய் நம்பிக்கை'களும் ஏராளம்.

பொழுது இருட்டினால் போதும், கிராமங்கள் பேய்களின் ஆட்சியின் கீழ்தான். தண்ணிக்குப் போனாலும், இரண்டாவது ஆட்டம் போனாலும் பொம்பளைகள் கூட்டமாகப் போவதற்கு இதுவும் ஒரு காரணம்! அவர்களுக்கு இளகின மனசு! இளகின மனசு படைத்தவர்களைப் பேய்களுக்கு ரொம்பப் பிடிக்குமாம்!

இதனாலேயே, மாதத்தில் (சராசரியாக) இரண்டு மூன்று 'பேயாட்டம்' பார்க்கலாம். கிராமங்களில்! 'பேயாட்டம்'கூட ஒரு பெரிய பொழுதுபோக்கு இங்கே! வேடிக்கை பார்க்க ஒரு 'சனக்காடே'கூடும்.

சிவனே என்றிருப்பாள்! ரெண்டு சொம்பு தண்ணியை மேல ஊத்தலாம் என்று சந்துக்குள் போயிருப்பாள்! ஒரு பெருச்சாளி ஓடினாலும் போதும். திடுக். பேய் பிடித்துக்

கொள்ளும்(!) 'கூப்டுறா கோடாங்கிய...' கோடாங்கி அதே ஊராக இருந்தால் பரவாயில்லை. பக்கத்து ஊராக இருந்தால் வண்டி கட்டி, கோடாங்கியைக் கூட்டி வருவதற்குள், வீட்டிலிருந்த 'உருப்படிகள்' எல்லாரும் அவ கை, காலில் விழுந்து, 'எந்த ஊர் பேய்னு சொல்லு..... உனக்கு என்ன வேணும் – இவள ஏன் புடிச்சிருக்கிறே... கல்யாணம் ஆனதா... ஆகாததா...? சொல்லு சீக்கிரம்'னு அவளைத் தோண்டித் துருவி எடுத்து விடுவார்கள்.

'ஏய்... சின்னப் பசங்கல்லாம் ஓடுங்கடா...' என்று சிலர் விரட்டிக்கொண்டிருக்கும்போதே, குப்பை சிதறப் போனவனிலிருந்து குழுதாடிக்குத் தவிடு போடுறவன் வரை... வேலையை அப்பிடியப்படியே போட்டுவிட்டு, ஒரு கூட்டம் கூடிவிடும்! 'பேய் சேட்டை' பார்க்க.

இதற்குள் கோடாங்கி வந்து விடுவார். 'ண்டிங்... ண்டிங்' உடுக்கு சத்தத்திற்கு சும்மா இருப்பவர்களுக்கே ஆடத் தோன்றும். பேய் ஆடாதா? மெல்லத் தலை அசையும்! 'கல் மனசு'க்காரப் பேய்கள் உண்டு! கோடாங்கியை வேர்க்க விறுவிறுக்க வைத்துவிடும். (உடுக்கு அடித்தும் பேயாடாமல் இருந்தால் கோடாங்கியின் மகிமை என்னாவது?)

கோடாங்கி அடுத்து கட்டத்துக்குத் தாவுவார்.

'யே... நீ யாருன்னு சொல்லலேன்னா கருப்பச்சாமியைக் கூப்பிட வேண்டியிருக்கும்...' என்று மிரட்டுவார்.

(கருப்பசாமியென்றால் – சாட்டையடியெல்லாம் விழும்.) சில பேய் இந்த மிரட்டலுக்கு இறங்கிவிடும்.

'சொல்லிடறேன்... நான்...
மல்லாத்து ஊருணியிலே மத்தியான நேரத்துல
யாரும் பார்க்காம
நகண்டுக் கிட்டு செத்த
மச்சக்காளை...
என்னோட இன்னும் ரெண்டு பேர்
வந்திருக்காங்க...'

என்று சொல்லும்.

(பேய் பிடிக்கும்போது ஒத்தையாய்ப் பிடிப்பதைவிட, 1, 2, 3 என்று மொத்தமாகப் பிடிப்பதுதான் அதிகம்.)

இந்த மாதிரி நகண்டு கிட்டோ, தண்ணியில விழுந்து செத்ததுகளுக்கோ 'பவர்' கம்மிதான். கொஞ்ச நேரம் ஆடவிட்டாலே போதுமாம்! 'நான் போயிடறேன்' என்று ஒத்துக் கொள்ளும். திருநீறு போட்டதும் போய்விடும்!

ஆனால், சில பேய்கள் முரண்டு பிடிக்கும்! அவற்றிற்குச் செய்ய வேண்டியதைச் செய்தால்தான் போகும்.

போட்டோவுக்கு சம்மதித்த செம்புக்குடிப்பட்டி சின்னச்சாமி கோடாங்கி சொன்னார்.

'ஐயா, பேயிலே பெரிய பேய் ராமநாதபுரம் ஜில்லா வெள்ளைச்சாமி பேய்தான். பொம்பளைகளை அதிகம் புடிக்கிறது இதுதான்... அதுக்கடுத்து பாண்டி முனி! வெள்ளைச்சாமி பேய் நாலு தலைமுறைக்கும் மேலா பொண்ணுகளைத் தொட்டுக்கிட்டிருக்கு... அதைப் 'போ'னு சொல்றதுக்கு நிறைய சவரட்சணை (பணிவிடை) செய்யணுமய்யா..." என்றார்.

ஆயுட்காலம் முடியும் வரைக்கும் அலைவதாகத்தானே சொல்வார்கள். நான்கு தலைமுறையா? யார் அந்த வெள்ளைச்சாமி?

'ஒருத்திக்கு ஒரு மகன்
மறத்தி பெத்த மாங்குயில்
சிலம்பாயி பெற்றெடுத்த
செல்வத்துரை வெள்ளைச்சாமி
பிறந்தது மறவர் குலம்
வளர்ந்தது இடையர் குலம்!

'நீ யார்' என்று கேட்டால், வெள்ளைச்சாமி பேய் பாடுவது இப்படித்தான்!

காரணம் – வெள்ளைச்சாமி ஒரு ஒயிலாட்டம் + சிலம்பாட்டம் வாத்தியார். அந்த ஜில்லாவெங்கும் இவரது ஆட்டம் கண்டு சொக்காத கண்களே இல்லை.

அப்படிச் சொக்கிய ஒரு ஜோடி கண்ணோடு காதலும் வந்தது. அது இடையர் (கோனார்) குலப் பொண்ணு!

காதல், கல்யாணம் வரை போனது. தாலி கட்டும் நேரத்தில் பொங்கி எழுந்த ஜாதி உணர்வு தாலி கட்ட விடாமல் தடுத்து விட்டது. வெறுத்துப் போனார் வெள்ளைச்சாமி. ஊர், உறவு எதுவும் பிடிக்கவில்லை. வீட்டை விட்டு

வெளியேறினார். சிவகங்கை ராஜாவிடம் வேலைக்குச் சேர்ந்தார். வெள்ளைச்சாமியின் ஆட்டம் கண்டு, கிறங்கிப் போனார் ராஜா! கூடவே அவரது மகளும்! ஒருமுறை ஏமாந்த வெள்ளைச்சாமி இந்த முறை...? ராசா மகளைக் கடத்திக் (சிறையெடுத்து) கொண்டு– போய்விட்டார். இதையறிந்த ராஜா, ஆள் வைத்து (!) விரட்டிச் சென்று மேலூர் கொட்டாம்பட்டி ரோட்டில்.

‘வெள்ளூர் நாடு
    பதினெட்டு பட்டி கிராமம்
பொன்னமராவதி பூமி.
    மேலூர் கொட்டாம்பட்டி
ஏழு கண்ணுப்பாலம் உப்பாத்துல
    வெட்டிப்போட
ராஜாவின் மகளும்
    உயிரை மாய்க்க
உடன் ஒரு நரிக்குறவப் பொண்ணும்
    உயிர் விட்டாள்.....’

என்றோ செத்தவரது கதை, இந்த மாவட்டத்தில் எல்லா ஊர்களிலும் பிரபலம். இனி... இருவருக்குமிடையே நடக்கும் உரையாடல்.

கோடாங்கி: சாமி... நீ இந்தப் பொண்ண விட்டுப் போயிடுறீயா?

வெள்ளைச்சாமி : நான் – போகமாட்டேன். நான் ஆடுவேன், பாடுவேன்... இங்கேதான் இருப்பேன். எனக்குள்ள கூலியைக் கொடுத்தாதான் போவேன்.

கோடாங்கி: சரி... உன்னோட கூலி என்னன்னு சொல்லு.

வெள்ளைச்சாமி : புதுக்கோட்ட சிவப்புத்துண்டும், அருப்புக்கோட்டை கறுப்புத் துண்டும், அத்தரும் பன்னீரும், மதுரை ஏழுகடை வீதியில சின்னக் கடை தெருவுல கிச்சா கடைச் சந்தனம் புனுகு, ஜவ்வாது வாங்கி செய்யுற முறையோட செஞ்சா நான் போயிடறேன்...

அதென்ன செய்யுற முறை? வெள்ளைச்சாமி, ஒயிலு, சிலம்பாட்டம் வாத்தியாராயிற்றே! அதற்கேற்ற வகையில் ஒரு வில்லு செய்து கொடுத்து, நண்டு துளையில் மண்ணெடுத்து சின்ன உருண்டையாக உருட்டிக் கொடுத்து (பேய் பிடித்தவரிடம்) வில்

தெறித்துக்கொண்டே போகவேண்டுமாம். ஊர் எல்லையில் ஏதாவது ஓர் இடத்தில் வில்லைப் போட்டுவிட்டு, விபூதி பூசிக்கொண்டால் வெள்ளைச்சாமி கிளம்பிவிட்டாரென்று அர்த்தம்!

இதிலிருந்து சற்று மாறுபட்டது பாண்டிமுனி! அது கேட்கும் கூலி.

ரோஜாப் பூமாலை, கெண்ட வேஷ்டி, சாவக்கறி, சாராயம் அல்லது பிராந்தி.

பாண்டி முனி, போதையில்லாமல் கிளம்பாதாம்! பெண்ணைத் தொட்டாலும், பிராந்தியோ, சாராயமோ குடித்த பிறகு, கெண்ட வேஷ்டி கட்டி (பொம்பளைக்கு வேட்டி) மாலை போட்ட பிறகுதான் அகலுமாம்.

    சாவக்கறியும் சாஞ்சவனக் கள்ளும்
      ஏத்தப்பனையும் உயர்ந்த பனைக் கள்ளும்
    ரெட்டப்பனையும் நெடுமரக் கள்ளும்
      குடிச்ச கள்ளு பத்தாம
    கூந்தப்பனைக் கள்ளும்
      ஏழுபனைக் கள்ளும் குடிச்சு
    ஏப்பம் விட்டாரு பாண்டி சாமி...

இப்படி ஒன்றிரண்டல்ல... ஆயிரக்கணக்கான பேய்களின் கதைகள் உண்டு கிராமங்களில்.

பேயின் பேரைச் சொன்னால் ஊரைச் சொல்லும் புள்ளி விவரப்புலிகள் ஊருக்கு ஒருவர் உண்டு! இவர்களது வேலையே இதுமாதிரி கதைகளுக்கு உயிரூட்டிக்கொண்டிருப்பதுதான்! விவரம் தெரியாத நோயினால் ஒருவர் செத்துப்போனால் போச்சு! உடனே ஊர் சொல்லும் காரணம்: 'ஒத்தையில வரும்போது முனி அடிச்சிருச்சு.' இளம்பிள்ளைவாதத்தையே, 'பிள்ளை எதையோ கண்டு பயந்திருக்கு. அதான் கை காலு விளங்காமப் போச்சு...' என்று தங்களுக்குள்ளே காரணம் கண்டுபிடித்துக்கொண்டவர்களும் உண்டு. ஆனால் இன்று.

அந்த நிலைமை வெகுவாக மாறிக்கொண்டிருக்கிறது. நாகரிக மேம்பாடு செய்த புண்ணியம்!

கொஞ்ச நஞ்ச கல்வியறிவு செய்த நல்ல காரியம்! 'பழைய குருடி கதவைத் திறடி' என்று படிக்காத ஜனங்கள்

பழையபடிக்குச் சென்றாலும், தடுத்துச் சொல்ல நாலு படித்தவர்கள் இருக்கிறார்கள்.

உடம்புக்கு ஒரு நோவு என்றால், பேய், முனிகளின் மீது பழியைப் போடாமல், பெரிய ஆஸ்பத்திரிக்குக் கொண்டு செல்கிற அளவுக்கு பஸ் வசதியும், பண வசதியும் கிராமங்கள் ஓரளவுக்குப் பெற்றுக்கொண்டிருக்கின்றன.

முன்பெல்லாம் பேயாடினால் பயத்தோடு பின்னால் ஓடியவர்கள் அதிகம். இப்போது, 'யே... பேயாவது, பூதமாவது. மப்புல ஆடுறாண்டா! புடுச்சி தண்ணிக்குள்ள அமுக்குங்கடா...' அள்ளிக்கொண்டு போய் கண்மாய்க்குள் அமுக்க ஒரு கூட்டம் தயார்! நிஜ பேய் (!) பிடித்து ஆடினாலும், பேயாட்டம் குறைந்ததற்கு, இன்னொரு அறிவியல் பூர்வமான காரணமும் உண்டு. அது – வெளிச்சம்! நிலா வெளிச்சமே பெரிசாக தெரிஞ்ச ஜனங்களுக்கு, அமாவாசையன்றும் வெளிச்சமே கொடுத்த மின்சாரம்... இருட்டைக் குறைத்தது! பயத்தை விரட்டியது! 'திடுக்'களின் எண்ணிக்கை குறைந்ததால், பேயும் விரண்டது (பயந்து ஓடுதல்!)

அதுவும், குமரிப்பெண் ஒன்றுக்கு இரண்டு தடவை பேயாடிவிட்டால், 'சரியான பயந்தோளிக் கழுதை' என்கிற முத்திரையோடு கல்யாணம் கூட தள்ளிப்போகும். இப்படி சமூகவியல் காரணங்களும் உண்டு.

ஆண்டிப்பட்டி அருகே ஏத்தக் கோவில் என்று ஒரு கிராமம். அதையும் தாண்டிச் சென்றுகொண்டிருந்தபோது... ரோட்டோரமாக ஒரு பம்பு செட். தண்ணீ ஓடிக் கொண்டிருந்தது. பெயர் ஆண்டிச்சி. முப்பத்தைந்து வயதுக்கு மேலிருக்கும். ஒத்தையாளாகத் தண்ணி பாய்ச்சிக்கொண்டிருந்தார். பல விஷயங்களைப் பேசிய பிறகு, பேய் சமாச்சாரத்துக்கு வந்தேன். கூசாமல் சொன்னார்:

“இந்த ஏரியாவுல, எங்க கிணறு ரொம்ப ஆழம் தம்பி... இதுவரைக்கும் மூணு பொம்பளைக உள்ள விழுந்து செத்துப் போயிருக்கு. ரோட்டோரமா வேற இருக்கா... கோவிச்சுட்டு போறவளெல்லாம் 'பொசுக்'னு இங்கே விழுந்திடறாளுக! பேய், பிசாசுன்னு பார்த்தா இப்படி ஒத்தையில நின்னு தண்ணி பாய்ச்ச முடியுமா? வவுத்துக் கஞ்சிக்கு என்ன பண்றது? எல்லாம் மனசுதான்யா... அது தெடமா(திடம்) இருந்தா எந்தக் கழுதையும் அண்டாது...”

இதற்குக் கோடாங்கிகளின் நினைப்பு என்ன?

வெங்கடாஜலபுரத்தைச் சேர்ந்த ராமையா கோடாங்கி, "பேய் பிடிக்கிறதும், பேயாடுறதும் குறைஞ்சிட்டது வாஸ்தவம்தான். இருட்டு இருந்தாத்தானே பேயும் வரும். பயப்படவும், பயமுறுத்தவும் தோதா(!) இருக்கும். இப்போதான் ஊர் பூராவும் வெளிச்சமாய் போச்சே! முன்ன மாதிரி, பொம்பளைக, வயசுப் புள்ளைக, ஒத்தையில காடு கரைகளுக்குப் போறதும் குறைஞ்சு போச்சே! ஆனால் எங்க தொழிலுக்கு ஒண்ணும் பாதகமில்லை. பைத்தியக்காரனுக்கு நான் ஒரு வைத்தியக்காரன்" என்று வேடிக்கையாக முடித்தார்.

இதென்ன?

அடிக்கடி வீட்டில் கை, கால் சுகமில்லாமல் போனாலோ, குடும்பத்திற்குள் சதா சண்டை சச்சரவு ஏற்பட்டாலோ... புருஷன் பொஞ்சாதிக்குள் சடவு ஏற்பட்டு பிரிந்து இருந்தாலோ, ஆடு, மாடு, கோழி உருப்படிகள் தங்காமல் (சாவோ, திருடோ) போனாலோ... இன்றைக்கும் கிராமத்து ஜனங்கள் உடனடியாக ஓடுவது கோடாங்கிகளை நோக்கிதான்.

சின்னச்சாமி அதற்கு ஒரு காரணமும் சொன்னார்.

"ஐயா... டவுன்ல இருக்கிறவங்க ஜாதகம் வச்சிருப்பாங்க. தொழில் தொடங்கணுமா? வீடு கட்டணுமா? வெளிநாடு போகணுமா? உடம்பு சரியில்லையா? எல்லாத்துக்கும் ஜாதகம் பார்த்துக்குவாங்க... கிராமத்துல எந்தப் பய ஜாதகம் வச்சிருக்கான். அவனுக்குத் தெரிஞ்சதெல்லாம் 'குறி கேட்கிறது' ஒண்ணுதான்!" என்றார்.

'ஆடு கோழி வரிசையா சாகுதே. என்ன காரணம் சாமி'னு கேட்பான்.

உடுக்கை எடுத்து அடித்து, எல்லா சாமியையும் கூப்பிட்டு கடைசியில்,

"அய்யன் குதிரை ஏறி வந்தேன்.

உனக்கு வந்த ஆபத்தை கோழியில கொண்டு போயிட்டேண்டா..."

இப்படிக் 'குறி'யைக் கேட்டதும் அவனது மனசு குளிர்ந்து போயிடுமாம்! (கால்நடை மருத்துவரையும் ஒரு வார்த்தை கேட்கலாமே!)

இன்னொரு வினோதமும் உண்டு, ஜாதகக்காரரைப் போல, 'மூணு மாசத்து சனி விலகும்' என்று சொல்லி, கோடாங்கிகள் தப்பிக்க முடியாது. உடனடி சுகம் வேணும்! ஆகவே, கோடாங்கிகளின் அணுகுமுறை.

"யப்பா... நான் கேட்டபடி (சாமி) செஞ்சுடறேன்னு உத்தரவாதம் கொடுத்தேன்னா இன்னையிலேர்ந்து உனக்கு சுகத்தைத் தர்றேன்..." சொல்லிவிட்டு சாமி மலையேறிவிடும்.

சாமி குறி சொல்வதில்தான் இவர்களுக்கு வருமானம் உண்டாம். (மற்றதில் அவ்வளவாகக் கிடையாது.) திருவிழாக்களில் சாமி இறங்காதவர்களுக்கு சாமி இறக்குவதிலிருந்து சாமி கும்பிடும் தேதி (குலதெய்வம்) குறிப்பது வரை அத்தனைக்கும் கிராமத்து ஜனங்கள் நாடுவது கோடாங்கிகளைத்தான்!

கோடாங்கிகளின் வாழ்வு இருக்கட்டும்... கிராமத்து மண்ணில் வேரூன்றிக் கிடந்த 'பேய் பயம்' மெல்ல சாய்வது ஆனந்தமே!

15

புதிய ருசி

சின்ன வயசு ஞாபகச் சிதறல் ஒன்று... கிராமத்து நடுநிலைப் பள்ளியில் மூன்றாம் வகுப்பு படித்துக் கொண்டிருந்தேன்! எது கேட்டாலும், கோரஸாகச் சொல்லிப் பழக்கப்பட்ட வயசு. பொங்கல் விடுமுறை முடிந்து பள்ளிக்கூடம் திறந்திருந்தது!

வாத்தியார் உள்ளே நுழைந்தார்! உள்ளே நுழையும்போதே, 'வாவரக்கா குச்சி' எங்கே என்று கேட்டுக்கொண்டே நுழைபவர், அன்று, சிரித்தமுகத்தோடு உள்ளே நுழைந்தார். அப்பாடா இன்று அடி இல்லை...

"ஏண்டா... மாட்டுப் பொங்கலை எல்லாரும் நல்லாக் கொண்டாடுனீங்களா...?"

"கொண்டாடுனோம் சார்..." (மாடு இல்லாதவர்களும்) கோரஸாக எல்லோரும் கத்தினோம்.

"உங்க வீட்டுல என்ன போட்டாங்க...?" (காலை டிபன்)

"இட்லி சார்..."

"பணியாரம் சார்..."

"தோசை சார்..."

"நெல்லுச் சோறு சார்..."

இப்படி ஒவ்வொருத்தரும் எழுந்து நின்று பதில் சொல்லிக் கொண்டிருந்தோம்! சட்டென்று வாத்தியார் கேட்பதை நிறுத்தினார். அவரது மூக்கு எதையோ வாசனை பிடித்தது!

"யாருப்பா அது...! வகுப்புக்குள் தோசை திங்கறது?!!"

சத்தமில்லாமல் ஒருவன் மட்டும் எழுந்து நின்றான். கால் சட்டை (டவுசர்) ரெண்டு பைகளும் புடைத்து துறுத்திக் கொண்டிருந்தன. உள்ளே அமுக்கியிருந்த தோசை வெளியே தெரிந்தது.

தோசையை டவுசர் பைக்குள் அமுக்கிக்கொண்டுபோய், பள்ளிக் கூடத்தில், வாத்தியார் பாடம் நடத்தும்போது, மணக்க மணக்கத் தின்னுவதே ஒரு சுகம். அதிலும், பக்கத் திலிருப்பவனுக்கெல்லாம் எச்சில் ஊற வைத்து, பிறகு அவர்களுக்கே, சிலேட்டு குச்சிக்குத் தோசை விற்பது அதைவிட சுகம். கிராமத்துப் பள்ளிகளில் இது ரொம்ப சகஜம். அன்று அவன் மட்டும் மாட்டிக்கொண்டான். 'பிரி' கட்டப் போகிறார் என்றுதான் எல்லோரும் நினைத்தோம்!

"சாப்பாட்டுப் பொருளை ஸ்கூலுக்குக் கொண்டு வரலாமா?!" கோபமாகத்தான் கேட்டார்.

"இல்ல சார்! நான் வேணாம்னுதான் சொன்னே... எங்காத்தாதான், "பொங்கலு, தீபாவளி, நல்ல நாளைக்கத்தானே தோசை, இட்லி போடறோம்... இந்தாடா ரெண்டு தோசை... நெனப்பு வரும்போது எடுத்துத்தின்னு'னு டவுசர் பையிலே அமுக்கி விட்டுடுச்சு சார்..." என் சம வயது பையனின் இந்தப் பதிலைக் கேட்டதும் வாத்தியார் மௌனமாகிவிட்டார்.

"சரி... வகுப்புக்கு வெளியே உட்கார்ந்து மெதுவா சாப்பிட்டுட்டு வா! வேறு யாராவது கொண்டு வந்திருந்தாலும் வெளியில நின்னு சாப்பிட்டுட்டு வரலாம்..." என்றார்.

இட்லி, தோசை என்பது கிராமங்களில் ஒரு அருவகப் பொருள். நல்ல நாளுக்கென்று போடப்படும் பலகாரம். இட்லி, தோசை ருசிக்காக காய்ச்சலில் படுக்கமாட்டோமா என்று ஏங்கியவர்கள் பலர்! நடுத்தர, அதற்கடுத்த தட்டில் பிறந்த அத்தனைக் கிராமத்தானுக்கும் இந்த ஏக்கம் இருந்தது–.

இன்று–

இட்லி, தோசைக்காக, 'நல்ல நாள்' எப்போது வரும் என்று எதிர்பார்த்துக் கிடந்த நிலைமை சற்று மாறியிருக்கிறது.

கிராமங்களில் முளைத்திருக்கும் களப்புக் கடைகளும் (ஓட்டல்கள்) ஒரு காரணம்! 'பொண்டாட்டி இல்லாத கம்மனாட்டி'தான் களப்புக் கடையில் சாப்பிடுவான்...

சுசி கணேசன்

குடும்பஸ்தன் களப்புக் கடையில தின்னா குடும்பத்தில் ஏதோ கோளாறுன்னு அர்த்தம்'– இப்படியிருந்த எண்ணம் இப்போது தலைகீழாக மாறிவிட்டது.

"எம் புருஷன் காலைல களப்புக் கடையிலதான் சாப்பிடும்..." இப்படிச் சொல்கிற பொஞ்சாதிகள் கிராமங்களில் பெருகிக்கொண்டிருக்கிறார்கள். சந்தைக்குப் போனாலோ, சினிமாவுக்குப் போனாலோ – பெரிய ஊர்களில் ரோட்டோரம் பெருத்துக் கிடக்கும் புரோட்டா கடைகளில் 'பிடிக்கிற பிடி' ஊர்வரை மணக்கிறது. வேலைக்கு வெளியூர் செல்கிற பெண்கள் கூட வீடு திரும்பும்போது (ரோட்டு வேலை, கட்டட வேலை) புரோட்டா பார்சலோடு வருகிற (தூக்குவாளியில் சால்னா) காட்சி 'புதிய ருசி'யின் சாட்சி. இதன் விளைவு.

நவதானியங்களின் மகிமை குறைந்து போனது. தினை மாவு இடித்து, தேன் பிசைந்து சாப்பிட்டது, குறவஞ்சியோடு போனது. பஞ்ச காலத்தில் கைகொடுத்த 'குதிரவாலி' தானியமும், குதிரவாலி கஞ்சியும் கூடக் காணாமல் போனது. சாமை பெயரையே காணோம். கம்மங்கூழ், கேப்பக்கூழ், சோளக்கூழ் இவற்றின் வாசனையும் சன்னம் சன்னமாகக் குறைந்துகொண்டிருக்கிறது.

பாறைப்பத்தியைச் சேர்ந்த அழகு (பொண்ணு சுமக்கும் பூமியில் – திருகை திரிப்பவர்) "கேப்பை (கேழ்வரகு) தின்னா உடம்பு இறுகும்னு சொல்லுவாக. கஷ்டப்பட்டு திரிச்சு கூழோ, களியோ கிண்டுனா யாரு திங்கணும்னு ஆசைப்படறாக. காக்கிலோ அரிசி வாங்கி கஞ்சி காய்ச்சி குடிச்சாலும் அதுதான் கௌரவம்னு நினைக்கிறாங்கய்யா இந்தக் காலத்துல" என்றார்.

உண்மைதான்!

"சோறு திங்கற பிள்ளை சோதப்பிள்ளை."

கூழு குடிக்கிற பிள்ளை குந்தாணிப் பிள்ளை என்றிருந்த சித்தாந்தம் நேர்மாறாக திரும்பிவிட்டது. 'கூழ்' ஏழ்மையின் சின்னமாகிப் போனதால், ஏழைகளே அதை வெறுக்கிற நிலைமை.

வையூர் கிராமத்து மக்கள் அதற்கு வேறு காரணம் சொன்னார்கள். "நெல்லு தவிர மத்த அத்தனை தானியத்திலும் வேலைப்பாடு ரொம்ப ஜாஸ்தி. சாமக்கோழி கூப்பிடற

வரைக்கும் வராந்திருகை (வரகு திரிப்பது) போட்டு இழுத்து திரிச்சு, அதக் குத்தி, களைஞ்சி, ஆக்கிறதுக்குள்ள பட்டினியாகவே கிடந்திடலாம்னு தோணும். சோளம், கம்பு, கேப்பை எல்லாம் அந்தக் காலத்து பொம்பளைக போல, இப்ப இருக்கிறவங்களால இடிக்க முடியலப்பா...” என்றார்கள்.

கூழ் மறைவதால், கிராம வாழ்க்கை குடி முழுகிப் போகாதுதான். ஆனால் ‘தர்மக் கஞ்சி’ போன்ற சில நல்ல விஷயங்கள் மறைந்துகொண்டிருக்கின்றன.

தர்மக்கஞ்சி?

வழிப்போக்கனோ, வியாபாரியோ ராத்திரியில் ஊர்ல தங்குகிறவர்களை அந்தக் கிராமம் பட்டினியோடு படுக்கவிடாது. நாலைந்து பேர் ஒன்றுகூடி, வீதிகளில் சட்டி ஏந்தி, கஞ்சி வாங்கி ‘தர்மக்கஞ்சி’ ஊத்தும் வழக்கம் எல்லா ஊர்களிலும் இருந்தது.

“அன்னைக்கு சோளக்கஞ்சி– கம்மங் கஞ்சின்னு பானை பானையா காய்ச்சி வச்சிருந்தாங்க. ‘தர்மக் கஞ்சி’ன்னு பாத்திரத்தை நீட்டினா ரெண்டு கை, மூணு கை அள்ளிப் போட்டாங்க... இன்னைக்கு கிலோ 12 ரூபாய்ன்னு கடையில அரிசி வாங்கி கஞ்சி காய்ச்சுறவங்களால ‘தர்மக்கஞ்சி’ன்னு தானம் பண்ண முடியுமா” என்றார் பழையூரைச் சேர்ந்த பழனித் தேவர்.

உண்மைதான். முன்பெல்லாம் ‘பிள்ளைச்சோறு’ என்பது கூட ரொம்பப் பிரபலம். வசதிபடைத்த பெரிய வீடுகளில் சோறு வடித்ததும் ‘பிள்ளைச் சோறு’க்கென்று கொஞ்ச சாதத்தை ஒதுக்கி வைப்பார்கள். கைக்குழந்தை வைத்திருக்கும் ஏழைபாழைகள் (அரிசிச் சோறு அப்போதெல்லாம் அபூர்வம்) கிண்ணத்துல பருப்புச் சாதம் வாங்கிக்கொண்டு போய் ஊட்டுவது தினமும் நடக்கும் ஒரு நிகழ்ச்சி!

“இன்னைக்கு அப்படி பிள்ளைச்சோறு கேட்டுப் போகமுடியாது தம்பி... கடையில காசு கொடுத்து பருப்பு வாங்கிற நிலமையில பிள்ளைச்சோறு யாரு கொடுப்பா? பிள்ளைச்சோறு கேட்டுப் போறதும் கேவலம்னு நினைக்கிறாக இப்ப இருக்கிற பொம்பளைக...” என்றனர் வையூர் கிராமத்து மக்கள்.

அடுத்த வீடு படியேறிப் போய் பிள்ளைச்சோறு கேட்டு ஊட்டியது ஒரு காலம். பத்து பைசாவைக் கையில் கொடுத்து, 'பாயாசம் வாங்கிக் குடி' என்று அனுப்புவது இந்தக் காலம். பொழுது விடிந்ததும் பாயாசம், பணியாரத்தில் கண்விழிக்கிற குழந்தைகள்தான் இன்று அதிகம்.

முன்பெல்லாம் தின்பண்டங்கள்கூட சத்துள்ளதாகத்தான் இருந்தன. முளைகட்டின புவானி, கம்பு, பயறு வகைகள், பருத்தி வெடிக்கிற காலத்தில் அவித்த மொச்சைப் பயறு, தட்டாம் பயறு, பொரித் தேங்காய், உளுந்தங்களி, எள்ளுருண்டை. இந்த வரிசையை டீக்கடையில் விளைந்த சேவு, மிக்சர், வடைகள் ஓரந்தள்ளி விட்டன.

ஒரு சொம்பு நீச்ச தண்ணியை 'மடக்... மடக்'னு குடித்துவிட்டு கலப்பையைப் பிடித்தவர்கள், இன்று சாமக்கோழி கூப்பிடுவதற்கு முன்னால் டீக்கடைக்கு முன் வரிசையாக உட்கார்ந்து கிடக்கிறார்கள். 'காபித் தண்ணியோ, டீத்தண்ணியோ உள்ளே இறங்காமல் ஒரு வேலையும் ஓடாது' என்ற சொல்வதில் ஒரு நாகரிகப் பெருமை!

ஊத்துப்பட்டிக்கு அருகே வயலில் கருது அறுத்துக் கொண்டிருப்பவர்கள் அறுப்பதை நிறுத்திவிட்டு, ரோட்டில் போன ஐஸ் வண்டிக்காரனை நிறுத்தி கோன் ஐஸ் சாப்பிட்டதைப் பார்த்து அசந்துவிட்டேன்.

"யாத்தாடி யாத்தா இது என்னாடி ஐஸ்க்ரீம்... ஊளமூக்குப்போல வழுவழுன்னு இருக்கு" இப்படி ஒரு பெண்ணின் கமெண்ட் வேறு!

அவர்கள் சென்ற பிறகு ஐஸ்காரரிடம் பேசினேன்.

"இப்பெல்லாம் குச்சி ஐஸ் அவுட் ஆப் பேஷனுங்க. கோன்ல வச்சு வித்தாத்தான் வியாபாரம் இழுக்குது..." என்றார் அவர்.

புளியம்பழ சீசன் என்றால் புளியங்கொட்டை வறுத்து தோல் நீக்கி, ஊறவைத்துத் தின்பதற்கு ஒரு கூட்டம் இருக்கும்.

மழைத்தூறல் சீசனென்றால் ஈசல் பிடித்து வறுத்து, கூட வறுத்த அரிசி சேர்த்து, ரசித்துத் திங்க ஒரு கூட்டம் இருக்கும். ஈசல் பிடிக்கிற அழகு இருக்கிறதே...

ஊரைச் சுத்தி ஈசல் வெடிக்க ஆரம்பித்துவிட்ட தென்றால் அடையாளம் வீட்டு வெளிச்சத்தில் தெரியும். ராந்தர் (லாந்தர்) ஐப் பொருத்தி ஒரு கையிலும் சொளகை மற்றொரு கையிலும் எடுத்துக்கொண்டு போருக்குக் கிளம்புவதைப் போல சாரை சாரையாக ஊர்க்கூட்டம் கிளம்பும். ஆம்பளை, பொம்பளை என்கிற பாகுபாடு கிடையாது. (ராத்திரியில்தான் ஈசல் நன்றாக வெடிக்கும்.)

ஈசல் புத்துக்குள்ளிருந்து அவற்றை வெளியேற்றுவதற்கென்று பாட்டும் பாடுவார்கள்.

ஈசா ஈசாலே
நெல் ஈசாலே
உங்கப்பனும் உங்காத்தாளும்
கம்மாக்கரையில செத்துக்கிடக்காக
சில்லானைக் கூப்பிட்டுக்கிட்டு
சிலுக்கு சிலுக்குன்னு ஓடிவா...

'இந்தப் பாட்டைக் கேட்டதும், ஈசல்கள் அத்தனையும் சோகத்தில் அழுது புரண்டு வெளியே ஓடிவரும். 'லபக்'கென்று பிடித்துக் கொள்ளலாம் என்கிற நம்பிக்கை.

பொழுது விடிகிற சமயத்தில் சொளகு சொளகாக அள்ளிக் கொண்டு வருவார்கள். அதிலும் நெல்லீசலுக்கு மரியாதை (கறுப்பாயிருந்தால் அது வரகு ஈசல்.)

இன்று – ஈசல் பிடிப்பதே 'அநாகரிகம்' என்கிற எண்ணம் பரவியிருக்கிறது. பல கிராமங்களில் 'ஈசல்' பிடிப்பதும் தின்னுவதும் நின்றுபோய்விட்டது. பறப்பன, ஊர்வன எதுவானாலும் சுவை பார்க்கிற மனநிலையும் மெல்ல மாறிக் கொண்டிருக்கிறது. இதனாலேயே பாரி வேட்டை முதலான ஆடித்திருவிழா கொண்டாட்டங்கள் கூட களையிழக்க ஆரம்பித்துவிட்டன.

(இருபது மைல் சுற்றளவுக்கு ஓடி வேட்டையாட இந்தத் தலைமுறைக்கு உடம்பில் வலுவில்லை என்பதும் ஒரு காரணம்)

ருசியும், பண்டங்களும் மாறியதைப் போல, பாத்திரங்களும் மாறியிருக்கின்றன.

மண்கலயம், வெண்கலமாகி, அது ஈயமாகி, பிறகு, எவர் சில்வராகியிருக்கிறது. எவர்சில்வர் தூக்குவாளியில் எப்படி

கம்மங்கூழை ஊத்துவது? இந்த கௌரவப் பிரச்சினையே கூட 'கூழ்' மறைவதற்குக் காரணமாக அமையலாம். எப்படியோ 'கும்பா' என்பது கிராமத்து ஜனங்களின் உணவோடு சம்பந்தப்பட்ட ஒன்று. இது இல்லாத வீடு இருக்காது. 'அதை' இன்று ஒரு போட்டோ எடுப்பதற்காகத் 'தேடு தேடு' என்று தேட வேண்டியிருக்கிறது.

பெரிய முத்து என்கிற முதியவர் சொன்னார். "என் வீட்டுல இன்னைக்கும் நான் கும்பாவில்தான் சாப்பிடறேன். எம் பொண்டாட்டி முதற்கொண்டு எல்லோரும் என்னை கர்நாடகம்னு சொல்லிட்டாங்க. நான் கவலைப்படலை... ரசத்தை ஊத்தி நொறுக்க பிசைஞ்சு குடிக்கிறதுக்கு அதைவிட வசதியான பாத்திரம் கொடுங்க... இத மாத்திக்கிறேன்னு சொல்லிவிட்டேன்..." என்றார் அவர்.

இவர்களுக்குப் பிறகு இவையெல்லாம் மியூசியத்திற்கே சமர்ப்பணம்.

16

நெத்திப் பச்சை

காது வளர்ப்பதும், பச்சை குத்துவதும் கிராமத்துக் கலாசாரத்தில் அடையாளச் சின்னங்கள். சுதந்திரத்திற்கு முன்னால் பிறந்த எல்லாக் கிராமத்துப் பெண்களுக்கும் இவையிரண்டின் மீதும் தணியாத மோகம் உண்டு.

காது வளர்ப்பது – குறவன்; பச்சை குத்துவது கட்டுவிச்சி (ஓலைக்கட்டு பிரித்துக் குறி சொல்பவள்!). பிஞ்சு வயசிலேயே காதில் ஓட்டை போட்டு, பஞ்சு திணித்து, சிறுகச் சிறுக பஞ்சின் கனம் கூட்டி துவாரத்தைப் பெரிசுபடுத்தி 'காது வளர்த்துக் கொடுக்கும்' பொறுப்பு குறவனுக்கு; நினைக்கிற படத்தைக் கேட்கிற இடத்தில் வரைந்து, மை பட்ட இடமெல்லால் ஊசி கொண்டு 'நொறுக்

நொறுக்'–னு குத்தி, (ரத்தம் வராது... ஆனால் வலி இருக்கும்) என்றும் அழியாதபடி 'மஞ்சள் தூளை வெளக்கெண்ணெயில் குழப்பி ஒரு வாரத்துக்கு தடவு...' என்று அதற்கும் ஒரு பக்குவம் சொல்கிற பொறுப்பு கட்டுவிச்சிக்கு.

காது வளர்த்தது – தங்கம் பூட்டி அழகு பார்க்க; பச்சை குத்தியது – தங்கமில்லாமலேயே அழகு சேர்க்க. அங்கே– தங்கம் தொங்கினால், இருக்கிற வரை கஞ்சியூத்தும். தவறினால் 'மூளி காதி' (காலியான காது) என்கிற 'பட்டப் பெயர்' கொடுக்கும். இங்கே – இறக்கும் வரை அழகு ஒன்றே கிடைக்கும். அங்கே தண்டட்டிக்குத் துணையாக, கொப்பு, முருகுக் குச்சி, லோலாக்கு, இடைத்தட்டு, ஒன்னப்புத்தட்டு, குருத்தட்டு என்று அழகுக்கு அழகு சேர்க்க ஒரு நீண்ட பட்டியல்...

இங்கே – கங்கணப்பச்சை (வளையல், தண்டை போல) கெண்டைமீன் பச்சை, நெத்திப் பச்சை, லவுக்கைப் பச்சை, கடலைச் சரம், பூரான், தேள், கிளி, புலி, சிங்கம், தேர்... ஆபரணம் போடாத இடமெல்லாம் உடம்பை நிரப்ப நிறைய உருவங்கள் உண்டு. இவையிரண்டுக்கும் ஒரேயொரு ஒற்றுமையுண்டு.

காது வளர்த்தவளுக்கும், அழகழகாய் பச்சை குத்தியவளுக்கும் 'கல்யாணச் சேதி' சீக்கிரம் கிடைத்துவிடும். காரணம் இந்த இரண்டு அழகில் மட்டும் மயங்கிக் கிடந்த இளவட்டங்கள் அன்று அதிகம்!

"என் மன்னவனை (புருசன்) நினைக்க குத்திக்கிட்டேன்..." னு கல்யாணம் ஆனபிறகும் பச்சை குத்திக் கொண்ட பெண்களும் உண்டு. இங்கே காது வளர்ப்பது உடலளவிலும், பச்சை குத்துவது மனத்தளவிலும் ஒன்றிப் போயிருந்த சமாச்சாரங்கள்!

மனம்?

உடல் ரணத்தைத் தாங்கும் பலம் இருக்க வேண்டும்!

வலி தாங்காமல், பொம்பளை அனத்தும்போது (முனகுதல்) மடியில் போட்டு, தாலாட்டுப் பாடிக்கொண்டே அவளைக் கண்ணசத்தி, கட்டுவிச்சிகள், பச்சை குத்துகிறபோது நேரில் பார்க்கிற பெண்களுக்குக் கண்களில் நீர் ஊறுமாம்!

உடம்புக்கு இத்தனை வலியும், ரணமும் தாங்கிக் கொள்வதன் காரணம் அது கொடுக்கும் – அழகு!

கெண்டைக் காலில் ஏறுமீன், இறங்குமீன் பச்சை குத்தி கெண்டைக் காலில் கீழும் மேலும் நேர் எதிராக சேலை தூக்கி, சலசலக்கிற ஓடையைக் கடந்தால், 'நீந்துகிற மீன்' என்றெண்ணி கெண்டைக் காலில் தூண்டில் போட ஒருவன் காத்துக் கிடப்பான்!

வெளிச்சம் படுகிற இடத்திலெல்லாம், 'படைபடையாகப் பச்சை குத்திப் பார்ப்பதில் ஒரு ஆனந்தம். அதுவும், செவத்த உடம்புக்காரியென்றால் 'பச்சை' கொடுக்கிற அழகு – அழி வில்லாதது!

அழகு மட்டுமா? இல்லை, அதையும் தாண்டி ஒரு அர்த்தம் உண்டு.

பொம்பளை உசுர விடுறது பொன்னுக்கும் பூவுக்கும்தான்! (இப்போது சேலைக்கும்!) அந்தப் பூவும் பொன்னும் அவ போகும்போது, கூட சேர்ந்து போவதில்லை. சரம்சரமாய் தங்கத்தால் பூட்டினாலும், குழிக்குள்ள அமுக்கும்போது அத்தனையும் கத்திரிச்சு எடுத்துக்குவாங்களே! சுமங்கலியைக் கூட, தாலியைப் பிரித்தெடுத்து, 'மஞ்சள்' கட்டித்தானே உள்ளே இறக்குகிறார்கள். வாழும்போது அழகு பார்த்த எந்தப் பொருளும் போகும்போது அவளோடு போவதில்லை! 'பச்சை' மட்டும் விதிவிலக்கு! மண்ணோடு மக்கினாலும், அவளோடு சேர்ந்து மக்கும்!

கடைசி வரை தொடரும் 'இந்தத் தோல் பயணமே' ரணத்திற்குப் பின்னாலிருக்கும் உண்மை மகத்துவம்!

அழகுக்கு மட்டுமல்ல... மானம் மறைக்கவும் கூட. பச்சை பயன்பட்டிருக்கிறது! அது? லவுக்கைப் பச்சை!

கிராமங்களில்தான் அப்போதெல்லாம் லவுக்கை (ரவிக்கை) போடுவதில்லையே..? அமராவதி என்கிற பெண்ணின் கதை கேட்டால் புரியும். (என் அம்மாவிடம், 'உடம்புல பச்சை

குத்திக் கொள்ளாம, கையில் மட்டும் ஒரே ஒரு தேள் பச்சை குத்தியிருக்கியே... ஏன்?' என்று கேட்டதற்குக் கிடைத்த பதில் – லவுக்கைப் பச்சை குத்தின அமராவதியின் கதை).

அமராவதி பிறந்தது பட்டணம் (மதுரை பழங்காநத்தம்). வாக்கப்பட்டது பட்டிக்காடு. "ரயிலடியில வளர்ந்த பொண்ணை, 'பஸ் பார்க்காத பய' ஊருக்குக் கட்டிக் கொடுக்கணுங்கறீங்களே... சரிப்படுமா...?" உறவுக்காரர்கள் முட்டுக்கட்டை போட்டாலும், தாயும் தகப்பனும் கேட்பதாய் இல்லை.

மாப்பிள்ளை வந்து பார்த்தார்! ஓசரமா வாளிப்பான உடம்பு. வாஞ்சயான பேச்சு. ஆனால் அந்தக் கொடுக்கு மீசை மட்டும், அவர் 'கோவக்காரர்' என்பதை அவளது அடிவயிற்றுக்குச் சொன்னது! அவள் பயந்தது மாப்பிள்ளையைப் பார்த்து மட்டுமல்ல... கூட வந்திருந்த கூட்டம்... அந்தக் கிராமத்து நாகரிகம்! லேசாக மறுத்துப் பார்த்தாள். 'பயிர் பரிஞ்சு நின்ன' இரண்டு தங்கச்சிகளை நினைத்ததும், கல்யாணத்துக்கு ஒத்துக்கொண்டாள். திருமணமும் முடிந்தது!

அவளது நடை, உடை, பாவனை அத்தனையையும், புதுசாக வந்த ப்ளசர், லாரி போல, வேடிக்கை பார்த்தது ஊர். அவள் போட்டிருந்த செருப்பிலிருந்து, தலையில் கட்டியிருந்த ரிப்பன் வரைக்குமிருந்த 'பட்டணத்து வாடை' ஊர் முழுக்க மணத்தது!

அவளும் கருத்தரித்தாள்! அம்மா வீட்டில் ஆண் குழந்தையைப் பெற்றெடுத்து சந்தோஷத்தோடு புருஷன் வீட்டுக்குப் போனவள் அழுகையும், குழந்தையுமாக வந்து நின்றாள்!

வரதட்சிணை பிரச்சினையா? இல்லை... லவுக்கைப் பிரச்சினை!

"இந்தா பாருலா... கல்யாணம் கட்டின கையோட, லவுக்கையை அவுக்கச் சொல்லியிருப்பேன். சரி... பட்டணத்துப் பொண்ணாச்சேன்னு பார்த்தேன். அதான் ஒரு குட்டி போட்டாச்சில்ல. லவுக்கையை அவுத்தெறிஞ்சிட்டு மாராப்பைப் போட்டுக்க... எங்காத்தா, தங்கச்சி, ஊர் உலகத்து பொம்பளை எல்லோரும் லவுக்கை இல்லாமத்தான் இருக்காங்க... இதுல என்னடி வெக்கம்? சொல்றபடி நடந்தா இரு... இல்லேன்னா அப்பன் வீட்டுக்கு ஓடிப் போயிடு..." புருஷன் பிடிவாதமாகச் சொல்லிவிட்டதன் விளைவு அம்மா வீட்டில் அமராவதி!

அப்போதெல்லாம் கல்யாணம் முடிந்த கையோடு சின்னச் சின்ன லவுக்கைச் சண்டை நடக்கும்! அதுவும் பட்டணத்துப் பெண்ணாயிற்றே!

"ஆள் இல்லாத நேரத்துல, நான் கழட்டிப் பார்த்தேன். எனக்கே உடம்பு கூசுது. அப்படி திரியறதைவிட, எதையாவது அரைச்சுக் குடிச்சு செத்துப் போயிடலாம். என்ன தீர்த்துவிட்டுடுங்க... (விவாகரத்து)" அமராவதி புலம்ப அம்மாக்காரி ஆறுதல் படுத்தினாள்.

"பாம்பு தின்ற ஊருக்குப் போனா நடுத்துண்டு நமக்குன்னு உட்கார்றவதாண்டி இந்த உலகத்துல பொழைக்க முடியும்! ரவிக்கை போடாதது பட்டிக்காட்டுப் பழக்கம்டி. முதல்ல ஒரு மாதிரியா இருந்தாலும் போகப்போக சரியாயிடும்." அவளைத் தேற்றி, புருஷன் வீட்டுக்கே அனுப்பி வைத்தாள்.

அமராவதி, 'போன கையோடு' திரும்பி வந்தாள். உடம்பில் லவுக்கை இல்லை! அம்மாவைப் பார்த்ததும் குமுறி குமுறி அழுதாள்.

"நகை நட்டு வேணாம். பண்ட பாத்திரம் வேணாம்! நான் ஒண்ணு கேட்டா செய்வியா?"

"கேளுடி செய்யறேன்..."

"லவுக்கைப் பச்சை' குத்தி விடுவியா?"

இருக்கிற 'பச்சைகளிலேயே' ரணமும் வலியும் அதிகப்படியானது இது ஒன்றுதான்! பச்சைத் துணியை லவுக்கை சைஸிற்கு தைத்ததைப் போல முன்னும் பின்னும் பச்சை குத்துவது சும்மாவா?

ஆனாலும், மகளது கண்ணீரைக் கண்டதும், அம்மாக்காரி ஒத்துக் கொண்டாள்.

தோள்பட்டை, முதுகு, கை – பச்சை குத்தி முடித்த பின்னால், பெண்மையின் 'மென்மைப் பகுதிக்கு வந்தாள் கட்டுவிச்சி. வலி பொறுக்க முடியாமல், அழுது ஊரையே கூட்டினாள் அமராவதி.

"முடிஞ்சிருச்சு...! முடிச்சு மட்டும்தான்" (அப்போதெல்லாம் லவுக்கையின் கீழ்முனையை முடிச்சுதான் போடுவார்கள்) சொல்லிக்கொண்டே 'நடுவயிற்றில் லவுக்கை முடிச்சை' பச்சை குத்த உடம்பு லேசாக வீங்க ஆரம்பித்தது. கட்டுவிச்சி முடிச்சு போடுவதிலேயே குறியாக இருந்தாள்.

சுசி கணேசன்

உடம்பு லேசாக ஆடுவது போலிருந்தது. 'விசுக்'கென்று ஜன்னி கண்டது. கட்டுவிச்சி முடிச்சை முடிப்பதற்கு முன்பே அமராவதியின் மூச்சு நின்று போனது!

"நிறைய படம் போடணும்னுதான் பச்சை குத்தணும்னு உட்காந்தேன். அமராவதி கதையைக் கேட்டதும். பயமாப் போச்சு! 'விருட்'னு கையை இழுத்துட்டேன். அதான் ஒத்தைப் பச்சையோட (தேள்) நின்னுபோச்சு..." என்ற அம்மா பிறகு விளக்கம் கொடுத்தது:

இப்போது அந்த வேதனையெல்லாம் தேவையில்லை வலி யில்லாம, உடம்பில் பச்சை பதிக்க இயந்திரம் வந்தாகிவிட்டது. வரிசையில் நிற்கும் கட்சிப் பிரமுகர்களுக்கு 'இயந்திர வேகத்தில்' பச்சை குத்துவதென்பது சாதாரண காரியம்.

கட்சி விசுவாசத்தை மட்டுமல்ல. 'காதல் விசுவாசம்' கூட பச்சையால் விமோசனம் பெற்ற சம்பவங்கள் இங்கு ஏராளம்.

கட்சி உண்டாக்குவதாகட்டும், காதலித்த பின்னால் காதலனையே காதலியைக் கண் கலங்க வைப்பதிலாகட்டும்... 'பச்சை'க்கு நிகர் 'பச்சை'யே! அதே காதல், கை கூடாது போனால் கடைசி நேரத்தில் (சில பெண்களுக்கு) கை கொடுப்பதும் கூட பச்சைதான்.

காதலனின் பெயரையோ, உருவத்தையோ வீட்டுக்குத் தெரியாமல் தனது தொடையில் பச்சை குத்திக்கொண்ட பெண்கள் பிறகு மிரட்டுவார்கள்.

"எனக்கு வேற மாப்ளை பார்க்கிறதாயிருந்தா என் தொடையை பார்த்திட்டுச் செய்யுங்க. இதைப் பாக்கிற எந்தச் சொரணையுள்ள ஆம்பளையும் கூட படுக்க மாட்டான். மூணா நாளே வாழாவெட்டியா வந்து நிப்பேன்! பேசாம, நான் நினைச்சவனுக்கே என்னைக் கட்டிக் கொடுத்திடுங்க..!"

இதே பச்சையைப் பெற்றவர்களே, பிள்ளைகளுக்குக் குத்தி விடுகிற வழக்கமும் இருந்தது. தாய் மாமன் உறவு விட்டுப் போகக்கூடாது என்று நினைப்பவர்கள், பிறந்த உடனேயே 'மாமன் பெயரை'ப் பச்சை குத்தி விடுவதும், பின்னால் மனசு மாறும்போது (பொருளாதார ஏற்றத்தாழ்வுகளால்) அதே 'பச்சை' சாட்சியாய் வந்து நிற்க... சண்டை சச்சரவு, வெட்டு குத்து வரை போகும் உறவுகளும் உண்டு, தோழிகளுக்குள் கருத்து ஒத்துப் போனால், உடனே அவர்கள் நட்புக்கு அடையாளமாகச் செய்கிற முதல் காரியம் – மூவரும், மூவரது

பெயரை உடம்பில் எங்காவது பொறித்துக் கொள்வதுதான், பச்சையாக! இன்று நாம் ஃபோட்டோ ஃபிலிமில் பதிவு செய்து கொள்கிற நட்பை, அன்று உடம்பில் பதிவு செய்து கொண்டார்கள்! வைத்த பாசம் வெறியாகும்போது அதற்கும் பலியாவது பச்சைதான்

வலது தோளில் எம்.ஜி.ஆரைப் பச்சை குத்தியிருக்கும் பிச்சை, இடது கையை 'அம்மா'வுக்காக (ஜெயலலிதா) காலியாக வைத்திருக்கிறாராம். அதற்கு அவர் சொன்ன விளக்கம்.

கடவுளுக்குக் காணிக்கை செலுத்தறதுன்னா மொட்டை போடுறோம். மனுஷங்களுக்குப் புடிச்ச தலைவர்களுக்குக் காணிக்கை செலுத்தறது... இந்த மாதிரி பச்சை குத்திக்கிறது மூலமாத்தானே..." (வோட்டு இரண்டாவது காணிக்கையோ?) இப்படி பச்சைகளில் பல ரகம் இருந்தாலும், அவற்றில் முதல் ரகம் நெத்திப் பச்சை!

வளையல் போட வக்கு இருக்காது. அதனால் வளையல் போல கங்கணப் பச்சை! காலில் கொலுசு போட துப்பு இருக்காது. அதனால் கொலுசு போல தண்டைப் பச்சை. நெத்தியில் பொட்டு வைக்க வகை இருக்காது. ஆகவே, விதவிதமாய், நெத்திப் பச்சை அல்லது பொட்டுப் பச்சை. ஐடெக்ஸ் கறுப்பு மை வாங்குகிற அளவுக்கு வசதியிருந்தாலும் கூட, காடுகரைகளுக்கு போகிற அவசரத்தில் தீக்குச்சி கொண்டை தேடி, உருட்டி தேய்த்து பொட்டு வைக்க நேரம் ஏது? எல்லாவற்றையும் கணக்கில் கொண்டு வரையப்பட்ட நிரந்தரப் பொட்டுதான் – நெத்திப் பச்சை!

புருஷன் இறந்தால், பூ வைக்கக்கூடாது; பொட்டு வைக்கக் கூடாது என்றிருந்த காலத்திலேயே சத்தமில்லாமல் 'பொட்டோடு' உலவவிட்ட புரட்சி அது! (கொள்ளிக் கட்டையால் தீய்த்துக்கொண்டவர்களும் உண்டு!) "பின்னால் வந்த கணவனுக்கு முன்னால் வந்த பொட்டையும் பூவையும் ஏன் இழக்க வேண்டும்" என்கிற இன்றைய மாதர் உரிமைக் கோஷம், கிராமங்களை எட்டவில்லை. ஆனால், பச்சையின் சேவையில், 'பொட்டோடு உலவும் விதவைக் கிழவிகளை'க் கிராமங்களில் தாராளமாகப் பார்க்க முடிகிறது.

இன்று – பச்சை குத்துகிற கட்டுவிச்சிகளையும் காணோம்! உடல் முழுக்க பச்சை குத்துகிற பழக்கத்தையும் காணோம்.

"அது ஒரு பண்டாத வாழ்க்கையின் கலாசாரம். நாகரிகம் வளரவளர இதுமாதிரியான வழக்கங்கள் மறைவது

இயற்கைதான். தேவையும்கூட” என்றார் படித்த இளைஞர் முத்தையா!

“ஏதோ அந்தக் காலத்து படிக்காத ஜனங்க நாங்க... உடம்பு பூராவும் வரைஞ்சிக்கிட்டு திரிஞ்சோம்! இப்ப ராத்திரி படுக்கும்போது கவுனு (நைட்டி) போட்டுக்கிட்டல்ல படுக்கிறாக பொம்பளைக. நாகரிகம் அப்படி வளர்ந்திட்டுப் போகுதய்யா... நல்லா நிதானமாக போட்டோ புடிங்க... உங்க பேரன் பேத்திக் கிட்ட காட்டலாம்.” என்றார் லட்சுமியம்மாள் (முள்ளிப்பள்ளம்)

காது வளர்ப்பதும் இப்படித்தான் இனி பிறக்கிற குழந்தைகளுக்கு அப்பத்தாவின் காது வளையத்துக்குள் கையை நுழைத்து தண்டட்டியை இழுத்து விளையாடும் ஆனந்தம் கிடைக்காது! தெருச் சண்டை போடுகிறவர்களுக்கு, ‘காத அறுத்துப்புடுவேண்டி’ என்று வசைபாட வார்த்தை கிடைக்காது. ‘வெடுக்’னு ஈஸியா, அத்துக்கொண்டு ஓட திருடர்களுக்கு வாய்ப்புக் கிடைக்காது. ஏன் நமக்கே கூட சில வருடங்களில் சினிமாவில் பார்க்கும் பாக்கியம்கூட கிடைக்காமல் போகலாம். காரணம் இடைப்பட்ட காலத்தில் காது வளர்த்தவர்கள்கூட, கேலி கிண்டல் பொறுக்காமல் டாக்டரிடம் ஓடிப்போய், அறுத்து ஒட்ட வைத்துக் கொள்கிறார்கள்.

“அன்னைக்கு கண்டாங்கி சேலை கட்டினதுக்கு, தண்டட்டி பொருத்தமா இருந்தது! இன்னைக்கு நைலக்ஸ் புடவை கட்டும்போதும், தண்டட்டி ஆடுனா அசிங்கமா தெரியுது! பெத்த பிள்ளைகளே கிண்டல் பண்ணும்போது அறுத்து ஒட்டத்தானே சொல்லுது மனசு...” என்றார் முத்தம்மாள்.

காது வளர்க்கும் வழக்கம் மறைந்து விட்டது. ஆனால், பரவும் அந்நியக் கலாசாரம் பச்சைகுத்துவதை உயிர்ப்பித்தாலும் ஆச்சர்யமில்லை.

பி.கு.: குருத்தட்டுல (பக்கவாட்டு காது) மாட்டல் போடுகிற கிராமத்து வழக்கம் இப்போது நகரத்தில் பிரபலம்.

17

வேர்வையின் விலாசம்...

நாட்டில் முதல் வணக்கத்துக்குரியவன் – விவசாயி. மண்ணைக் கிண்டுவது சுகமென்று நினைத்தவனும் அவனே... இன்று அதுவே சுமையாகிப் போனாலும், மனம் கோணாமல் சுமப்பவனும் அவனே!

படித்தவர்களெல்லாம் சம்பள உயர்வுக்காக 'ஸ்டிரைக்' அறிவிக்கும் இந்த யுகத்தில், இந்தப் படிக்காத ஜனங்களும் 'ஸ்டிரைக்' அறிவித்து...

கஷ்ட நஷ்டங்களை அடக்கிக்கொண்டு ஒரு போக நெல் விளைச்சலைத் தள்ளிப் போட்டால்...

ஒரு பட்டத்திற்குப் பருத்தி போடாமல் கரிசல்பூமியைக் காய விட்டால்...

கத்திரிக்காயோ, அவரைக்காயோ – காய் கிழங்குகள் செடியிலேயே அழுகட்டும் என்று பத்து நாளைக்கு விட்டு வைத்தால் உளுந்து, துவரை, பூவாணி – நெத்து தட்டி, தூத்தி, மூட்டையாக்கி, புளுத்தாலும் பரவாயில்லையென மூன்று மாதம் வீட்டுக்குள் அடைந்து (அடுக்கி) கொண்டால்...

வாழையோ, கரும்போ, கடலையோ, எள்ளோ– எதுவும் இல்லாமல் சரியாக ஆறுமாசம் மண்ணைக் காயப் போட்டால்... பாராளுமன்றமும், சட்டசபையும் இவர்களது காலடியில்!

ஸ்டிரைக் பண்ணுகிறவர்களுக்கெல்லாம் கைமேல் பலன் கிடைப்பதை கண்ணாரப்

பார்க்கும் 'வேர்வை மணக்கும் விவசாயி'யும் ஒரு நாள் செய்து 'பார்ப்போம்' என்று இறங்கிவிட்டால். நாடு தாங்குமா?

'பாலுக்கு மாடு வளர்த்தான். பசிக்குப் பயிர் வளர்த்தான்' என்கிற ரீதியில் அமைந்திருந்தது, அன்றைய வாழ்க்கை! இன்று விவசாயம் – ஒரு தொழில்! மற்ற தொழில்களுக்குக் கிடைத்திருக்கிற அங்கீகாரமும், வசதியும் இதற்கும் கிடைக்காமற் போனால், கிராமங்களில் சிறுகச் சிறுகச் செத்துக் கொண்டிருக்கும் விவசாயத்தைத் தாங்கிப் பிடிக்க யாராலும் முடியாது!

ரெண்டு குறுக்கம் கரிசக் காடோ, செவக்காடோ இருந்தால் போதும்... 'புடிடா எம்பொண்ண! எப்படியும் கண்கலங்காம வச்சு கஞ்சி ஊத்திடுவே." என்று நம்பிக்கையூட்டிய காலம் போய், அஞ்சு குறுக்கம் பூமி இருக்கிறதென்று சொன்னாலும், "இவன் யாருடா பைத்தியக்காரன்... இந்தக் காலத்துல விவசாயத்தை நம்புறவன்! எல்லாத்தையும் வித்துப்புட்டு ஒரு பொட்டிக்கடை வை. பொழச்சுக்குவ..." என்று புத்திமதி சொல்லுகிற காலம் வந்துவிட்டது.

காரணம் – ஊருக்குள் டீக்கடை வைத்தவன் கூரைவீட்டை இடித்து கார வீடாகக் கட்டுவதையும், கலப்பை பிடித்தவன் கடைசி வரை 'கலப்பையே கதி' என்று கிடப்பதையும், கண்ணெதிரே பார்க்கிற ஜனங்கள்! ஆகவே இன்றைய கிராமத்தானின் பார்வையில் விவசாயம். ஒரு ஆத்தமாட்டாத (சுரத்தில்லாத) தொழில்! 'வக்குதொக்கு' (வழிவகை) இல்லாதவன் பார்க்கிற வேலை! விவசாயத்தின் மீதிருந்த மரியாதையும், ஆசையும் இளைய தலைமுறைக்கு சிறுகச் சிறுகக் கசந்துகொண்டிருப்பது சுற்றுப் பயணத்தில் தெளிவாகத் தெரிந்தது!

கிராமமும் விவசாயமும் உயிரும் சதையும் போல... சதை கிழிந்தால் உயிர்போகும்! உயிர் பிரிந்தால் சதை வீழும்! இதில் ஏதோ ஒன்று ஜரூராய் நடந்துகொண்டிருக்கிறது! ஒரு பக்கம் – அரசாங்கத்தின் 'திடீர்' கொள்கை மாறுதல்கள் – இன்னொரு பக்கம் – அரைகுறைக் கல்வி, சினிமா, பகட்டு நாகரிகம்... இப்படி எல்லாமும் சேர்ந்து அமுக்கிற அமுக்கில், மண்ணுக்கே மூச்சு முட்டுகிறது!

மூச்சுத் திணறலைப் பார்ப்பதற்கு முன்னால், மக்களது வாழ்க்கையோடு ஒன்றியிருந்த அந்த வெவசாயத்தைப் பார்த்து விடலாம்!

தோட்டக் கலையும், கால்வாய் பாசனத்தையும் கழித்துவிட்டுப் பார்த்தால், மாவட்டத்தில் பெரும்பகுதி மானாவாரி விவசாயம்தான் (மழை பெய்தால்தான் மகசூல்!)

வானம் இருண்டால் "சோ–னு ஊத்து! பயிர் பச்சை நல்லா முளைக்கட்டும்" என்று ஒருவன் உருகுவான். "ஐயோ... தண்ணி வடியாம நின்னா பயிர் அழுகிப்போ யிடுமே" என்று மற்றொருவன் மறுகுவான்! வெயில் சுட்டெரித்தால், "அப்பாடா...! பயிர் எந்திரிச்சிடும்..." என்று ஒருவன் சந்தோசப்படும் அதே வேளையில், "வெயிலு இந்தப் போடு போட்டா சருகா கருகிப்போயிடுமே பச்சைப் பயிரு" என்று மற்றொருவன் கவலைப்படுவான். இந்த ரெண்டுங்கெட்டான்களைத் தவிர்ப்பதற்கென்று 'பட்டம்' என்று (பருவம்) வைத்து, ஊர் கூடி, ஒரே நேரத்தில் 'விதைப்பு துவங்குகிற' பழக்கமும் இருந்தது!

சித்திரை பிறந்தால்... கிராமங்கள் களைகட்டிவிடும்! அதுவும் 'நாளேரு' சாட்டிவிட்டால், சொந்த பந்தங்களுக்குள் நடக்கும் கல்யாணங்காட்சிகளுக்குக் கூட ஊரை விட்டு யாரும் அகலமாட்டார்கள்!

காரணம் – நாளேரு என்பது அந்த ஆண்டு விவசாயத்தின் பிள்ளையார் சுழி! (கலப்பை) கொழுவைப் பட்டறையில் கொடுத்து 'அடித்து' (கூர்படுத்தி) வாங்குவது; காளை மாடுகளுக்குக் கொம்பு சீவி, லாடம் அடித்து, நீஞ்சவிட்டு குளிப்பாட்டி, செந்துருக்கப் பொட்டு வைத்து, கழுத்துக்கு மணி கட்டுவது; வண்டிச் சக்கரத்திற்குப் 'பட்டை' போடுவது; குடத்துக்கு மசகு போடுவது... கலப்பைக்கு... வெளக்கெண்ணெய் தேய்ப்பது... தார்குச்சிக்குக் குஞ்சம் கட்டுவது... என்று ஊரே அமர்க்களப்படும்!

இன்னொரு பக்கம் தரையில் பருத்தி விதையைக் கொட்டி, சாணி கரைத்து ஊத்தி, பிசைந்து, காயவைத்துக்கொண்டி ருப்பார்கள்! நாளேரு கிளம்பும் போது நவதானியத்தையும் கொட்டி, கலந்து ஓலைக் கொட்டான்களில் அள்ளிக்கொள்வார்கள்!

ஊருக்குப் பக்கத்திலிருக்கும் ஒரு காட்டில், எல்லோரும் கூடி, ஏர் பூட்டுவார்கள்! கைமாத்தி மாத்தி உழுவார்கள் – எல்லோரும் 'அள்ளி அள்ளி' விதைப்பார்கள்! மூணு வயசுப் பையனையும் தகப்பன் கலப்பை பிடிக்க வைக்கும் வைபவமும் அங்கே நடக்கும் (முடிசூட்டு விழா) சம்பிரதாய விதைப்பு

முடிந்ததும் – கலப்பையைத் தோளில் தூக்கிக்கொள்வார்கள்! கொம்பில் மூக்கணாங்கயிறு சுத்தினால் போதும்... காளைகளின் 'சலிங்... சலிங்' மணியோசை ஊரை எட்டும் போது... குமரிகளும், பொம்பளைகளும் 'மஞ்சத் தண்ணியோடு' வரவேற்கக் காத்திருப்பார்கள்!

விதைப்பு ஒன்றாக நடப்பதால் அறுவடையும் ஒரே சமயத்தில் நடக்கும்! அதனால்தானே திருவிழாக்களைக் கூட எல்லோரும் 'கூட்டாக' நின்று கொண்டாட முடிந்தது. இந்த ஒருமைப்பாடு மொய் ஏர், மொய் பிணையல், மொய் ஆளு என்று நீண்டுகொண்டே போகும்.

'இன்று எனக்கு நீ; நாளை உனக்கு நான்' என்கிற கணக்கில் ஒருவருக்கொருவர் உதவிக்கொள்ளும் 'ஒத்தாசை' அன்று இருந்தது! (இன்றும் கூட சில ஊர்களில் உண்டு).

இங்கேயும் சிறு விவசாயி, பெரு விவசாயி என்கிற பேதம் உண்டு. ஆனாலும், பெரு விவசாயிக்காகவாது விழுகிற அடியைத் தாங்கிக் கொள்ள தெம்பு இருக்கும். சிறு விவசாயி..?

நெல்லடித்து அம்பாரமாய்க் குவித்து 'வீசுபொலி' போடலாமென்று காத்துக் கிடப்பான்... காத்து 'ரவுண்டு கட்டி' (சுழன்று) அடிக்கும்!

'இந்தத் தடவை நெல் விலை ஏறும்' என்கிற நப்பாசையில் களத்திலே அளந்துவிடாமல் காயவிட்டு மூட்டை போட்டு அடுக்கி வைத்திருப்பான்... விலை சரிந்து, பாதியில் வந்து நிற்கும்.

கண்மாய்ப் பாசனம் இருக்கிறதே... தண்ணி பாய்ச்சுவதற்குள் தாவு தீர்ந்திடும். 'வாமடை' (வாய்க்கால் வழி) அடைத்துவிட்டு, கஞ்சி குடிக்கலாம் என்று உட்கார்ந்திருப்பான். தலைமறைந்ததும் வேறொருவன் தண்ணீரைத் திருப்பிக்கொண்டு போயிருப்பான். அசிங்கசிங்கமாய் திட்டி... சில சமயம் வெட்டு, குத்து வரை போவதுண்டு.

"அடிரா சக்கை, இந்த வருசந்தாண்டா கரும்பு திரட்சியா வளர்ந்திருக்கு" என்று சந்தோஷமாயிருப்பான். 'டன்' விலை 'டமால்' எனச் சரிந்திருக்கும்.

இந்த வருஷம் காத்து வீசலை... வாழத்தாரு நாப்பது அம்பது ரூபாய்க்குப் போகுமென்று கணக்குப் போட்டிருப்பான். மண்டியில் போய் பார்த்தால், வாழத்தார் லோல் படும். ஆறு ரூபாய்க்கு போனால் ஆச்சரியம்.

பருத்தி வெடிப்பு இந்த வருஷம் பரவாயில்லைன்னு நினைச்சிக்கிட்டிருப்பான். ராத்திரியோட ராத்திரியா காம்பு இருக்க பருத்தி மட்டும் களவு போயிருக்கும்.

கண்மாயில் தண்ணி கிடக்கிறதென்று நம்பி நாத்துப் புடுங்கி நட்டுடுவான். பயிர் பிக்கிற நேரத்தில் கண்மாய் 'பல் இளிக்கும்.' கிணத்துத் தண்ணிக்கு வரிசையில் நின்று பணம் கொடுப்பதற்குள் பயிரும் 'பல் இளித்துவிடும்', 'சாவி', (பதர்) யாக அடித்துக்கொண்டு போய் கட்டுக்கட்டாய் 'அடைய' வேண்டியதுதான்.

இப்படி அந்த வருஷம் வெள்ளாமை தோத்துப் போனால் அவர்கள் செய்துகொள்ளும் சமாதானம்... 'அடுத்த வருஷம் ஆண்டவன் படியளப்பான்.'

இப்படி இரண்டு முறை 'சாவி'யறுத்த அனுபவம் எங்க குடும்பத்துக்கும் உண்டு. அண்ணன் தம்பி எல்லோரும் சேர்ந்து அப்பாவைக் கட்டாயப்படுத்தினோம்.

"இந்தா பாருப்பா... கொடுக்கிற காசை வச்சு நிம்மதியா உட்கார்ந்து சாப்பிடு. காசை வயல்ல போட்டு 'சாவி'யறுக்க வேணாம்" என்று சொல்லிப் பார்த்தும் கேட்கவில்லை. விளைவு – நிலத்தை விற்றுவிட்டோம். கரிசக்கோடு இருக்கிறதென்ற ஆறுதலில் அவரும் ஒத்துக்கொண்டார்.

இந்த முறை கிராமத்துக்குப் போனபோது 'விவசாயக் கணக்கு' கேட்டோம். (கரிசல் காட்டில் 'சூரிய காந்தி' போட்டிருந்தார்)

ஆன செலவு ரூ. 1,600. சூரிய காந்தி விதை விற்ற வரவு ரூ. 1,300.

ஏர் பிடிச்சவன் கணக்குப் பார்த்தா, தார்க்குச்சிகூட மிஞ்சாது என்பது சரியாகத்தான் போனது.

"தரிசா போட்டிருந்தா 300 ரூபாயும், உழைப்பும் மிச்சமா யிருக்குமில்லேப்பா?" அப்பாவைக் கேட்டோம்.

"தரிசாப் போட்டா, மத்தவங்க ஒரு மாதிரி பேசிப் புடுவாங்களே... அந்த மரியாதைக்காவது ஊரோடு சேர்ந்து என்னத்தையாவது விதைச்சுத்தானே ஆகவேண்டியிருக்கு..." என்றார் அவர். இனிமே அந்தக் கஷ்டம் வேண்டாமென்று அந்த நிலத்தையும் வித்துவிட்டோம்.

இப்படி கௌரவத்திற்காகவும் கணக்குப் பார்க்காமல் 'வேறு வழி' தெரியாமலும் விவசாயம் பண்ணிக்கொண்டிருப்பவர்கள் நிறைய பேர். ஆனாலும் அந்த வாழ்க்கையில் இருந்த யதார்த்தத்தை மறப்பதற்கில்லை.

கம்மாக்கரையிலே ஒத்தையிலே நடக்கும்போது, செவித் துணையாக மிதந்து வரும் கமலையின் 'கீச்... கீச்...' சத்தம். நாத்தாங்கால் தண்ணிக்குள் உட்கார்ந்து காணப்பயறு துவையலைத் தொட்டுக்கொண்டு கூழு குடிக்கிற சுகம்; நெல் சூடு அடித்து முடித்து மேலேயே படுத்துக்கொள்ள அது கொடுக்கும் கணகணப்பு; போகிற போக்கில் நசுக்கித் தின்னுகிற கம்மங்கருது ருசி; வேலை அலுப்பையும் வெயிலையும் மறக்கடிக்கிற காட்டுப்பாடல்.....

"ஏம் மாமா... மடிக்குள்ள இம்புட்டு பருத்தி ஒளிச்சு வச்சிருக்கீங்களே...?!" "பருத்தி இல்லடியாத்தா அது..." முறைப்பெண்களோடு நடக்கிற நையாண்டிப் பேச்சு! வாழைப்பூவுல தேன்குடிக்கிற இதம்; மத்தியான வெயில்ல ஊருணியிலே உட்கார்ந்து பருத்திக்கு கிழங்கு, பயறு வாங்கித் திங்கிற சுகம்; விளைஞ்சதை வித்து புதுத் துணிமணி உடுத்துகிறதில இருக்கிற திருப்தி...

அந்தக் கசப்பான வாழ்க்கையிலும் சுவையேற்றிக் கொண்டவர்கள் இந்த மக்கள்.

இன்று-

நாளேரு என்பது பல கிராமங்களில் மறைந்தேவிட்டது. – காரணம், ஊருக்கு மூன்று நான்கு தலைவர்கள். பழையூரைச் சேர்ந்த மக்கள் சொன்னார்கள்; "காட்டு வெள்ளாமை ஒரே நேரத்தில் ஒரே மாதிரி இருந்தது. இப்போ நிறைய தோட்டக்காடு ஆகிப்போச்சு. (கமலை மறைகிறது). எல்லா நேரத்திலயும் வெள்ளாமை நடக்குது. எங்க போய் நாளேரு வைக்கிறது!? முன்னாடி, கருது அறுப்பு கூட ஊர் கூடி ஒண்ணாத்தான் முடிவெடுப்போம்..." என்றனர்.

காளை மாடுகளின் எண்ணிக்கை குறைந்ததும் ஒரு காரணம் (டிராக்டர் உழவு கிராமங்களில் கூடிக்கொண்டிருப்பது அறிவியல் வளர்ச்சி).

ஒரு முக்கியமான அமைப்பு சிதைந்து போனதும் விவசாயத்திற்கு ஒரு பேரிழப்பு. பஞ்சாயத்து வலுவோடு இருந்த நேரத்தில் 'வெள்ளாமையில்' களவு போவது

கட்டுப்பட்டிருந்தது. காரணம் – காவல் (வழி வழியாக வந்த ஒரு குடும்பத்தின் பெயரே அதுதான்). 'பஞ்சாயத்துக்குப் பயம்' மறைந்ததால் 'காவல்'–க்கு மரியாதை குறைந்தது. 'அழிமாந்திரம்' பெருகிக் போய்விட்டது. திருட்டுக்கும், ஆடு, மாடு மேயவிட்டதற்கும்... போலீஸ் ஸ்டேஷனிலா போய் நிற்க முடியும்? இப்போதெல்லாம் 'வெள்ளாமை வீடு வந்து சேர்ந்தால் அது ஆண்டவன் புண்ணியம்' என்கிற நினைப்புகள் விவசாயிகள் மத்தியில்...

கல்லூரி டிகிரி வாங்கிய இளைஞர்கள் ஒருபக்கம் பெருத்துக் கொண்டிருக்கிறார்கள். விவசாயத்தில் முழு மனசோட இறங்க முடியாமலும், வேலை கிடைத்துவிடும் என்கிற அரைகுறை நம்பிக்கையிலும் ஊசலாடிக்கொண்டிருக்கும் இளைஞர்களை விவசாயத்தின் பக்கம் திருப்ப எல்லாத் தகப்பனார்களுக்குமே தயக்கம். 'தங்களாலேயே இழுக்க முடியவில்லையே... தங்கள் பிள்ளைகள் ஏன் லோல் படவேண்டும்?' என்கிற விரக்தியால் படிக்காதவர்களைக் கூட 'உழவு வாரிசாக்க'த் தயங்குகிறார்கள்.

இன்னொரு பக்கம் சினிமா, டி.வி.! கல்யாணம், கருமாதிக்கெல்லாம் இப்போது 'டி.வி. – டெக்'கில் இரண்டு படம். சேதி கேட்டால் போதும்... கூலி வேலை செய்பவர்களுக்கு வேலை ஓடாது. பொழுது புலர்வதற்கு முன் காட்டுக்குள் இறங்கி, பொழுது மசங்கிய பிறகு வெளியேறிய காலம் மலையேறிப் போனது. உச்சிப் பொழுது நகர்ந்தால் போதும்... தூக்குச் சட்டியைத் தட்ட ஆரம்பித்துவிடுகிறார்கள். முன்பாவது தவசக் கூலி, வீட்டில் தவசம் (தானியம்) இருந்தது. அள்ளிப் போட்டதில சுமை தெரியவில்லை. இன்று ரூபாய் நோட்டாக நீட்டிய போதிலும் வேலை சுத்தமாக நடக்காத நிலையில், 'தரிசு போட்டு விடலாம்' என்ற எண்ணம் தலை தூக்கியிருக்கிறது.

சின்னமனூரைச் சேர்ந்த பெரியண்ணன் என்பவர் சொன்னார்: "இந்த அரசாங்கம் வந்ததும் இலவச கரண்ட் இல்லைன்னு சொல்லிடிச்சு. நாளைக்கு வர்ற அரசாங்கம் எதெது இல்லைன்னு சொல்லப் போகுதோ! அதுக்குள்ள விவசாயத்தை விட்டுபுட்டு வேற தொழிலுக்குப் போயிடணுமுங்க". (ஊரை ஒட்டியிருக்கிற நிலங்களை பிளாட் போட்டு விற்பது பற்றி யோசித்துக்கொண்டிருக்கிறார்.)

விவசாயம் அழிந்து போகாது. நைந்து போனால்...?

18

எங்கே எங்க பாட்டு?

சுகமாயிருந்தாலும் பாட்டு, சோகமாயிருந்தாலும் பாட்டுத் (துந்தனாவோடு) பிச்சையெடுத்தாலும் பாட்டு, (நாடகத்தில்) ராசா வேசமிட்டாலும் பாட்டு; கருதறுத்தாலும் பாட்டு, காவக் காத்தாலும் பாட்டு; குப்பை அடித்தாலும் பாட்டு, கலப்பை பிடித்தாலும் பாட்டு; மாரியாத்தாளுக்கும் பாட்டு, பாரிவேட்டைக்கும் பாட்டு; தனிமையிலிருந்தாலும் பாட்டு, கூடியிருந்தாலும் பாட்டு...

எம்(ன்) ஓடுமான் ஓட எங்கண்ணே
ஒரு மான் பின் தொடர...
எங் காட்டுமான் ஆராரோ எங்கண்ணே
கவரிமான் கண் அசர...
நீ ஏறுவது வெள்ளானை என் அய்யா
நீ இறங்குவது தங்கரதம்...
நீ போடுவது பொம் பதக்கம் என் அய்யா
நீ பேசுவது ராசகோலம்...

தொங்குவது 'ஏழு கிழிசல்' கண்டாங்கிச் சேலை (தொட்டில்) என்றாலும் (கவிதைக்குப் பொய் அழகு!) பிறந்த பிள்ளையைக் கண்மூடித் தூங்க வைக்கப் பாடும் தோராட்டிலிருந்து (தாலாட்டு) அது வளர்ந்து, ஆடி, ஓடி, ஓய்ந்து, மரணப்படுக்கையில் கிடக்கும்போதும்...

அஞ்சு ரூவா தந்தி விட்டு
அவசரமா மக்க வந்து
பஞ்சு கொண்டு பாலூத்தி

பட்டு கொண்டு வாய் துடைத்து
வருசை மக்க பாலூத்த
வானத்துல போகுதல்ல...
என் அய்யா ராசாங்கமே
நீங்க என்ன சொல்லி கண்ணசந்தீங்க...
உங்க மக்க தழைக்க வேணும்
உங்க மருமக்க தழைக்க வேணும்
உங்க பிள்ளைக தழைக்க வேணும்
உங்க பேரன் பேத்தி தழைக்க வேணும்...

என்று இமையிரண்டையும் மூடுவது வரை, கிராமத்து பூமியெங்கும் ஒரே பாட்டு வாசனைதான்!

அந்த வாசனை இன்னும் மணக்கிறதா?

மணக்கிறது - 'காலிடப்பா' மணம்! அதுவும் மூத்த தலைமுறை ஒன்று இன்னும் வாழ்ந்துகொண்டிருப்பதால்!

அறிஞர்களும், பேராசிரியர்களும் இவை 'அழிவது' கண்டு டேப்ரிக்கார்டர்களோடு சென்று பாடல்களைப் பத்திரப்படுத்திக் கொண்டிருக்கும் வேளையில்... என் பயணமும்! (சேகரிக்க அல்ல! அவை குறையும் காரணம் கண்டறிய.)

ஆவியூரைத் தாண்டி 'பைக்' ஓடிக்கொண்டிருந்தது. உச்சி வெயில். தண்ணி தாகம். தோட்டக் கிணறு ஒன்று கண்ணில் பட்டது. மிளகாய்த் தோட்டத்து வரப்பில் இறங்கி, நடந்து, தண்ணி குடித்து நிமிர்ந்தேன். வேப்பமரக் கிளையில் ஒரு தொட்டில், போட்டோவுக்காகக் குத்த வச்சு உட்கார்ந்தபோது (போட்டோகிராபரும்),

"யே... யாரய்யா காட்டுக்குள்ள" என்று ஒரு குரல். குரல் வந்த திசையில் நடந்தேன். பத்துப் பதினைந்து பெண்கள் 'மிளகாய் பழம்' பெறக்கிக் (பொறுக்கி) கொண்டிருந்தார்கள். விவரம் சொல்லிவிட்டுக் கேட்டேன்.

"அது யார் குழந்தை...?"

"யடியே... கேட்காருல்ல... சொல்லுடி" - ஒரு பெண்

"என்னதுதான் சார்..." சின்னப்புள்ள என்றொரு பெண்.

"தாலாட்டு பாடுற மாதிரி ஒரு போட்டோ எடுக்கணும்..."

"அய்யய்யோ! எனக்குத் தோராட்டெல்லாம் வராதுங்க..."

சுசி கணேசன் | 173

"ஏன் சார் சினிமாப் பாட்டெல்லாம் பாடலாமில்ல..." (பதிலை எதிர்பார்க்காமல்) "ஏ... எந்திரிச்சு போடி... சின்னத் தம்பியில வர்ற பாட்டைப் பாடு..." (தூளியில ஆட வந்த...)

"தாலாட்டு தெரிஞ்சவங்க யாருமில்லையா?"

ஒருத்தரையொருத்தர் பார்த்து, வெட்கமாகச் சிரித்துக் கொண்டார்கள்.

சட்டென்று ஒருவர் நிமிர்ந்தார்.

"வாங்க" என்றேன்.

எல்லோரும் 'கெக்பிக்கே' என்று சிரிக்க,

"எதுக்கடியாத்தா சிரிக்கிறீங்க... இடுப்புச் சேலை நகண்டுகிடுச்சுன்னு நிமுந்தேன் (நிமிர்தல்)... நமக்கு தாலாட்டெல்லாம் தெரியாதய்யா..." மீண்டும் மிளகாய் செடிகளுக்குள் குனிந்தார் அவர்.

"எங்க வீட்டுல பிரிங் தொட்டில்தான். இழுத்துவிட்டா அதுபாட்டுக்கு ஆடும்... கீழேயும் மேலேயும் ஆடும்போது எதுக்குடி பாட்டு–ன்னு எங்கப்பத்தா கூட சும்மாதான் உட்கார்ந்து கிடக்கும்..." ஒரு பெண்

"இப்ப யாரு பாடுறா? பாடினாலும், 'யே... நிறுத்துடி! கதவிடுக்கல மாட்டிக்கிட்ட எலிக்குஞ்சாட்டம் கத்திக்கிட்டு...'ன்னு புருஷன்காரனே திட்டுறான்..." இப்படி ஒரு பெண் சொல்ல மீண்டும் சிரிப்பலை.

"யே... என்னங்கடி விளையாட்டு... வந்தவர்கிட்ட நீங்க போங்க தம்பி... இவளுகளுக்கு ஒண்ணுந் தெரியாது..." மற்றொரு குரல்.

"நில்லுங்க சார்! யே பழனியம்மாக்கா... உனக்குத் தெரியுமில்ல... நாலு வரி பாடிட்டுவா... போ!"

ரொம்ப தயங்கியவர், கூட இருக்கிறவர்களது நச்சரிப்பு தாங்காமல் எழுந்து வந்தார். தொட்டிச் சேலையைக் கூட்டிப் பிடித்து 'ரே... ரே... ரே...' என்று ராகம் போட்டு இழுத்தவர், 'சடக்'கென்று நிறுத்தி... நாணிக் கோணி நெளிந்தார்.

"இப்படியே படம் புடுச்சுக்கங்க... எல்லாம் மறந்து போச்சு..."

“கூச்சப்படாதீங்க... சும்மா பாடுங்க...”

“பாட்டெடுத்தா சரடு மாதிரி வரணும். வரமாட்டேங்குதே... காளியாத்தா பொதுவா அம்புட்டும் மறந்து போச்சு தம்பி...” என்று இழுத்தார்! வயதானவர்களுக்குமா?

தாலாட்டு கூட ‘வாய்பாடு’ போலத்தான் ‘படிக்கப் படிக்கப் பழகும்’. காரணம், ராகம் ஒன்றுதான்! ‘சரக்கு, தாய்க்குத் தாய் மாறும்!’ ஒவ்வொரு தாயும் தனது பிறந்த வீட்டுப் பெருமையைப் பீத்திக் கொள்ள கிடைக்கும் வாய்ப்பு – இது மாதிரி தாலாட்டுப் பாடல்களில்தான். தொட்டிச் சேலை எடுத்துக் கொடுக்க வக்கில்லாத மாமனைக்கூட ‘தங்கக் கொடி’ பூட்டிய மாமனென்று வர்ணிக்கும் வேளையில் – பெத்த வீட்டுப் பாசம் கண்ணை நனைக்கும். (புகுந்த வீடு கொடுமையாயிருந்தால்) பாடிக்கொண்டே அழுது விடுவாள். குழந்தை தூங்கியது பார்த்து, பிறகு கண் துடைத்துக்கொள்வது காடுகளில் தாலாட்டு பாடுகிறபோது வாடிக்கையாய் நடக்கும். (வீட்டுக்குள் அழ முடியாதே!).

ஒருவிதத்தில் தாலாட்டுப் பாடும்போது தாயும் சுகம் கண்டாள். பூமியைச் சுமக்கும் பொண்ணாய் விடிந்ததிலிருந்து உறங்கும்வரை உழைத்து ஓடாய்த் தேய்பவளுக்கு ‘தாலாட்டுப் பாடுவது’ கூட ஒரு குட்டி எண்டர்டைன்மெண்ட்.

கட்டைத் தொண்டையோ, கணீர் தொண்டையோ... காட்டுவழி போகிறபோது மெல்லியதாய் ஒரு தாலாட்டுக் குரல் அங்கங்கே தொட்டுக்கொண்டு வரும்! வீட்டுக்குள் தோராட்டினாலும், வீதியில் போகிறவர்களையும் காது நனைக்கும். அதுவும் பேறு காலமான வீட்டில், நடுச் சாமத்திலும் ‘ரே... ரே... ரே...’ தோராட்டு நீண்டு கேட்கும்.

இப்படி அப்பட்டமாக ஒளிவு மறைவின்றிப் பாட்டுச் சத்தம் கேட்டுக்கொண்டிருந்ததால், அடுத்த தலைமுறைப் ‘பிஞ்சு’களும் ‘வெகுவாக’ப் பாடம் பண்ணிக்கொள்ள முடிந்தது.

இன்று டேப்ரிக்கார்டரையும், சிலோன் ரேடியோவையும் திருகிவிட்டு குழந்தையைத் தூங்க வைப்பவர்களும், ‘சூ... .சூ... பூனை வருது கண்ணை மூடு’ என்று பயமுறுத்தி தொட்டில் ஆட்டுபவர்களும் பெருகிவிட்ட நிலையில், ‘தோராட்டு’ மறந்து போகாமல் என்ன செய்யும்? (அறிவியல் வளர்ச்சி அன்று வந்திருந்தாலும் இதுதான் நடந்திருக்கும்!)

மறந்தவர்கள் மத்தியிலும், மகள், பேத்தி, பேத்திக்கு பேத்திக்கென்று சளைக்காமல் தாலாட்டிக்கொண்டிருக்கும் கிழடுகள் கிராமத்தில் நான்கைந்து பேர் இருக்கத்தான் செய்கிறார்கள். கீரனூரைச் சேர்ந்த குருவாயி சொன்னார். “என் ஆத்தா நல்லாப் பாடும். குழந்தை ‘நைய்’ ‘நைய்’ன்னு அழுதா ஆத்தா வீட்டுல விட்டுட்டு வந்துடுவேன்... தோராட்டி தூங்கவச்சு என் வீட்டுல போட்டுட்டுப் போயிடும்...”

இந்தக் கிழவிகளைத்தான் திருவிழாவன்று ஊரும் தேடும் ‘முளைப்பாரி கும்மி’க்கு!

முளைப்பாரி...?

திருவிழாக் காலத்தில் வீட்டுப் பெண்கள் சுத்தமாயிருக்கக் கண்டுபிடித்த சூத்திரம்.

முளைகட்டின பயிர் அம்மனுக்குப் பிடிக்குமாம்! புதிய ஓடு வாங்கி, எருவும் மண்ணும் கலந்து, இருட்டறையில் வைத்து, நவதானியம் போட்டு முளைக்க வைப்பார்கள். தினமும் குளித்து சூரியன் உதிக்கும் முன்பும் மறைந்த பின்பும் தண்ணியூத்தி வளர்ப்பது அந்த வீட்டுப் பெண்கள் கடமை! ஏழு நாள் கழித்து கோவில் முன் கும்மி! (முளைப்பாரி உயரமாய் வளர்ந்திருந்தால் –‘ரொம்ப சுத்தம்’ என்று அர்த்தமாம்!)

ஊரெல்லாம் ஒண்ணுகூடி
ஒசந்த வார்த்தை பேசையில
அடுக்கு பானை பயறெடுத்து
வாளியில ஊறவச்சு.....
வாடாம வதங்காம வளர்த்தனடி மாரியம்மா
வையை ஆத்துத் தண்ணியில
நீ போராயடி காளியம்மா...

குனிந்து நிமுந்து கும்மியடித்துப் பாடினால், கூடி நின்று ரசித்து, மெச்ச (பாராட்ட) ஒரு இளந்தாரிகள் கூட்டம் இருந்தது அன்று! இன்றைய இளைஞர்களுக்குச் சொல்லவா வேண்டும்?

“நீ அடிச்சதும் கும்மியா? சூப்பர்! அடுத்த வருஷம், ரெண்டு கூடை சாணி அள்ளி வைக்கிறேன்... நிறைய எருவட்டி தட்டி, தா...” நையாண்டியோடு, நாகரிகமும் சேர்ந்துகொண்டதால், முளைப்பாரி சுமக்கவே ஒரு சுணக்கம்!

ஊருக்குள்தான் கூச்சம். காடுவெளிகளில்?

“ஒண்ணு – சினிமாப் பாட்டு பாடுதுக. இல்லன்னா சினிமாக் கதை சொல்லிக்கிட்டே களை எடுக்குதுக... அதுவும் இல்லன்னா பக்கத்துவீட்டுப் புறணி ! தப்பித் தவறி நம்ம வாயைத் திறந்தா, இந்த நாட்டுப் பாட்டு அதுகளுக்குப் பிடிக்க மாட்டேங்குது. ஒரு காலத்துல பாட்டு படிக்கிறதுக்காகவே என்னை வேலைக்குக் கூட்டிட்டுப் போவாக. அது லாயக்கு படாதுன்னு சத்துணவு மையத்துல ஆக்கிப் போடப் போயிட்டேன்...” என்றார் முதலியார் கோட்டைச் சேர்ந்த வேலம்மாள். இவருக்கு வாய் திறந்தால் பாட்டாய்க் கொட்டுறது ! இருந்தும் ‘கிராமத்து மண்ணே வெறுக்கிறதே’ என்கிற ஆதங்கம்.

ஐம்பதுகளில் கிராமங்களில் நுழைந்த கிராமபோனும், குழாய் ரேடியோக்களும் ‘பிறந்தாலும் பாட்டு, இறந்தாலும் பாட்டு’ என்றிருந்த யதார்த்தத்தை அடித்து, துவைத்து, காயப்போடும் என்று யாரும் நினைத்திருக்க மாட்டார்கள். இழவு வீடுகளில்கூட மைக்செட் போட்டு முழக்குகிற சமீபத்திய நடைமுறை. அதற்கு ஓர் உதாரணம்.

அன்று – வீட்டுல ‘துக்கம்’ விழுந்த செய்தியைப் பொம்பளைகளின் ஒப்பாரிப் பாட்டுத்தான் ஊருக்கு அறிவிக்கும். இப்போது அந்தப் பணியை, தொடர்ந்து கேட்கும் சோகப்பாடல்கள் செய்கின்றன.

“யே... என்னாங்கப்பா ஒரே சோகப்பாட்டா போடுறீங்க... போன உசுரு திரும்பவா போகுது. நடுவுல ரெண்டு பாட்டு மாத்தி போடுங்கப்பா...” என்று கோட்டி பிடிச்சவன் யாராவது குரல் கொடுத்தால் போதும்... இடையிடையே ‘சின்ன ராசாவே சித்தெறும்பு’ கடிக்கும் ! ‘கேமா’ன்னு அழுது புரண்டு (இயற்கை மரணத்திற்கே !) ஆர்ப்பாட்டம் பண்ணுகிற காட்சியெல்லாம் மெல்லக் குறைந்து, கேத வீட்டிலும் (துக்க வீடு) கலகலப்பு கூடிக்கொண்டிருக்கிறது.

இன்னும் சிலர் இழவுக்கு ‘கூத்து’ வைத்து விடுகிறார்கள். ஆம்பளைக்கு அலி வேசம் போட்டு அவர்களோடு சேர்ந்து கோமாளி பண்ணுகிற கூத்தை ரசிக்க... கூட்டம் ஏகமாய் கூடுகிறது. ‘வாக்கட்டு’ கட்டி வீட்டுக்குள் ‘பொணம்’ கிடக்க, வாசலில் நடந்த கூத்தை நேரில் பார்த்தபோது... ஆச்சரியமாய் இருந்தது !

“யே மதுனி ! எதுக்கு அழுகிற...?” – கோமாளி. “ஓங் அண்ணனைக் காணோம்...” – அலி வேசமிட்டவர்.

சுசி கணேசன் | 177

“எங்க போனாரு?”

“உழவுக்குப் போனாலும் உடனடியா வந்துருவாரு... இழவுக்குப் போனவரு இன்னும் வந்து சேரலையே...”

“படுத்துத் தூங்கு. வந்துடுவாரு...” “இருட்டுக்குள்ள என்னைக்கும் ஒத்தையில படுத்ததில்லை; நான் ஒத்தையில படுத்ததில்லே...”

“உதவிக்கு நான் வர்றேன் மதுனி!”

அப்போதும் அழுகிறாள்.

“எதுக்கு அழுகுற...?” “இழவுக்குப் போன மச்சான் இருட்டுலயே திரும்பி வந்தா... இங்கேயும் ஒரு இழவு விழுகுமின்னு...”

பாட்டு முடிவதற்கு முன்பே சிரிப்பலை எழும்புகிறது!

“யே... ஆட்டத்தை நிறுத்துங்கப்பா... தண்ணிக்குப் போற பொம்பளைக கிளம்புங்க, நேரமாகுது...” இப்படி ஒரு பெரியவர் குறுக்கிட, ஒரு இடைவேளை!

இது ஒட்டுமொத்த மாற்றமில்லை. ஆனால் ஒரு வேகமான மாற்றம்.

கேத வீட்டில், கூட்டம் வேடிக்கை பார்ப்பது அன்றும் இருந்தது! அது.

மாரடிப்பு! சிரிப்புக்குப் பதில் சோகத்தைப் பிழிந்தெடுப் பார்கள். (சிவாஜி அழுகையே வெகு சீக்கிரத்தில் மக்களுக்கு ‘போர்’ அடித்துப் போனதே!) அடுத்த நாள்தான் ‘எடுக்க’ப் போகிறார்கள் என்றால் மாரடிப்பு விடிய விடிய நடக்கும்.

அந்த - ஆத்தாடியோ ஆத்தாடியோ...
அந்த - அம்மாடியோ அம்மாடியோ.....
அந்த - மூங்கிப் பண்ணை பொய்கையிலே
அந்த - நீங்க முகங் கழுவப் போனீகளோ
அந்த - மூங்கி முள்ளு குத்தினது
அந்த - நீங்க முகஞ் சாஞ்சு வந்தீகளோ...

அந்த - எட்டு வகை பச்சிலையாம்
அந்த - இருபத்தோரு மாத்திரையாம்

அந்த - பொன்னு நல்ல ரோட்டாவிலே
அந்த - போட்டு அரைச்ச மாத்திரையை
அந்த - மூணு நல்ல விரலாலே
அந்த - நுனி நாக்குல தொட்டுவைக்க
அந்த - ஐயா - ராசாங்கமே...
அந்த - இரும்பால கோட்டை தாண்டி
அந்த - எலக்கட் லைட்டைத் தானமத்தி
அந்த - இரு சனத்தைக் கண்ணமத்தி
அந்த - ஈசுவரரைக் கண்மெரட்டி
அந்த - ஏமர்களும் தூதர்களும்
அந்த - ஏட்டெடுத்து பாத்தாகளாம்...
அந்த - ஏட்டெடுத்து பாக்கும்போது
அந்த - எழுத்துகளும் முடிஞ்சதய்யா...

பாட்டு முடியும்போது பொம்பளைகள் முந்தானையில் 'மூக்கு உறிஞ்சுகிற' சத்தம் கேட்கும். விடிய விடிய நடந்த ஒப்பாரி, மாரடிப்புக்குப் பின்னும் ஒரு காரணம் இருந்தது–.

மரணத்தைப் பற்றி இன்றிருந்த விஞ்ஞானபூர்வ சிந்தனை அன்று இல்லை. பயம்! அந்தப் பயம் போக்கவே அவர்கள் அலுக்காமல் பாடிக்கொண்டிருந்தார்கள்.

இன்னொரு சமூகரீதியான காரணமும் சொல்லுவார்கள். பெண்ணுரிமை மறுக்கப்பட்ட காலம் அது. மன வேதனையைப் புருஷனிடம் கூட பகுந்துக் கொள்ள முடியாத சோகம். அதற்கெல்லாம் வடிகால் – இழவு வீடு. ஒரு மூச்சு அழுது முடித்தால் மனசு ஆறிப் போகும். 'அமருங்க... அமருங்க...' என்று தண்ணீர் தெளித்து நிறுத்தச் சொன்னாலும் சிலர் அழுதுகொண்டிருப்பார்கள்.

இவற்றில் ஊர் உத்து கவனிப்பது – மகள் ஒப்பு சொல்லி அழுவதைத்தான்.

அவளது 'ஒப்பு' கூடி நிற்பவர்களையும் கலங்க வைத்தால் 'பாவம் அந்தப் பொண்ணு' என்று உச்' கொட்டுவார்கள்.

'ஒப்பு இல்லாத அழுகை'யைச் சோகம் என்று ஏற்றுக்கொள்ளாத கிராமங்கள் இன்றும் உண்டு. கிராமத்துப் பொண்ணாய்ப் பிறந்தவளுக்கு எந்தப் பாட்டு தெரியாவிட்டாலும்,

'ஒப்பு' தெரிந்தாக வேண்டும். அதனாலேயே அடுத்தநாள் தண்ணி எடுக்கிற இடம்... பெண்கள் கூடும் இடத்திலெல்லாம் 'அவ எப்படிடீ ஒப்பு சொல்லி வந்தா?' என்று பாடிப் பாடி பாடம் பண்ணிக் கொள்வார்கள்.

இன்று –

வேலை வெரி சிம்பிள்! கண்ணு, காது போன கிழவியென்றாலும், ஒப்பாரி பாடத் தெரிந்தால், ஒரு கலர் உடைத்துக் கொடுத்து 'மைக்' முன்னால் அழுக வைத்துவிடுகிறார்கள். 'ஒப்பாரி' ஒரு சம்பிரதாயமாக மதிக்கப்படும் வரையில் இந்த 'மைக் அழுகை' தொடரும்!

19

ஆசான்

வாத்தியார் போர்டில் எழுதிக்கொண்டிருக்கும் போது கொரகொரன்னு சத்தம் கேட்கும். சாக்பீஸ் ஒடியும். ஓரக்கண்ணால் ஒரு பார்வை பார்த்தால் போதும், ஊரில் ஒரு ஊமத்தஞ் செடியும் உயிரோடு இருக்காது-.

இலை பிடுங்கி, அடுப்புக்கரி சேர்த்துத் தட்டி, நசுக்கி, கை காலெல்லாம் கறுப்பு மை ஒழுக... போர்டில் பூசுவதற்கு - போட்டி இருக்கும். மா போல அடுத்த நாள் வாத்தியார் எழுத மாணவர்கள் மத்தியில் ஒரு நிம்மதி.

வாத்தியார் வெளியூர்காரர் என்றால், அவரது சைக்கிளுக்கு 'கிண்'ணென காத்தடித்து வைக்க, அவர் சீட்டைத் தட்டி உட்கார்ந்து கிளம்பியதும் கிடைக்கிற சிலாகிப்பு.

டீச்சருக்கு குழந்தையிருந்தால் பிஸ்கட் வாங்கி டீச்சரின் கண்ணெதிரே ஊட்டுவதில் கிடைக்கிற சிலிர்ப்பு.

நல்ல நாள், திருவிழாவுக்கு வீட்டில் சுட்டதை தூக்குச் சட்டியில் போட்டு மதிய சாப்பாட்டுக்கு எடுத்து வந்து தருவதில் இருக்கும் ஒரு ஆனந்தம். காடு கரைகளில் விளைந்ததை பயறோ கடலையோ துணியில் முடிச்சாகக் கட்டி 'எங்கப்புச்சி' குடுக்கச் சொன்னாருங்க... சார்...' என்று நீட்டுகிறபோது கிடைக்கிற மகிழ்ச்சி...

இவையனைத்தும் காக்காய் பிடிப்பதற்காக அல்ல! அந்தக் 'கொழுந்து வெத்தலை' மனதில் அப்போதைக்கு அவர்கள்தான் சூப்பர் ஹீரோக்கள்!

ஆத்தா அப்பனைவிட அதிகம் படித்தவர்கள்... அறிவாளிகள்... 'கம்பு விதைத்தால் சோளம் முளைக்கும்' என்று வாத்தியார் சொன்னால் 'உண்மை' என நம்புகிற கண்மூடித்தனமான நம்பிக்கை அவர்கள் மீது!

பிள்ளைகளுக்கு மட்டுமல்ல... அவர்களைப் பெற்றெடுத்தவர்களுக்கும் அப்படித்தான். வாத்தியார் எதிரில் நிற்கும் போது, துண்டு கூட தோளில் இருக்காது. அப்பனே ஆசானிடம் நாணிக் கோணி நிற்பதைப் பார்க்கும் பிள்ளைக்கும் அதே பக்தி.

அடி நடிப்பா?

இல்லை 'நாலு எழுத்த' படிச்சவர்களுக்குப் படிக்காதவர்கள் கொடுத்த மரியாதை.

கடுதாசி உடச்சு படிப்பதிலிருந்து ஊருக்குள் கவர்மெண்ட் ஆபிசர் வந்தால் 'என்ன, ஏது?', என்று விசாரித்துச் சொல்வது வரை... கிராம மக்களின் நம்பிக்கைத் தோழனாய் வாத்தியார்கள் கொடி கட்டிப் பறந்தது ஒரு காலம்.

அந்த உரிமையில் கிராமங்களுக்குச் சிந்திக்கக் கற்றுக் கொடுத்ததே இந்த வாத்தியார் இனம்தான். மூடப்பழக்க வழக்கங்களில் மூழ்கிக் கிடந்த பெரும்பாலான கிராமங்களைத் தட்டி எழுப்பி நிமிர வைத்ததில், பெரும்பங்கு – எழுத்தறிவித்த இவர்களையே சாரும். இதற்குக் காரணம் கிராம மக்களுக்கும் இவர்களுக்கும் இடையில் இருந்த பிணைப்பு, அந்நியோன்யம்!

தனிமனித சுதந்திரமும், பொருளாதார வளர்ச்சியும் பெருகப் பெருக, இந்த இனிமையான உறவில் கூட இடைவெளி விழுந்துபோனது. ஒரு பீஷ்மர் போல, குடும்பத்தில் கிராமத்தில் நடக்கும் நல்லது கெட்டதுகளுக்கெல்லாம் யோசனை சொல்லிக் கொண்டிருந்த ஆசிரியர்கள் இப்போது 'ஊழியன்' என்கிற அளவில் ஒதுங்கிப் போனது எப்படி?

அய்யாத்துரை வாத்தியாரின் வாழ்க்கையும் அப்படித்தான்...

ஒரு ஐ.பி.எஸ். அதிகாரி சொன்ன அனுபவத்தைக் கேட்டு, அந்த கிராமத்துக்குப் போனேன். அவர் சொன்ன

மூன்று தென்னை மரத்தில் ஒன்று மட்டும் இருந்தது. அதற்குப் பின்னால் ஒரு இழையோடும் சோகம்.

முப்பது வருடங்களுக்கு முன்னால்...

அமைதியான ஊர் அது. தாய்க் கிராமம் வேறு. ஊரில் ஒரு பள்ளி வேண்டும் என மனுப் போட்டார்கள். பள்ளியும் வந்தது. ஒரு வாத்தியாரும் வந்தார். பெயர் அய்யாத்துரை. கண்டிப்பானவர். ஆனால் ரொம்ப சாது. எதிர்காத்தில் சைக்கிள் மிதித்து (மூணு மைல்) வந்து பாடம் நடத்திவிட்டுப் போவார். புதிய வாத்தியாரின் மீது கிராமம் காட்டிய நேசத்தில் நெஞ்சுருகிப் போனார் அய்யாத்துரை. அவர் ஒருவரே எல்லா வகுப்புக்கும் வாத்தியார் என்றாலும், அவர் சமாளித்த திறனை ஊர் மெச்சியது.

ஒரு நாள் மாலை நேரம். குப்பை மேட்டில் தும்பைப் பூ செடிகளுக்குள் மேல் சட்டையை அவுத்து 'பாப்பாத்தி' (பட்டாம்பூச்சி) விரட்டிக்கொண்டிருந்த பயல்களைப் பார்த்ததும் சைக்கிளை நிறுத்தினார்.

'சாணி கும்மி' (குப்பை மேடு)யில் புத்தகப் பையும், சிலேட்டும் கிடந்ததைப் பார்த்ததும், அய்யாத்துரைக்குத் தாங்க முடியவில்லை.

மூன்று பேரையும் பக்கத்தில் கூப்பிட்டார். மூவருக்கும் நடுக்கம். 'படிக்கறதை சாணியில் போட்டுட்டு..... பாப்பாத்தி விரட்டறீங்களே... உங்களுக்கு படிப்பு எதுக்கு...' சிலேட்டைக் கையில் வைத்து பேசிக்கொண்டிருந்தவர், 'தலை'யில் 'நொட்'டென்று அதாலேயே போட மூலையில் ஆணி நீட்டியிருக்க வேண்டும். 'சொள சொள' வென ரத்தம் ஊத்தியது. பதறிப் போனார் அய்யாத்துரை.

செடிகிடியெல்லாம் பிடுங்கி அமுக்கிப் பார்த்தார். ரத்தம் நிற்கவில்லை. அவனது வீட்டுக்குத் தூக்கிக்கொண்டு ஓடினார். பெற்றோரைப் பார்த்ததும் விஷயத்தைச் சொல்லி மன்னிப்புக் கேட்டார்.

அதற்கு அந்தத் தகப்பன் சொன்னாராம்... "அய்யா... எம்புள்ள கெட்டுப் போகணும்னா அடிச்சீங்க... உங்களுக்கில்லாத உரிமை யாருக்கு? பார்க்கிறதுக்கு ரெண்டு கண்ணை மட்டும் விட்டுட்டு தோலை உரிச்சாலும் எனக்கு சம்மதம். பதற்றப்படாம போங்க..."

அய்யாத்துரைக்கு கண் கலங்கிப்போனது.

இரண்டு மூன்று வாரத்தில், குடும்பத்துடன் கிராமத்தில் குடியேறினார். பள்ளிக் கூடத்தின் பின்புறத்தில் கிடந்த புறம்போக்கு நிலத்தை, சுத்தப்படுத்தி தோட்டம் போட்டார். மாணவர்களுக்கு மாலை வேலை (பட்டாம்பூச்சி, கராட்டான்களுக்கு விடுதலை) கொடுத்த மாதிரியும் ஆச்சு... மத்தியான சாப்பாட்டுக்கு காய்கறியும் ஆச்சு...

ஊருக்குள் 'அம்மை' வந்தது. இளநீர் கேட்டு, மக்கள் தோப்பு தோப்பாய் அலைவதைப் பார்த்ததும், பாத்திகளை ஒட்டி மூன்று 'தென்னம்பிள்ளை'கள் வைத்தார். ஊர் உதவியோடு அங்கே ஒரு உரக்கிணறும் தோண்டினார்.

குளிக்காமல் 'பயக' வந்துவிட்டால், 'நாத்தம்புடிச்ச பயல்களா... ஓடுங்கடா...' என்று கிணத்துப்பக்கம் ஓட்டிச்சென்று அவரே ரெண்டு வாளி தண்ணீர் இறைச்சு ஊத்துவார். யாராவது கடிதம் படிக்க வந்தால் பயல்களை விட்டே படிக்கச் சொல்லுவார். அவருக்கும் ஒரு குறையிருந்தது, பிள்ளையில்லை.

"ஏன் இல்லை? தென்னம்பிள்ளை மூணு வச்சிருக்கேன்! கொள்ளி வைக்க, பெத்த பிள்ளைதானா வேணும்... என்கிட்ட படிச்சவன் ஒருத்தன் கூடவா வைக்காம போயிருவான்..." வாயைக் கிண்டுபவர்களை இப்படித்தான் வாயடைப்பார். ரிட்டையர் ஆனாலும், அந்த மக்கள், மண்ணோடு வாழ்ந்து மடிய வேண்டும் என்பது அவரது ஆசை.

புதிய கருத்துகளோடு, புதிய அரசியல் இயக்கங்கள் உருவாகிக்கொண்டிருந்த நேரம்... நிறைய ஆட்சி மாற்றங்கள்... ஊரிலும் எதிரொலித்தது.

மார்கழி மாதத்தில், எல்லா மாணவர்களையும் எழுப்பி, பட்டை நாமம் போடவைத்து பஜனை பாட வைத்ததை ஊர் முதன்முதலாகக் கிண்டலடித்தது. படிப்பு சொல்லித் தரச் சொன்னா பட்டை போட்டு பஜனை சொல்லித் தர்றான்..." (இன்று அதே ஊரில் ஏகப்பட்ட பஜனைப் பாடல்கள் கேட்கிறது... கார்த்திகை, தை மாதங்களில்)

பஜனையை நிறுத்தினார்.

பெரிய தலசுகள் (பஞ்சாயத்து) ஓரங்கட்டப்பட்டு, இளந்தாரிகள் தலைமைக்குத் தலையெடுத்தார்கள். அரசியல் வளர்ச்சிக்கு, அய்யாத்துரை தடையாய் இருப்பாரோ என்கிற ஐயப்பாடு வேறு...

திடீரென்று ஒருநாள் காய்கறித் தோட்டத்துக்குள் மாடு புகுந்தது. ஜன்னல் வழியே பார்த்தவர், வெளியே ஓடிப்போய், பெரம்புக் குச்சியால் ரெண்டு போடு போட்டார்.

மாடு ஓடியது.

உள்ளே வந்து பாடம் நடத்தினார்.

இருவர் வேகமாக வகுப்புக்குள்ளேயே வந்து நின்றனர்.

"யோவ்! எம் மாட்டை அடிக்க நீ யாரு? இந்தத் தோட்டம் நீயா போட்ட? எங்க ஊர் பிள்ளைக போட்டது... எங்க ஊர் மாடு தின்னாம எந்த ஊர் மாடு தின்றது? ஒந் தொழிலை மட்டும் பாரு" என்று அதட்டிவிட்டுச் செல்ல...

அதற்கடுத்து, ஒரு நாளும் அவர் கரும்பலகையைத் தொட்டதில்லை.

வேறொரு ஆசிரியர் வரும் வரைக்கும் காத்திருந்தார். வந்தவுடன் ஒவ்வொரு வீடாய் போய் விடைபெற்றார் – தனக்கு மாற்றலாகிவிட்டதைச் சொல்லி.

'மாற்றலா?' என்று ஊர் விக்கித்துப் போய் நிற்க, 'ராஜினாமா செய்தது' அவருக்கு மட்டுமே தெரியும்! உண்மை புரிய அந்த ஊருக்கு ஆறு மாதம் தேவைப்பட்டது. இன்றும் அந்த ஊரில் அய்யாத்துரை நினைவாக அந்த ஒத்தை தென்னம்பிள்ளை மட்டும் காற்றில் ஆடிக்கொண்டிருக்கிறது. ஓர் ஏழை வாத்தியாரின் நினைவுச் சின்னமாய்!

அய்யாத்துரை போல வாத்தியார் இன்றும் இருக்கிறார்கள். ஆனால் எண்ணிக்கையில் குறைவு. காரணம் – பிள்ளைகளை முழுவதுமாய் (வாத்தியாரை நம்பி) ஒப்படைக்கிற நிலையில் பெற்றோர்களும் இல்லை, அந்தப் பொறுப்பை தயக்கமில்லாமல் சுமக்க வாத்தியார்களும் தயாராக இல்லை.

"எம்புள்ள சுட்டி பண்ணாம (சேட்டை) நல்லபடியா படிக்கிறானா சார்..?" என்று கேட்கிற பெத்தவர்களின் ஆர்வம் குறைந்ததால், வீடுவரைக்கும் போய் "ஐயா... பையன் நல்லா படிக்கிறான். சாயுங்கால நேரத்திலமட்டும் ஊரைச் சுத்தவிடாம, உட்கார வச்சுப் படிக்க வையுங்க..." என்று வாத்தியார்கள் 'மெனக்கெடுவதும்' குறைந்து போனது.

சமுதாயத்தின் பார்வை மாறியதால், ஆசிரியர்களின் தொண்டும் மாறிப்போனது. அன்று அவர்களுக்கு ஆசிரியர் தொழிலை விட்டால் வேறு வேலை தெரியாது. இன்று

'ஆசிரியர் தொழிலும் தெரியும்' என்கிற நிலைமை. ஏதோ அவரவர் சக்திக்கேற்ப, விவசாயமோ, வியாபாரமோ... கூடுதல் தொழில் இல்லாமல் நாகரிக உலகத்தில் வாழும் ஆசிரிய இனமக்கள் ரொம்பக் குறைவு. இதற்கு யாரையும் குறைகூற முடியாது. மாற்றம் என்பதே ஒரு வளர்ச்சி. அது தவிர்க்க முடியாததும்கூட!

அதுபோலத்தான் ஆசிரியர் - மாணவர் உறவும்!

"எங்காத்தா தங்கச்சியை எங்கிட்ட விட்டுட்டு காட்டுக்குப் போயிட்டது சார்... தொட்டியில போட்டா தனியாகிடந்து அழுகுதேன்னு இங்கே தூக்கியாந்தேன்..." என்று இடுப்பில் குழந்தையோடு நிற்கும் மாணவனைப் புன்முறுவலோடு உட்காரவைத்து, கொஞ்ச நேரத்தில் அந்தக் கைக்குழந்தைக்கு சாக்பீஸ், டப்பா என்று, விளையாட்டுப் பொருள் காட்டி அங்கேயிருந்து பிரித்துவிட்டு படிப்பில் அவனது கவனத்தைத் திருப்பும் வாத்தியார்கள் இருந்தார்கள். கிராமத்துச் சிறுவனின் நடைமுறைச் சிக்கல்களைப் புரிந்துகொண்டு அவனது போக்கிலே போய்... அவனுக்குப் பாடம் சொல்லிக் கொடுத்த போது... தந்தை - மகன் உறவு தெரிந்தது. வாத்தியாரைத் தாலி எடுத்துக் கொடுக்கச் சொல்லி கல்யாணம் செய்தவர்கள் நிறைய பேர் உண்டு கிராமங்களில்.

இப்படி நடந்து கொள்வதனாலேயே பெரும்பாலான குடும்பங்களின் 'உள் பிரச்சினை'கள் ஓரளவுக்கு இவர்களுக்கும் தெரியும். பிரச்னை முத்தும்போது 'நியாயம் கேட்டு' வருவதும் இந்த வாத்தியார்களிடம்தான். நடுநிலையோடு தீர்த்துவைக்கிற ஒரு 'சமுதாயப் பொறுப்பும்' கூட இருந்தது.

இன்று -

'கட்சி வர்ணம் பூசிக்கொள்ளாத' ஆசிரியர்களை விரல் விட்டு எண்ணிவிடலாம். காலத்தின் கட்டாயம்! (கட்சி ரீதியாக ஒன்றுபடுவதன் மூலம் தங்கள் கோரிக்கைகளை நிறைவேற்றிக் கொள்ள புதிய வழி) ஆசிரியர்கள் எப்போது அரசியல் சாயம் பூசிக்கொண்டார்களோ அப்போதே கிராமத்தில் இருக்கும் அரசியல் பூசல்கள், இவர்களையும் தொற்றிக் கொள்ளத்தானே செய்யும்?

அதைக் கூட உருப்படியாகச் செய்யலாம்.

இவர்கள் கூட்டாக நினைத்தால், பதினைந்து இருபது வருடங்களுக்குப் பிறகு, புதிய நல்ல அரசியல் வளர்ச்சியைக்

கூட காட்ட முடியும். சின்ன வயதில் ஏற்றப்படுகிற சிந்தனை கடைசி வரைக்கும் அழியாதே... யார் செய்வது?

இருக்கிற வேலைப் பளு போதாதா?

ஒவ்வொரு பள்ளியிலும் ஒரு வாத்தியார் இரண்டு வகுப்புகளைச் சேர்த்துப் பார்க்க வேண்டிய நிலை.

'ஆட்டு மந்தை' போல கூட்டமாக உட்காரவைத்துக் கொண்டு வகுப்புக்கு வகுப்பு வகை மாற்றியா சொல்லித்தர முடியும். பொதுவான வாய்ப்பாடு. சத்தம்போட்டுப் படிக்கச் சொல்லிவிட்டு... வாரப் புத்தகம் படிப்பதைத் தவிர வேறு வழி!

செக்காணூரணியைச் சேர்ந்த இளைஞன் புவனேஸ்வரன் (எம்.ஏ.எம்.ஃபில்) ஆக்ரோஷமாகக் கேட்டார்: "கிராமத்துப் படிப்பு குட்டிச்சுவரா போகுது சார். என்ன செய்றாங்களோ, ஏது செய்றாங்களோ... ஒவ்வொரு வாத்தியாரும் அவங்கவங்க சொந்த ஊருக்கே வாங்கிட்டு வந்துடுறாங்க... அப்படி இப்படி நடந்ததுன்னா, 'ஏய்... நம்ம ஊர்க்காரன்... நம்ம ஜாதிப் பய... 'நம்ம பய' வேலைக்கு உலை வைக்கலாமா'ன்னு பெரியாளுக தடுத்துடறாங்க. பள்ளிக்கூடத்துல அவங்க சொல்லிக் கொடுத்ததுதான் பாடம்...?! பாருங்க... செக்காணூரணி கான்வெண்ட்–ல சீட் வாங்க கூட்டம் கியூல நிக்குது. அவ்வளவும் கிராமத்து 'காட்டு வேலை' செய்யறவங்க வீட்டுப் பிள்ளைக. படிக்க வைக்கணும்னு பெத்தவங்க நிறைய பேரு நினைக்க ஆரம்பிச்சிட்டாங்க. வாய்ப்புத்தான்குறையுது. எலிமென்டரி ஸ்கூலை விடுங்க. இதே ஊர்ல இருக்கிற அரசாங்க பள்ளி யில மூணு வருஷமா பத்தாவதுக்கு கணக்கு வாத்தியார் இல்லாமலேயே பரீட்சை எழுதியிருக்காங்க. இவனுக்கு பி.இ., டாக்டர் சீட் கிடைக்கணும்னு ஆசைப்பட்டா நடக்குமா சார்..."

கெமிஸ்ட்ரி வாத்தியார் முத்துராமலிங்கம் வேறு கோணத்தில் சொன்னார்.

"நாலாவது புத்தகத்தில் ஒரு கண்ணாடி டம்ளரில், உப்பு சர்க்கரை, கால்சியம் பெர்மாங்கனேட் என ஒவ்வொன்றாக தனியாகப் போட்டுப் பார்... என்ன நடக்கிறது என்பதைக் கவனி... போட்டிருக்காங்க. இப்ப எந்த பள்ளிக்கூடத்தில் பொட்டாசியம் பெர்மாங்கனேட் இருக்கு? அந்த வாத்தியாருக்கே தெரியுமாங்கிறது சந்தேகம். இது மாதிரி கிராமங்களுக்கு ஒவ்வாத கல்வி முறை நிறைய உண்டு..." என்றார்.

“பள்ளிகளை மீண்டும் பஞ்சாயத்துகளிடமே ஒப்படைக்க வேண்டும். அரசின் நேரடிப் பார்வையை விட ஊர் மக்களின் கவனம் ஒரு வேளை கல்வியின் தரத்தை உயர்த்தக்கூடும்” என்றார் கல்லுப்பட்டி காந்திநிகேதன் மேனிலைப்பள்ளியின் நிர்வாகி பால்ராஜ்.

ஆரம்பப்பள்ளி ஆசிரியர்கள் என்ன சொல்லுகிறார்கள்?

“மக்களோட மனநிலைதான் காரணம். ‘கான்வெண்ட் ஸ்கூல்’னா ஷூ வரைக்கும் வாங்கிக் கொடுக்கிறவங்க, இங்க அனுப்பினா சிலேட்டு கூட வாங்கித் தர்றதில்லே! பிளாக் போர்ட் இல்லாம பாடம் நடத்தறவங்க நிறைய பேரு... சாக்பீஸ்... சொந்தக் காசு போட்டு வாங்குகிற வாத்தியாரும் இருக்காங்க. ஆயிரக்கணக்கில் காலியிடங்களை வச்சுக்கிட்டு நிரப்பாம இருக்கு அரசாங்கம்... நாங்க என்ன பண்றது..?” என்றார் இளங்கோவன்.

சரி, கிராமத்து மாணவர்களின் திறன் என்ன?

அண்ணா பல்கலைக்கழக துணைவேந்தர் அனந்த கிருஷ்ணனோடு பேசிக்கொண்டிருந்தபோது அவர் சொன்ன தகவல் வியப்பாக இருந்தது. ‘கம்பியூட்டர் ஆன் வீல்’னு ஒரு புரோக்கிராம் நடத்தினோம். வேன்–ல கம்பியூட்டரை வச்சு ஓசூரைச் சுற்றியுள்ள கிராமப் பள்ளிக்கூடங்களுக்கு எடுத்துப் போய் பயிற்சி கொடுத்தோம். ஏழைப் பள்ளிக்கூடம்தான்... ஏழைக் குழந்தைகதான், நம்ப மாட்டீங்க. 6–வது வாரத்துல யார் உதவியும் இல்லாம அவர்கள் பண்ணின அனிமேஷன், கிராபிக்ஸ், பார்த்து அசந்து போயிட்டேன்... வாய்ப்புக் கிடைத்தால் கிராமத்து மாணவர்கள் சளைத்தவர்கள் அல்ல...! என்றார் துணைவேந்தர்.

உண்மைதான் வாய்ப்பு சரியானதாக இருந்தால் வல்லவர்களாகி விடலாம். சித்தாதிபுரம் பள்ளிக்கூடத்து மாணவர்களைப் போல வாய்ப்பு கிடைத்தால்...?

சின்ன கிராமம்தான்!

நான் அங்கே சென்றபோது பள்ளியின் இரண்டு கதவுகளும் பூட்டப்பட்ட நிலையில், முருகேசன் வாத்தியார் மரத்தடியில் நின்றுகொண்டிருந்தார்.

ஆறேழு ‘வருங்கால மன்னர்கள்’ பூட்டிய வாசற்படிக்கட்டில் உட்கார்ந்து மரத்தில் ஓடிய அணிலை வேடிக்கை பார்த்துக் கொண்டிருந்தார்கள்.

காரணம் விசாரித்தேன்.

பள்ளிக்கூடத்துச் சாவியை பக்கத்து வீட்டு சத்துணவு (முன்னாள்) ஆயாவிடம் கொடுத்து வைப்பது வழக்கம். அன்று கூலி வேலை கிடைத்து, வயக்காட்டுக்குப் போய்விட்டார்.

"சாவி வாங்குறதுக்குப் பையனை அனுப்பிச்சிருக்கேன் சார்..." என்றார் அப்பாவி வாத்தியார். லீவு விட்டுட்டுப் போகாமல் காத்திருக்கிறாரே... பாராட்ட வேண்டும்.

வெளியில் நின்றுகொண்டு (உண்மையாகவே) சொல்லிக் கொடுத்தார்.

ஒரு குழந்தை வந்தது... சிலேட்டை தூக்கிப்பிடித்து 'ரைட் போடு' என்று (மரியாதை)!

ரைட் போட்டார் (ரைட் போடவில்லை என்றால் அடுத்த நாள் பள்ளிக்கு வராது)!

"ரைட் மட்டும் போடறே? மார்க் போடு."

மார்க் போட்டார்.

இதற்கிடையில் அனுப்பின பையன் திரும்பி வந்தான். "ஆத்துல தண்ணி வருது சார்... கடக்க முடியலை" என்றான்.

மார்க் வாங்கிய குழந்தை சிலேட்டை மறுபக்கம் திருப்பி 'எச்சில் துப்பி' அழித்துக்கொண்டிருந்தது.

நான் அங்கிருந்து கிளம்பும் வரை (11:45) சாவி வந்து சேரவில்லை.

ஒப்பிட்டுப் பாருங்கள்...

சித்தாதிபுரத்து பிள்ளைகள், சென்னை ஹோலி ஏஞ்சல்ஸ் பள்ளிக்கூடத்துப் பிள்ளைகள் படிக்கிற பாடத்தைப் படித்து, அவர்களோடு போட்டிப் போட்டு பரீட்சை எழுத வேண்டுமென்றால்...

என்ஜினியர், டாக்டர்களை கிராமங்கள் எப்போது பார்க்கும்?

※

20

நிலாப்பூச்சி

சில்லாக்கு, நொண்டி, எக்கா கல்லு, ஓடு குஞ்சு, கால் தூக்கி, கிளித்தட்டு, சீச்சு முத்து, வண்ணாம்பொதி, பாஞ்சாம்புலி (பதினைந்தாம் புலி), சடுகுடு, பம்பரம், கிட்டி, கோலிக்குண்டு, பள்ளாங்குழி, தட்டாங்கல், தாயம், கண்ணாம்பூச்சி,

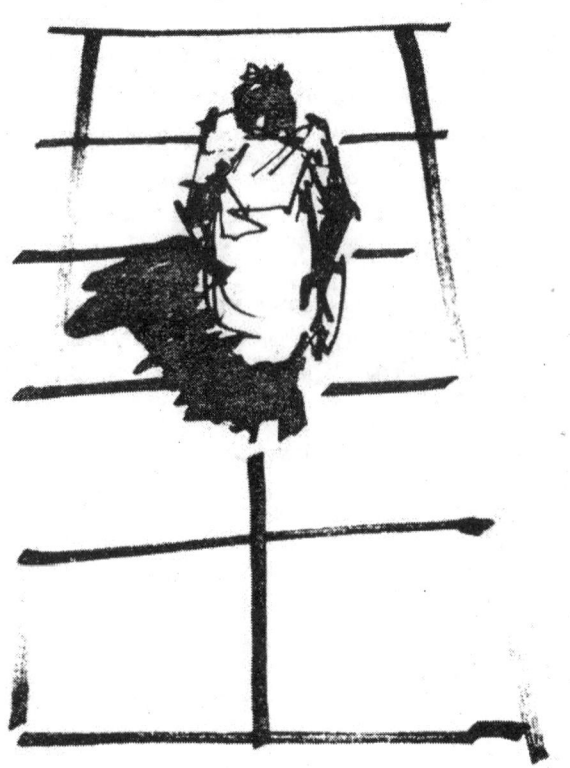

தெல்லு தெல்லு பொம்மக்கா, ஒத்தையா ரெட்டைடயா, கல்லா மண்ணா, ராட்டு பூட்டு, கிறுகிறு மாம்பழம், குன்னாங் குன்னாங் குர், குச்சு குச்சு ராக்கம்மா, சோளப்பொரி சொங்கு பொரி, பிள்ளையார் பந்து, எறி பந்து, கள்ளன் போலீஸ், நிலாப்பூச்சி... புதுக்கவிதைத் தலைப்பு மாதிரி தெரியும். இந்தப் பெயர்கள் கிராமங்களில் சிறுசு முதல் பெரியவர் வரை எல்லோரும் விளையாடும் விளையாட்டுகள்!

பொழுது மசங்கினாலும்...

நிழலுக்கு மரம் ஒதுங்கினாலும்... பளீரென்று நிலா தோன்றினாலும் ராத்திரி பகல் பாரபட்சமின்றி ஆடப்படும் இந்த விளையாட்டுகள்தான் இந்த மக்களின் மிகப் பெரிய பொழுதுபோக்கு.

இன்று –

இவற்றைவிட விறுவிறுப்பான சுவாரஸ்யமான பொழுதுபோக்கு கிராமங்களுக்குள் நுழைந்துவிட்டதால், இந்த விளையாட்டுகள் கூடக் கிராமங்களைவிட்டு விலகிப் போயின. அன்றைய இயல்பான ‘மாலை பொழுது’ இன்றைய தலைமுறைக்கு மறந்தே போனது!

மழை பெய்து ஓய்ந்தால் போதும், மாடக்குழியில் பத்திரப்படுத்தி வைத்திருந்த ஓட்டாஞ்சல்லிகளை (வட்டவடிவ மாக்கப்பட்ட ஓட்டுத் துண்டுகள்) எடுத்துக்கொண்டு குமரிப் பெண்கள் தெருவுக்கு வந்துவிடுவார்கள்... சில்லாக்கு நொண்டி விளையாட!

ஈரமண்ணில் (கோடு கிழிந்து) கட்டம்போட்டு சடங்கான (ஆளான) பெண்களும், ஒரு கையால் பாவாடையை உயர்த்தி, கூச்சமில்லாமல் நொண்டியாடுவது விரசமில்லாத கிராமத்து அழகு!

வேண்டுகிற கட்டத்தில் ஓட்டாஞ்சல்லி விழ வேண்டும் என்பதற்காக, அதற்கு ஒரு முத்தம் கொடுத்து தூக்கியெறியும் பாவனை... பார்க்கச் சலிக்காது!

ஆடிக் காத்தடிக்கிற காலம்...

சோளக் கஞ்சி அப்பி, பட்டம் பறக்கவிட்டு, அறுந்து, ஐந்து மைல் தூரம் போனாலும் காடு வழியே துரத்திச் சென்று

மீட்டு வருகிற பெருமிதம்! கருவேல முள் எடுத்து, பனை ஓலையை அதிலே குத்தி, காற்றாடி விடுகிற சுகம்...

காற்றாடி சுற்றாமல் போனால்... தேனா நொங்கு (சுற்று) கருப்பட்டி தர்றேன் என்று 'விண்ட் போர்ஸ்' பற்றித் தெரியாத நிலையில், காற்றாடியிடம் 'தொங்குகிற' பரிதாபம்... காற்றடித்து காற்றாடி சுற்ற ஆரம்பித்ததும் காடுமேடெல்லாம் ஓடி ஓடி ஓய்ந்து போகும் ஆனந்தம்...

கார்த்திகை மாதம் பிறந்தால் போதும்!

ஒவ்வொருத்தரும், ஆனமட்டுக்கும் கூலம் (வைக்கோல்) செத்தை சேர்த்து, உயர உயரமாய் உருவம் செய்து 'கார்த்திகை தீபத்தன்று' மாம்புளிப்பான் வீசுவதில் கிடைக்கிற உற்சாகம்... அதிலும் அகத்திக் கம்பைக் கொழுத்தி எரியவிட்டு, இன்னொரு எரியும் அகத்திக் கம்போடு உரசி விளையாடுகிறபோது தெறிக்குமே நெருப்புப் பொறி...

சோளப் பொரி சொங்கு பொரி
உங்க வீட்டு மாப்பிள்ளைக்கு ஓலக்கு பொரி

என்று கூடி நிற்பவர்களெல்லாம் கூட்டமாய்க் கத்துகிறபோது ஊரே கூடி நின்று வேடிக்கை பார்க்குமே – அது ஒரு சிறகடிக்கும் ஆரவாரம்! (இதற்கு அறிவியல் பூர்வமான ஒரு காரணமும் சொல்வதுண்டு. இந்த மாதம் பயிர்பச்சைகள் பரிகிற நேரம். காடு வயல்களில் பறக்கும் புழு பூச்சிகள் ஊருக்குள் தெரியும் வெளிச்சத்தைப் பார்த்து ஓடி வந்துவிடுவதால் பயிர்கள் தப்பிக்கும் என்பது ஒரு கணக்கு!)

புளியமரத்தில் பழம் உலுக்குகிற காலம் வந்தால்.....

பள்ளாங்குழி, தாயம், ஒத்தையா ரெட்டையா... புளிய முத்தை வைத்து ஆடுகிற விளையாட்டுகளெல்லாம் களத்துக்கு வரும். அவற்றில் சீச்சு முத்து–ம் ஒன்று. பெரியாளுகளும் விளையாடுவார்கள்.

இதனை எத்தனை பேர் வேண்டுமானாலும் ஆடலாம்... ஒரே தகுதி கையில் நிறைய புளிய முத்து இருக்க வேண்டும்!

ஒரு கை, ரெண்டு கை என்று மதிப்பாய் அள்ளி, குவித்து, அதனைச் சுற்றி வட்டமாய் ஒரு கோடு போட்டு விடுவார்கள். தூரத்திலிருந்து கல் கட்ட வேண்டும். நெருக்கத்தில் கல்

விழுந்தால், முத்தைச் சீய்க்க முதல் வாய்ப்பு… ஒரு முத்து வெளியே சிதறினாலும் அத்தனையும் அவனுக்குத்தான்! இந்த விளையாட்டுக்காக, முத்து (புளியிலிருந்து) எடுப்பவர்களது வீட்டிலெல்லாம் 'க்யூ' நிற்கும்!

கோடைக்காலம் வந்தால் போதும்…

தண்ணீருக்குள் விளையாடும் எறிபந்திலிருந்து,

'ராட்டுக் குஞ்சு
லவாக்குஞ்சு ஏமேமே
சோழன் மகென்
கண்டிக்கோ கண்டிக்கோ!'

தண்ணீர் மேல் மட்டத்தில் விரலால் சுண்டி 'டுப்' என்று சத்தம் எழுப்பி விளையாடுகிற தண்ணீர் விளையாட்டுகளும் வந்துவிடும்.

'இப்படி ஒவ்வொரு காலத்துக்கும் வெவ்வேறு விதமான விளையாட்டுகள். அது போலவே ஒவ்வொரு பொழுதுக்கும்…

சாயங்காலம்… மஞ்சள் வெயில் நேரம். எக்காகல்லு விலிருந்து துவங்கி கள்ளன் போலீஸ் வரை அத்தனை (சொல்லப்பட்ட) விளையாட்டுகளும் உண்டு.

இவர்கள் உத்தி(குழு) பிரித்துக் கொள்வதே சுவாரஸ்யமாக இருக்கும். உயரம் பார்த்து, ஜோடி சேரவேண்டும். அவர்களிருவரும் தங்களுக்குப் 'புனைப்பெயர்' வைத்துக் கொண்டு, உத்தித் தலைவரிடம் போய் நிற்பார்கள்.

'சீறிப் பாயுற செவலக்காளை வேணுமா?
பாஞ்சி தவ்வுற மயிலைக்காளை வேணுமா?'

'மோளக்கடா வேணுமா?
கொம்புக்கடா வேணுமா?'

தலைவர்கள் வாய்க்கு வந்ததைக் கேட்பார்கள். இரண்டு குழுக்கள் தயார் (இதே முறைதான் கிளித்தட்டு, ஓடுகுஞ்சு விளையாடுகிற இளவட்டங்களுக்கும்)!

பிறகென்ன… களம் போக வேண்டியதுதான். எக்கா கல்லு விளையாடுபவர்கள், மரத்தையோ, தூணையோ, அடையாளமாக வைத்து 'கல்லு கட்டுவார்கள்' (கையிலிருக்கும் 'சப்பட்டையான' கல்லைத் தூக்கியெறிவார்கள்) எந்தக் கல்

சுசி கணேசன் | 193

மிக அருகே விழுந்ததோ... அந்த அணி குதிரை ஏறலாம்! இனிமேல்தான் ஆட்டமே!

குதிரை ஏறியிருப்பவர்கள் கல்லைத் தூக்கித் தூக்கி எறிவார்கள்.

'தலைவனது கட்டளைக்கேற்றவாறு சில கல் கிட்டத்திலேயும், சிலது தூரத்திலேயும் விழும், சுமந்துகொண்டிருப்பவர்களின் தலைவன் வேகமாக முடிவெடுக்க வேண்டும். கையில் வைத்திருக்கும் கல்லால் (சுமந்துகொண்டே) எதிரே கிடக்கும் கல்லை அடித்து விடமுடியுமென்றால் 'கல்லு எங்களுக்கு' என்ற காரியத்தில் இறங்குவார்கள்! ஜெயித்தால் குதிரையை அப்போதே இறக்கிவிட்டு விடலாம். தோற்றால் மூன்று தடவை 'இங்கேயும் அங்கேயும்' சுமந்தபடி ஓடணும் (இதில் வெற்றியும் தோல்வியும் அணித் தலைவர் எடுக்கிற சாதுர்யமான முடிவில் இருக்கிறது) வேடிக்கை பார்ப்பவர்களெல்லாம் சிரிப்பார்கள்.

இளங்குமரிகளின் சிரிப்பும் கிண்டலும் இளவட்டங்கள் விளையாடும் 'ஓடு குஞ்சு-க்கும், 'கிளித்தட்டு'க்கும்தான். 'ஓடு குஞ்சுவிளையாட்டில் 'கல்லு கட்டுகிற' வேலையெல்லாம் கிடையாது! ஓட்டாஞ்சல்லியில் எச்சில் தொட்டுத் தூக்கிப் போடுவார்கள். (கிரிக்கெட் டாஸ் போல). 'டாஸ்' ஜெயித்தவர்கள் ஓடு குஞ்சு...! இது ராத்திரியில் நிலா வெளிச்சத்தில் ஆடுகிற ஆட்டம்.

ஊர் மைதானத்தில் இரண்டு எல்லைகளைக் குறித்துக் கொள்வார்கள். ஓர் அணியைச் சார்ந்தவர்கள் மைதானத்தில் நிற்பார்கள்! (ஃபீல்டர்ஸ்). எதிர் அணியில் ஓடு குஞ்சுவாக அறிவிக்கப்பட்டவர் எல்லையைத் தொட வேண்டும். எதிரணியில் ஓடு குஞ்சு தவிர மற்றவர்களுக்கு என்ன வேலை? அங்கே தான் சுவாரஸ்யமே.

ராத்திரி நேரமல்லவா? மூன்று மூன்று பேராய்ச் சேர்ந்து கொண்டு தங்களுக்குப் பின்னால் 'ஓடு குஞ்சு' ஒளிந்து கொண்டு வருவது போல 'பாவ்லா' காட்டுவார்கள்... 'இந்தா ஓடுது... அந்தா ஓடுது...' என்று இவர்கள் போக்குக் காட்டிக் கொண்டிருக்கும்போது... குழப்பத்தைப் பயன்படுத்தி, 'ஓடு குஞ்சு' எல்லை கடந்துவிட்டால் வெற்றி. தவறினால், மூச்சுமுட்ட அத்தனை பேரும் விழுந்து அமுக்கி விடுவார்கள் (திமுறி ஓடாமலிருக்க) "யே... அவென் பலியா ஓடுவானப்பா... ஓடு

குஞ்சா அவெனப் போடுங்க..." என்று சிபாரிசு செய்கிற அளவுக்கு பேர் பெற்றவர்கள் கிராமத்துக்கு ஒன்றிரண்டு பேர் இருப்பார்கள். இவர்களுக்கு 'ஆட்டோகிராப்' வாங்க பெண் ரசிகைகள் நிறைய உண்டு.

இதே நிலாக் காலத்தில விளையாடப்படுவதுதான் 'நிலாப்பூச்சி'! ஆணும் பெண்ணும் சேர்ந்து விளையாடுவது இன்னும் அழகு.

நிழலுக்கே இங்கே பூச்சி என்று பெயர் 'தொட்டு புடுச்சு' வரவேண்டியவன் (அத்தலி, புத்தலி, ஆட்டுமா, பூட்டுமா, பால், பரங்கி, சீ, சல்... இந்த 'வாய்ப்பாடு' முறையில் மிஞ்சியவன்) நிலா வெளிச்சத்தில் நிற்க... 'தொட வேண்டியவர்கள்' இருட்டுக்குள் இருப்பார்கள்.

ஒவ்வொருவராய் வெளிச்சத்தில் இறங்கி 'உஸ்' (சீண்டுதல்) காட்டுவார்கள். பூச்சியைத் தொட்டால்கூடப் போதும். தொட்டவன் பட்டவனாகிவிடுவான். அதனால் விளையாட்டு ரொம்ப பரபரப்பாயிருக்கும்! இன்னொரு ஆள் மாட்டுகிற வரை அவன் படுகிறபாடு பரிதாபமாய் இருக்கும்.

ராத்திரி நேரமானாலும் சின்னஞ்சிறுசுகளுக்குப் பிடித்தது மணல் விளையாட்டு. யார் வீட்டு முன்பாவது மணல் கொட்டி யிருந்தால் போதும். கிணறு தோண்டுவது, படுக்க வைத்து உருவம் வரைவது, பொரி பந்தல் போடுவது என்று... மணலை உலப்பி நாசம் பண்ணிவிடுவார்கள். (பொறுக்கமாட்டாத புண்ணியவான்கள், ஒரு கவை முள் வெட்டி மணலில் பரப்பி விடுவார்கள்)

இந்த மணல் கும்மியில் ஆரம்பிப்பதுதான் தெல்லு தெல்லு பொம்மக்கா. இது இரண்டுபேர் விளையாடும் விளையாட்டு (நகரத்தில் நடத்தப்படும் டிரெசர் ஹண்ட் - இன் பாட்டன்!)

டிரெசர் ஹண்ட்டிலாவது அடையாளங்கள் கொடுப்பார்கள். இங்கே எதுவும் கிடையாது. வரப்பு மாதிரி மணலைக் கட்டி, அதில்... ஒரு துணியையோ, பேப்பரையோ, உடைந்த வளையலையோ ஒருவன் சொருகிச் சொருகி.

> "தெல்லு தெல்லு பொம்மக்கா
> தெல்லாட்டம் பொம்மக்கா
> கையில வந்ததைக்
> கவ்விக்கிட்டு ஓடிப்போ...'

சுசி கணேசன்

எனப் பாடிக்கொண்டே ஒளித்து வைத்து விடுவான்-
எதிராளி சரியான இடத்தைக் கையால் பொத்திவிட்டால்...

"ஆனைக்குக் கொஞ்சம் வழிவிடு...
பூனைக்குக் கொஞ்சம் வழிவிடு..."

என்று இரண்டு பக்கமும் ஒளித்து வைத்தவனே கிளறிப் பார்ப்பான். அவன் கை வைத்த இடம் சரியான இடம் என்றால் ஒளித்து வைத்தவனே தோற்றவன். கையில் மண் அள்ளிக் கொள்ள வேண்டும்.

"ஆனை மசிரு வேணுமா
பூனை மசிரு வேணுமா..."

என்று ஜெயித்தவன் கேட்பான் (ஆனை - தலைமுடி; பூனை - இமை முடி!) கேட்பதைப் பிடுங்கிப் போடுவான். எச்சிதுப்புவான். கண்பொத்தி, உடம்பை வெவ்வேறு திசைகளில் திருப்பிக் கூட்டிக்கொண்டு போவான்.

'எங்கே போறே...?'

'காட்டுக்குப் போறேன்...'

இப்படித் தொடர்ந்து சொல்லிக்கொண்டே போவார்கள் (பாதையை மறக்கடிக்க)

திரும்ப வரும்போது வேறு திசையில் கூட்டிக்கொண்டு வருவான்.

'எங்கே போறே...?'

'வீட்டுக்குப் போறேன்...'

தொடர்ந்து பாடிக்கொண்டே வந்து மணல் கும்மியில் விட்டுவிடுவான்.

புத்திசாலிப் பிள்ளையென்றால், கண் மூடியிருந்த போதிலும் சுற்றிய பாதையை மனதில் பதியவைத்து சரியாகக் கண்டுபிடித்து எடுத்துவிடுவான். (துப்பறியும் சிந்தனை வளர்த்த விளையாட்டு).

சரி... ராத்திரியில் பொம்பளைப் பிள்ளைகளுக்கு விளையாட்டு!

இந்தப் பக்கமும் அந்தப் பக்கமும் இரண்டு அணிகளாய்ப் பெண் பிள்ளைகள் கைகோர்த்து நின்றுகொண்டு,

'ஒரு குடம் தண்ணி ஊத்தி ஒரு பூ பூத்தது
ரெண்டு குடம் தண்ணி ஊத்தி ரெண்டு பூ பூத்தது...'

என்று பாடி 'பூ'ப் பறிக்கப் போவதும்,

'குச்சு குச்சு ராக்கம்மா பொண்ணுண்டோ...'.

என்று இவர்கள் கேட்பதும்...

'குச்சு குச்சு ராக்கம்மா பொண்ணில்லை...'

என அவர்கள் மறுப்பதும்...

பாடல்களிலேயே பதில் சொல்லிக் கொள்வார்கள்.

ராத்திரிச் சாப்பாடும் முடிந்தது. தூக்கம் வரும் வரைக்கும் விளையாட வேண்டுமே. அப்பத்தாவோ அப்புச்சியோ பேரப் பிள்ளைகளை மடியில் வைத்துக்கொண்டு...

'குன்னாங் குன்னாங் குர்...
காதடைச்சான் குர்...
கோழி இட்டது எத்தனை முட்டை?'

கிழவி கேள்வி கேட்பாள்...

'பத்து முட்டை' குழந்தை பதில் சொல்லும்.

'குன்னாங் குன்னாங் குர்...
காதடைச்சான் குர்...
இட்ட முட்டையில எத்தனை முட்டை கூமுட்டை...?'

– கிழவி

'நாலு முட்டை' – குழந்தை.

குன்னாங் குன்னாங் குர்... நீண்டுகொண்டே போகும். கேள்விக்குக் கேள்வி, பதில் சொல்லிக்கொண்டே குழந்தையும் அப்படியே தூங்கிப்போகும்.

இப்படி கிராம வாழ்க்கையில் 'தூங்குகிற அமைதி' வருகிற வரைக்கும் 'குட்டி குருமான்களின்' விளையாட்டு சத்தம் கேட்டுக்கொண்டேயிருக்கும்.

இன்று, சின்ன வயதில் இந்த விளையாட்டெல்லாம் கற்றுக் கொடுத்து, ரசிக்க வைத்த எனது சொந்தக் கிராமத்திலேயே 'எக்கா கல்லு' விளையாட்டை (இன்றைய) சிறுவர்களுக்குச் சொல்லி கொடுத்து 'போட்டோ' எடுக்க வேண்டிய நிலை.

சுற்றிய கிராமங்களிலெல்லாம் விளையாட்டின் பெயர்களே பல பேருக்குப் புரியவில்லை. 'என்ன சார் புதுசாச் சொல்றீங்க?' என்பது போல் சந்தேகப் பார்வை. தொட்டியப்பட்டி கிராமத்து மக்கள் சொன்னது அதிலிருந்து கொஞ்சம் மாறுபட்டிருந்தது–.

'இதெல்லாம் இந்தப் பட்டத்து ஆளுககிட்டே கேட்டாத் தெரியுமா சார்... பழைய ஆளுகக் கிட்டே கேளுங்க... அதுங்ககூட காலப் போக்கில மறந்து போயிருக்கும். கிரிக்கெட் பத்திக் கேளுங்க, 'ஸ்லிப் கிளிப்'னு என்னத்தையாவது சொல்லுவானுங்க' என்றார். விளையாட்டுகளின் பெயர் தெரிந்திருக்கிறது நிறைய பெரிசுகளுக்கு, ஆடும் முறை தெரியவில்லை!

காரணம் – சினிமா. 'உன்னத'மான பொழுதுபோக்கு கிடைத்த பிறகு, கர்நாடகத்தனமான விளையாட்டுகள் விளையாட நேரமேது? இடமேது?

குக்கிராமங்களைக் கூட டி.வி. பெட்டிகள் விட்டுவைக்க வில்லையே? பொழுது சாய்ந்து ஆறு மணியானால் போதும். அறுவை நிகழ்ச்சியென்றாலும், கிராமத்துக் குட்டி குருமான்கள் கூட்டம் டிவியின் முன்னால்தானே கூடிக்கிடக்கின்றது. அதுவும் ஞாயிற்றுக்கிழமை என்றால் பாய் விரித்துப் படுத்து விடுகிறார்கள் (ஞாயிற்றுக்கிழமைகளில் சுற்றுப்பயணத்தைக்கூட பெரும்பாலும் தவிர்த்தேன்... காரணம் – படம் பார்க்கிறபோது கேட்கிற கேள்விக்கு நின்று பேசக்கூட ஆட்கள் தயாரில்லை.)

'உசிலம்பட்டி பெண்குட்டி முத்துப்பேச்சி' பாட்டு டிவியில் ஓடிக்கொண்டிருக்கும் போது 'ஒரு குடம் தண்ணி ஊத்தி ஒரு பூ பூத்தது' என்று எந்தப் பிள்ளைகளால் பாடி விளையாட முடியும்?

எந்த விளையாட்டுக்கும் பார்வையாளர்கள் தேவை.

பார்வையாளர்கள் அத்தனை பேரையும் சினிமா ஈர்த்திருப்பதால், இவை மறைவதைத் தவிர வேறு வழி?

சினிமா வளரட்டும். அது அறிவியல் தந்த மிகப் பெரிய சொத்து. இந்த விளையாட்டுகள் மறைவதால், கிராமங்களில் இயல்பு மாறுமே தவிர, குடி முழுகிப் போய்விடாதுதான்.

ஆனால், பொழுதுபோக்கு என்ற பெயரில் சூதாட்ட விளையாட்டு ஆரவாரமில்லாமல் மெல்ல, வெகு சாதாரண மாகப் பரவிக்கொண்டிருப்பதுதான் அதிர்ச்சியாக இருந்தது.

முன்பெல்லாம் சூதாட்டம் என்றால் 'சீட்டாட்டம்' ஒன்றுதான். இப்போது... காசு கட்டாமல் கிராமத்தில் விளையாடப்படும் விளையாட்டுகள் ரொம்பக் குறைவு பம்பரம் குத்தினாலும், கோலிக் குண்டடித்தாலும், தாயம் போட்டாலும் 'காசு பந்தயம்'.

கிராமிய விளையாட்டுகளுக்கு இருந்த மரியாதையே அவை வெறும் சந்தோஷத்திற்காக விளையாடப்படுவதாய் இருந்ததால்தான்...

இன்று அந்த மரியாதையிலும் மண்.

ஒரு விளையாட்டுக்குப் பெயர் 'சிங்கி' ஆட்டம். ரொம்ப சுலபம். ஒரு ரூபாயோ... எட்டணாவோ... ஒருவர் 'சிங்கி' என்று மேலே சுண்டி எறிவார். சிங்கம் (தலை) விழுந்தால் தலைமீது கட்டியவர்களுக்குக் காசு... இல்லையென்றால் பூ மீது கட்டியவர்களுக்கு காசு.

ஆட்டம் விறுவிறுப்பாகப் போகிறது. பீடி வாங்க, டீ குடிக்க காதுக்குள் துட்டு செருகி வைத்திருந்தவர்களெல்லாம் வேகவேகமாய் எடுத்துக் காட்டுகிறார்கள். இழந்தவர்கள் அதே வேகத்தில் எந்திரிச்சுப் போகிறார்கள்.

இழப்பு ஒன்றும் பெரிதாக இல்லை. சில்லறைச் சூதாட்டம்தானே. ஆனால் சுற்றி நின்று பார்ப்பவர்கள் சிறுவர்களாயிற்றே...?

'நிலாப் பூச்சி' புடிக்கத் தெரியாவிட்டாலும் கவலை இல்லை. இந்தப் பூச்சி புடித்துக் கொள்ளாமல் இருந்தால் ஆனந்தமே!

21

ஏழை வைத்தியம்

சீனியாத்தா –

சின்ன வயதில் காதுகளுக்கு ரொம்பப் பழக்கப்பட்ட பெயர். 'சீனியம்மா' என்பது பெயரென்றாலும் ஊரே இப்படித்தான் கூப்பிட்டது.

"யாரது கரை மேல…?"

"சீனியாத்தாளா… யெல… ஓடிப்போயி ரெண்டு வெத்தலை வாங்குடா…" வயக்காட்டுக்குள் வேலை செய்யும் பெரிசு, சின்னதுகளுக்கு சீனியாத்தாளைக் கண்டால் நாக்கு வெத்தலை கேட்கும்.

சீனியாத்தாளும் வாய் 'செவக்கச் செவக்க' வெத்தலை போட்டுக்கொண்டேயிருப்பாள். ஓசி வெத்தலை கேட்பவர்களுக்கெல்லாம், வதங்காத கொழுந்து வெத்தலையா, சுண்ணாம்பு பாக்கு சேர்த்து கொடுப்பாள்! நேரம் இருந்தால், கூடவே உட்கார்ந்து, தானும் வெத்தலை போட்டு 'வெள்ளாமை' பத்தியெல்லாம் பேசிவிட்டுப் போவாள்.

வெத்தலையைச் சாப்பாடு மாதிரி நேரங் காலமில்லாம சாப்பிட்டுக்கொண்டிருப்பாள். 'கொடிக்கால்' வைத்திருக்கிறவர்கள், கூட இம்புட்டு வெத்தலை மெல்ல முடியாது. இவளுக்கு மட்டும் எப்படி இவ்வளவு வெத்தலை கிடைக்கிறது…?

அத்தனையும் – காணிக்கை. சீனியாத்தா பார்க்கிற நாட்டு வைத்தியத்திற்குக் கிராமத்து நோயாளிகள் தருகிற, கன்சல்ட்டேஷன் பீஸ் இந்த வெத்தலைதான்.

யாராவது ஊருக்குள் அவசர அவசரமாக, சுண்ணாம்பு இல்லாத வெத்தலை வாங்குகிறார்களென்றால் அது சீனியாத்தாளுக்கென்று அர்த்தம்.

இப்படி 'வெத்தலைக் காணிக்கையோடு' சீனியாத்தாளிடம் ஓடிய அனுபவம் எனக்கும் உண்டு. சின்ன வயதில்!

எங்க தாய்மாமா வாங்கி வந்த சேவுப் பொட்டணத்தை (யாருக்கும் தெரியாமல்) அவுத்துத் திங்கணும்கிற அவசரம். எல்லோரும் 'பங்கு' பிரித்து வரும்போது (பெரிய குடும்பம்) பங்கு சின்னதாகிவிடுமே... அந்த இழப்பைச் சரிக்கட்ட வேண்டும் என்கிற கவலையில் அரையும் குறையுமாக மென்று முழுங்கினேன். ஏதோ தொண்டைக்குள் கரகர! கொஞ்ச நேரத்தில் எச்சிலைக் கூட முழுங்க முடியாமல் வலி உசிரை வாங்கியது.

'தொக்கம்' எடுக்க சீனியாத்தாளிடம்தான் தூக்கிக் கொண்டு போனார்கள்.

அம்மியில் ஏதோ அரைத்துக்கொண்டிருந்தவள், "வாப்பே... கையெல்லாம் மொளகா... கழுவிவிட்டு ஓடியாறேன்..." தெருவுக்கு வந்து, மண் தேய்த்துக் கழுவினாள். ஈரக்கையைச் சேலையில் துடைத்தாள்.

என்ன? ஏது? என்கிற விசாரணையெல்லாம் கிடையாது. (முகக்குறிப்பிலேயே நோய் தெரியும் போலும்!)

"பாவம்... பிள்ளை சொணங்கிப் போயிடுச்சே... செத்த கழுத்தை நிமுத்துங்கய்யா..."

நொட்டாங்கையால் (இடது) என் கழுத்தை நிமிர்த்தி வலது கையால் தொண்டைக்கும் கழுத்துக்கும் நடுப்பட்ட பகுதியில் 'களை செதுக்குவது மாதிரி' 'கீழ் நோக்கி விட்டுவிட்டு தட்டினாள். (தட்டுவதற்கு முன்னால் சூரியனைப் பார்த்து ஒரு கும்பிடு போட்டார்) தட்ட தட்ட... நெஞ்சுக்கு இதமா இருந்தது. போன உசுரு திரும்ப வந்தது போல ஒரு ஆனந்தம்.

கண்ணைத் தொடச்சி, "இதுக்குப் போயி ஆம்பளைப் புள்ள பயப்படலாமா? ஆட்டெலும்பை முழுங்கினாலும், இந்த சீனியாத்தா இருக்கையில் அழுகக் கூடாது..." என்றார் நெஞ்சைத் தடவி விட்டபடியே...

"சரியாப் போச்சு... கூப்பிட்டுப் போங்கப்பே..." அப்பாவைப் பார்த்து சொன்னதும், மடியில் மடக்கி வைத்திருந்த 'வெத்தலை பாக்கை' அவுத்துக் கொடுத்தார். "என்னப்பே... இதுக்குப் போயி..." சீனியாத்தா மறுக்க...

"புடியாத்தா... வைத்தியத்தை ஓசியில செய்யக்கூடாது. பலிக்காமப் போயிடும்..." இவர் சொன்னதும் மறுக்காமல் வாங்கி, கையில் மடித்துக்கொண்டாள்.

(இன்றும் அதையே யோசித்துப் பார்க்கிறேன்... மூணு நாலு வெத்தலையில் முடிந்து போனது, முந்நூறு நானூறு ரூபாயில் போய் நின்றிருக்கும். எது இல்லாவிட்டாலும் கண்டிப்பாக ஒரு எக்ஸ்-ரே எடுத்திருக்க வேண்டும்)

மருத்துவத்திற்குக் 'கூலியென்று காசு பணம் எதுவும் வாங்காமல், காணிக்கை என்ற பெயரில் 'வெத்தலை பாக்கு' வாங்கிக்கொண்ட 'புனிதம்' அது.

சீனியாத்தா வயதில் அரைக் கிழவிதான். (கல்யாண வயதிற்கு ஒரு மகளும், மனம் கோணாத புருஷனும் உண்டு) ஆனால், வைத்தியத்தில் நரைக் கிழவி.

கண்ணுக்குள் மண், தூசி விழுந்தால் 'நாக்கால் துழாவி' உறுத்தலைப் போக்குவதிலிருந்து, மருத்துவச்சி வர நேரமானாலும் பேறு காலம் பார்ப்பது, காய்ச்சலுக்கு உள் மருந்து கொடுப்பது, வயித்தாலை, விஷக்கடிக்குப் பக்குவம் சொல்லுவது, கேட்கிற (காடுகளில் கிடைக்கக்கூடிய) இலை தழைகளை (மருந்துச் செடிகள்) பிடுங்கி வந்து கொடுத்தால், அதைப் பயன்படுத்துகிற பக்குவம் (செய்து கொடுப்பாள்.) வரை அத்தனையும் அவளுக்கு அத்துப்படி.

"கைராசிக்கார பொம்பளை! அழுகின புண்ணுகூட அது கை பட்டா ஆறிப் போயிடுது!" அவ கொடுக்கிற எண்ணெய் பற்றி ஊர் பேசப் பேச பக்கத்து ஊர்களெல்லாம் கூட 'வண்டி மாடு' வைத்து அழைத்துக்கொண்டு போனார்கள்.

அவள் இல்லாத நேரத்தில் ஊருக்குள் யாராவது உடம்புக்கு ஆகாமல் போனால்,

"அவன் யோகமில்லாதவனப்பா... இந்த நேரம் பார்த்து சீனியாத்தா அசலூர் போயிடுச்சே....." என்று எல்லாரும் ஒருமிக்க (ஒட்டு மொத்தமாக) புலம்புவார்கள். காரணம் – சீனியாத்தா இருந்தால் ஏதாவதொரு பக்குவம் சொல்லிக்கொண்டிருப்பாள்.

அப்படித்தான் ஒரு சமயம், நீச்ச பழகணும்னு தண்ணியில குதிச்ச சின்னப்பய 'ஈலக்களி'-யில மாட்டிக்கிட்டான். கூட இருந்த பயகளெல்லாம் கத்தி, ஒரு வழியா தூக்கிப் பார்த்தா... பேச்சு மூச்சைக் காணோம். வயிறு உப்பியிருந்தது. ஊரே கூடிவிட்டது. மாட்டு வண்டியின் ஒரு சக்கரத்தைக் கழட்டி விட்டு, கொடை சாத்தி, இன்னொரு சக்கரத்தில் ஒரு ஆள் உட்கார்ந்து, 'பயலை' மடியில் படுக்கப்போட்டு 'கொடை' சுத்தினார்கள். 'கிறுகிறு'வென சக்கரம் சுற்ற... 'கொட கொட' என்று வாந்தியெடுத்தான் பையன். அப்பாடா என்று தரையில் இறக்கிப் போட்டால், மீண்டும் அப்படியே... 'செத்த பொணம்' போலக் கிடக்க... பொட்டலே சோகக்காடாய் இருந்தது.

"பேச்சு...மூச்சைக் காணோம்? உசுரு இருக்கா இல்லையா?" ஊர் இப்படிப் பேசிக்கொண்டிருக்கும்போதே, சீனியாத்தா வந்தாள்.

சுசி கணேசன்

“பொம்பளைகளா... போயி ரெண்டுபடி பட்ட வத்தலை (மிளகாய்) வறுத்துக்கொண்டாங்கடி...” என்று சொன்னதுதான் தாமதம். செத்த நேரத்தில் வத்தலும் வந்தது. உரல்களையும் உருட்டிக்கொண்டு வந்தார்கள்.

நான்கு உரல்களின் நடுவில் பையனைப் படுக்கவைத்து, ‘வறுத்த மிளகாய்’ இடிக்க... கூடியிருந்தவர்களெல்லாம் தும்மலும், இருமலும் தாங்க முடியாமல் தவிக்க... கொஞ்ச நேரத்தில் அந்தப் பயலும் தும்மினான்... இருமினான்.

“யே... புழச்சுக்கிட்டாண்டோய்...” ஒரு குரல் சந்தோஷப்பட்டது. ஊரே சீனியாத்தாளுக்குக் கண்களால் நன்றி சொன்னது.

உயிரோடு இருக்கிறானா? இல்லையா? என்பதைக் கண்டறிய பயன்படுத்தப்பட்ட யுக்திதான் ‘மிளகாய் இடித்தல்’ என்றாலும் மனநிலை “யுரேகா...” என்று கத்துகிற மனநிலை அந்த மக்களுக்கு! அந்தக் கிராமத்தைப் பொறுத்தவரையில் சீனியாத்தாதான் பெரிய விஞ்ஞானி! இது நடந்தது பதினைந்து வருஷங்களுக்கு முன்னால், நாட்டு வைத்தியத்தாலும், பக்குவம் சொல்லியும் நிறையப் பேரைப் பிழைக்க வைத்து பிரயாசைப்பட்ட சீனியாத்தாளுக்குக் ‘கடைசி வரைக்கும்’ ஒரு ஆசை மட்டும் நிறைவேறவில்லை.

அது – மகளை வைத்தியத்துக்கு வாரிசாக்குவது!

வைத்தியம் – சீனியாத்தாளின் முன்னோர்கள் கொடுத்த வாக்கு. அதற்கேற்றப்படிதான் மகளையும் வளர்த்தது.

வைத்தியத்திற்கென்று கிளம்பினால் மகளையும் கூடவே இழுத்துக்கொண்டு போவதிலிருந்து சின்ன வியாதிகளை மகளைவிட்டு கவனிக்கச் சொல்லுவது – குணமானால், வருகிற காணிக்கையை (வெத்தலைதான்) மகளிடம் கொடுக்கச் சொல்லுவது – உறங்குகிற நேரத்திலும் உசுப்பி ‘உறக்கம் தள்ளுகிறாளா?’ என்றெல்லாம் கூட பரிசோதித்துப் பார்த்தாள். ‘சேவை’க்கு மூளை முக்கியமில்ல, மனம். அது தன் மகளுக்கு இருப்பது தெரிந்ததும், தன் புருசனைப் போல, ஒரு மாப்பிள்ளை தேடினாள் சீனியாத்தா.

மாப்பிள்ளை ‘பொண்ணு ஊரோடு’ தங்கணும், எந்த நேரத்திலேயும், வைத்தியத்துக்குனு யார் கதவைத் தட்டினாலும்,

சலுப்படையக் (அலுப்பு) கூடாது! ராத்திரி வேளைகளில் துணைக்குக் 'கூட மாட' பொண்டாட்டியோட போய் வரணும்... இப்படியெல்லாம் போட்டுத்தான் கல்யாணம் நடந்தது.

ஆனால், குடும்பப் பொறுப்பு (விவசாய நிலங்கள்) கைக்கு வந்ததும் புத்தியைக் காட்ட ஆரம்பித்துவிட்டார் மருமகன். வருகிற வியாதியஸ்தர்கள், சீனியாத்தா இல்லாத நேரத்தில் வாசலில் நின்றமேனிக்கு, மகளைக் கூப்பிட ஆரம்பித்தார்கள்... மாப்பிள்ளைக்குப் பிடிக்கவில்லை. "நீ போகவேணாம்! உங்காத்தா இருக்கிற வரைக்கும் செஞ்சுட்டுப் போகட்டும்" என்று ஆரம்பித்தவர், ஒரு கட்டத்தில் (இரண்டாண்டுகளில், சீனியாத்தாவின் புருஷன் தவறியதும்) "உங்காத்தாளைச் சும்மா வீட்ல கிடக்கச் சொல்லு! வெத்தலைதானே வேணும். கட்டுக்கட்டா நான் கடையில் வாங்கித் தாரேன்..." என்று காதுபடவே பேசியபோது... சீனியாத்தா சீறிவிட்டாள்.

"யே! ஓம் வகுசியை ஓம் பொண்டாட்டியோட வச்சுக்க! நீ காசு கொடுத்து நான் வெத்தலை மெல்லணுமா? மருமகன்னு பார்க்காம எதையாவது சொல்லிப்புடுவேன்... ஆமா." ஆத்திரத்தில் நிறையவே பேசிவிட்டாள்.

மாப்பிள்ளை கோபித்துக்கொண்டு போய்விட்டார். சமரசத்துக்குப் போனபோது, பொண்டாட்டி தனது ஊருக்கு வந்தால் ஏற்றுக்கொள்வதாகக் கூற... சீனியாத்தாளுக்கு வேறு வழி?

'வைத்தீக வாரிசு' என்கிற 'ஆத்மார்த்த ஆசையை' ஆழக் குழி தோண்டிப் புதைத்தே விட்டாள்.

ஆனாலும் துவண்டு போகவில்லை. ரத்தம் சுண்டி, தோல் சுருங்குகிற வரைக்கும். 'நோவு' என்று வருகிறவர்களுக்கு 'பக்குவம்' சொல்லிக்கொண்டேயிருந்தாள். உயிரோடு இருக்கும்போதே, உட்கார்ந்து பேசி, அனுபவங்களையும், குறிப்பெடுக்க ஆசைப்பட்டதுண்டு. அதற்கு இப்போது வாய்ப்பில்லை. சீனியாத்தா மறைந்து ஏழு வருடங்கள் ஆகிவிட்டன. பாடை தூக்கியபோது ஊர்மொத்தமும் (மருமகன்?) கூடி நின்று அழுதது. கிராமங்களில், சீனியாத்தாபோல, நிறைய டாக்டர்கள் இருக்கத்தான் செய்கிறார்கள்! ஆனால் சீனியாத்தாளுக்கு கிடைத்த மரியாதை?

‘பேச்சுக்கு ஒரு காசு, மருந்துக்கு ஒரு காசு’ என்று பணம் பண்ணுகிற வளர்ச்சியில், ‘சேவை’ என்கிற அம்சம் அடிபட்டுப் போனதால், ‘உள்மனது மரியாதையும்’ அமுங்கிப் போனது! அதுமட்டுமல்ல. சீனியாத்தாளைப் போல, வாஞ்சையோடு வாரியணைத்து, சொந்த உறவாகப் பாவித்து, வைத்தியம் பார்க்கிற ஆட்கள் குறைந்துவிட்டார்கள்.

இன்று – கிராமங்களிலும் அது ஒரு தொழில். ‘கையில் கண்டதை’க் கொடுங்க என்று வாய் சொன்னாலும், கை தாராளமாய்க் கேட்கும்.

வைத்தியர் கூட வேண்டாம். மக்கள் தங்களுக்குத் தாங்களே கவனித்துக்கொண்ட ‘சின்னச் சின்ன’ சமாச்சாரங்கள் கூட மறைந்து போனதுதான் வேடிக்கை.

‘பச்சபுள்ள’ பிறந்தால், வசம்பு (பேர் சொல்லாது) இல்லாத வீடு இருக்காது. பால் கொடுத்து முடிந்ததும், விளக்குத் தீயில் கருக்கி, சங்கில் தேய்த்து நாக்கில் தொட்டு வைப்பார்கள். ஜீரணமும் ஒரு வித நறுமணமும் கிடைக்கும். வயிற்றுக்குள் புழு இருந்தால்... பேதிக்கு வெளக்கெண்ணெய் கொடுப்பது; ரத்தக்கட்டு என்றால் வாழக்காய் கருக்கி கருப்பட்டியோடு சேர்த்து அரைத்து தடவுவது, வாய்புண்ணுக்கு ‘ஆதாலம் செடி’ புடுங்கி பால் அடிப்பது, காய்ச்சல், தலைவலிக்கு நார்த்தை கொளுஞ்சி இலை அவித்து ஆவி புடிப்பது; உடம்புச் சூடு குறைய வாரத்துக்கு வாரம் தலை முழுகுவது; எண்ணெய் கிடைக்காதவர்கள் கரம்பை மண்ணை உச்சந்தலையில் அப்பி தலைக்குளிப்பது (மட்பாத் வெளி நாட்டினர் செய்தால் அதற்குத் தனி மவுசுதான்); குழந்தைகளுக்கு வயிறு சரி இல்லையென்றால் பிரலி எண்ணெய் கொடுப்பது: உடம்பில் கட்டி, செலந்தி என்றால் கல்வாழை இலை வதக்கிக் கட்டுவது; செரங்கு, கை புண்ணுக்குக் குப்பமேனியை அரைத்துப் போடுவது; போகிற வாக்கில் கீழாநெல்லிச் செடியை (மஞ்சக் காமாலைக்கு)ப் பிடுங்கி பச்சையாகவே மென்று தின்பது; தலைவலிக்கு சீனிப்பத்து, செந்துருக்காப்பத்து போடுவது இவற்றுக்கெல்லாம் மருத்துவ ரீதியில் சரியா? தவறா? என்கிற பதில் தெரியாவிட்டாலும், கண்முன் நல்ல பலனைப் பார்த்த ஜனங்கள் இவர்கள்.

இன்று தடுக்கி விழுந்தாலும், எழுந்தாலும் மாத்திரை விழுங்குகிற ‘பட்டணத்து அவசரம்’ இங்கேயும் வந்துவிட்டது

ஆங்கில மருத்துவத்தை, இதோடு ஒப்பிட்டால் யானையோடு, பூனையை ஜோடி சேர்த்த மாதிரி ஆகிவிடும்! அன்று சேவு தொக்கினால், தொக்கத்தில் எடுக்கலாம். இன்று ஊக்குத் தொக்கிக்கொண்டால், 'தொக்கம் தட்டுவது' உதவாதே?

சின்ன துளை போட்டு, பெரிய ஆபரேஷன்களை நடத்துகிற புரட்சிகரமான மருத்துவ யுகத்தில்! நாட்டு வைத்தியங்களை மட்டுமே நம்பினால், கிராமங்கள் இன்றிருக்கிற புதிய நோய்களோடு போராட முடியாதுதான்!

மண்டை உடைந்தால் ரயில் கரி அப்புவது, பருத்திக் காட்டில் குளவி கடித்தால் 'ஒண்ணுக்கு இருந்து' ஈரமண்ணை அள்ளி அப்புவது, சிராய்ப்பு, ரத்தக் காயம் என்றால், சாணி அள்ளி இழுகுவது... கருக்கலைக்க, 'உள்ளே' எருக்கங்குச்சி திணிப்பது, தொப்புள் கொடியை வெட்ட பன்னறுவா (துருப் பிடித்திருந்தாலும்) கொண்டு அறுப்பது... இவை 'நாட்டு' வைத்தியங்கள் பற்றி மற்றொரு கோணத்தில் 'நடுக்கத்தை' ஏற்படுத்துகிற உண்மைகள்!

இந்த 'மைனஸ்' விசயங்களைக் கழித்துவிட்டுப் பார்த்தால்... 'ஏழை வைத்தியம்' என்றாலும் கிராமப்புறங்களில் இருப்பது அனைத்தும் 'வரும்முன் காக்கிற வைத்தியங்கள்தான்'. அவற்றை அவ்வப்போது அறிவுறுத்த ஆட்கள் இருந்தார்கள். மீறிப்போனால், மருத்துவம் செய்யவும் ஆள் இருந்தார்கள். சுளுக்கு வழிப்பவர்கள், கை-கால், முறிந்தால் முட்டைப் பத்து போடுபவர்கள்... நாக்கால் துழாவி 'கண்'ணைச் சுத்தப்படுத்துகிறவர்கள்... இப்படி ஒரு வைத்தியக் கூட்டமே உண்டு. இன்று?

ஆதி திராவிட இனத்தைச் சேர்ந்த குட்டியம்மா "அஞ்சாறு வருசமா பிரசவம் பார்க்கிறதை நிறுத்திட்டேங்க! விரும்பிக் கூப்பிட்டா, போயி பிள்ளைய கழுவிக் கொடுத்துட்டு வருவேன்... பக்குவம் சொன்னா யாரும் கேக்கிறதில்ல... மரியாதையும் இல்லே... கஷ்டம்னா தூக்கு ஆஸ்பத்திரிக்குன்னு வந்துட்டாங்களே... நம்ம உதவி எதுக்கு...?" என்றார்.

எத்தனை ஆஸ்பத்திரி வந்து என்ன..? புதுப்புது நம்பிக்கைகளுக்கும் இந்தப் பூமியில் பஞ்சமில்லை! தாராப்பட்டியில், விஷக்கடிக்குத் தடைபோடுவது பார்த்தபோது ஆச்சரியமாக இருந்தது. அழகர் சாமி

சுசி கணேசன் | 207

ரெட்டியார் – வேஷ்டியைக் கிழித்து, கயிறு போலக் கழுத்தில் கட்டிவிடுகிறார்...! குணமானால் கோவிலுக்குத் தேங்காய், பழம் வைத்துக் கும்பிட்டால் போதும்...! நம்பிக்கையோடு நிறையப் பேர் வந்து போகிறார்கள்...

எப்படியோ... கிராமங்களிலே இயற்கை மூலிகைகளே அழிந்துகொண்டிருக்கையில், ஆங்கில மருத்துவத்தை விட்டால் அவர்களுக்கு வேறு கதியில்லைதான். பழையன உதறி, புதுமைக்கு மாற கிராமங்கள் தயாராகிவிட்டன.

ஆனால்...

'வாஞ்சையான வைத்தியர்கள்' இடம் மட்டும் காலியாகக் கிடக்கிறது!

22

தலைவர்

மனிதர்களில் மூன்று வகை உண்டு. கண்முன்னே அக்கிரமம் நடப்பது தெரிந்தும் கண்டுக்காமல் போவது ஒருவகை; "ஐயோ பாவம்... இப்படிப் பண்ணுகிறார்களே..." என்று மனசுக்குள் மட்டும் புழுங்கி, அனுதாபத்தோடு விலகிப் போவது மற்றொரு வகை; "டேய்...! நிறுத்துங்கடா..." என்று அக்கிரமக்காரர்களைத் துணிச்சலோடு தட்டிக் கேட்கிறவகை மூன்றாவது. இந்தக் 'கடைசி வகை'க்கு மட்டுமே 'தலைவனாகும் தகுதி' உண்டு.

"பார்த்தா கிராமத்தாளு மாதிரி இருக்கான் 'பளிச் பளிச்'னு கேட்டுப் புடுவான்" என்று கிராமத்தாரைப் பார்த்தாலே பதற்றப்படும்

அதிகாரிகள் இருந்தார்கள்! தட்டிப் பேசுகிற வார்த்தையில் ஒரு தர்மம் இருக்கும். படிப்பறிவு இருக்காது – பண்பு இருக்கும்; பகட்டிருக்காது – பணிவு இருக்கும். எல்லாத்துக்கும் மேல் பேச்சிலும் செயலிலும் ஒரு துணிவு இருக்கும். அநியாயங்களைத் தட்டிக்கேட்கும் அந்தத் துணிச்சல் கூட இந்தக் கிராமத்து ஜனங்களை விட்டு மெல்ல விலகிக்கொண்டிருக்கிறது. பதினைந்து வருடங்களுக்கு முன்பு அய்யாவும் இப்படிப் பயந்திருந்தால், தலைவர் அய்யாவு ஆகியிருக்க முடியாது.'

தட்டிக் கேட்டால் தலைவனாகலாம் என்பது சினிமாவில் மட்டுமல்ல, நிஜத்திலும் நடக்கும் என்பதற்கு அய்யாவு ஓர் உதாரணம்.

வன்னிவேலம்பட்டி – இவரது சொந்தக் கிராமம். ஜனக்கட்டு பெருத்த ஊர். வெவ்வேறான ஜாதிசனங்கள் வாழ்ந்தாலும் 'மாமா மாப்ளே' என்று உறவு முறை கொண்டாடும் கிராமிய மணம் மாறாத மக்கள்! ஒருத்தருக்கு ஒரு ஆபத்து என்றால் ஊரே கூடி நிற்கின்ற ஒற்றுமை...!

ஏழு ஊர் சேர்ந்து கொண்டாடும் 'ஊர் சாத்திரை'யில் சப்பரம் தூக்குகிறதில் காட்டுகிற வலிமையாகட்டும்... சினிமாத் தியேட்டரிலோ, வியாபாரம் செய்யப்போன இடத்திலோ ஒரு தப்புத்தண்டா என்று தட்டிக் கேட்கும் தைரியமாகட்டும்... அந்தக் கிராமம் காட்டின 'ஒத்துமை' சுத்துப்பட்டி கிராமங்களிலெல்லாம் "யே... வன்னி வேலம்பட்டிக்காரங்கப்பா... வம்பு வச்சுக்காதீங்க" என்று பேச வைத்தது.

இந்தக் கிராமத்தில் கொட்டகை போடுகிற தொழில் செய்து வந்தவர்தான் இந்த அய்யாவு...

"அய்யாவு... எம்பேத்திக்கு பங்குனி 2–ம் தேதி கல்யாணம் ஒங்கொட்டகையிலேயே எல்லாரும் அசந்துடணும்..." இப்படிச் சொல்கிறவர்களும்...

"பெரியாத்தா தவறிடுச்சப்பா...! சும்மா ரெண்டு கம்பை நட்டு தட்டியைக் கட்டிவிடு போதும்..." இப்படிச் சொல்கிறவர்களும்...

"போன வருசத் திருவிழாவுக்குப் போட்ட மாதிரியே கோயில் முன்னால் நீளமா கொட்டகை போடணும்..."

இப்படிச் சொல்லுகிற ஊர் கமிட்டியுமாக, ஊரில் இவரைத் தெரியாத ஆட்களே குறைவு.

ஆனால், யாரிடமும் அதிகம் பேசமாட்டார். கொட்டகை போட்டுவிட்டுப் போனாரென்றாலும் பிரிக்கிற அன்றுதான் அந்தப் பக்கம் தலை காட்டுவார்! பேச்சிலும் செயலிலும் ரொம்ப சாது... கிராமத்தாளு ஒவ்வொருத்தருக்கும் ஒரு பட்டப்பெயர் உண்டே!? இவரைக் 'கொட்டகை அய்யாவு' என்றுதான் ஊரே கூப்பிடும்! கம்யூனிசக் கருத்துகளில் (மார்க்சியம்) ஈடுபாடு கொண்டதால் அவரை ஊர் 'கம்யூனிச கட்சி அய்யாவு' என்று கூப்பிட்டது. இப்போது தலைவர் அய்யாவு காரணம் – 'அந்த இரவு'.

அது ஒரு கோடைக்கால ராத்திரி! 'சொள சொள'னு மழை ஊத்தினால் தவிர, ஊர் சனமே பொட்டலில்தான் படுத்து உறங்கும். அதுபோலத்தான் அன்றும் 'கும்மி கும்மியாய்' பொட்டலெல்லாம் ஆட்கள் படுத்திருந்தார்கள்! இடை யிடையே ரெண்டு மூணு பேர் முழித்துக் கொள்வார்கள். ஒரு பீடியைப் பத்த வைத்தபடி, 'குசு குசு' வென்று பேசிக் கொண்டு இருப்பார்கள்.

ஊர் முனையில் லாரி வெளிச்சம் தெரிந்திருக்கிறது. பலசரக்குக் கடைக்கு மூட்டை இறக்குகிற லாரியாக்கும் என நினைத்தவர்கள் படுத்துக் கிடந்தவர்களை, "ஏ எந்திரிங்கப்பா... லாரி வருது" என்று எழுப்புவதற்கும், பின்னாலிருந்து (போலீஸ் லாரியிலிருந்து) போலீஸ் இறங்கி ஓடி வருவதற்கும் சரியாக இருந்தது.

லாரிப் புகைக்கும், பூட்ஸ் சத்தத்துக்கும் முழித்துக் கொண்டவர்களை பூட்ஸ் காலால் தட்டியெழுப்பினார்கள்.

வேலை அலுப்பில் அசந்து உறங்கினவர்களைத் 'துப்பாக்கிக் கட்டையால்' "டொக் டொக்" என்று தட்டியெழுப்பி – தூக்கக் கலக்கத்தில் துப்பாக்கியையும், போலீசையும் பார்த்தால் எப்படியிருக்கும் – ஆட்டுமந்தைபோல எல்லோரையும் "சம்மணம் போட்டு" நாடக மேடையில் உட்காரவைத்து... சுற்றிலும் பத்து பதினைந்து போலீஸ் துப்பாக்கியோடு காவல் நின்றது.

இன்னொரு 'படை' தெருக்களில் திமுதிமுவென ஓடியது! பேட்டரி வெளிச்சத்தையும், பூட்ஸ் சத்தத்தையும், பார்த்திராத

கிராமம்! வாசலில் கட்டிக்கிடந்த ஆடுகளும், மாடுகளும் அலற... ஒரு பக்கம் நாய்கள் உயிரைக் கொடுத்துக் குலைத்துக் கொண்டிருந்தன. வீட்டுக்குள் யாருக்குத் தூக்கம் பிடிக்கும்? எதிர்ப்படுகிற ஆம்பளைகளையெல்லாம் கழுத்தைப் பிடித்து பொட்டலுக்குப் போலீஸ் இழுத்து வந்தது. பொம்பளைப் பிள்ளைகளெல்லாம் முந்தானைத் தலைப்பால் வாயைப் பொத்திக்கொண்டு வேடிக்கை பார்த்தார்கள் – என்ன நடக்கிறதென்பதை யூகிக்க முடியாமல், “ஊருக்கு வெளியே ஒரு லாரி நிக்குதாம்... கம்மாக்குள்ள எல்லாம் போலீஸ் நிக்குதாம்!” ஊருக்குள் தீயாய் பரவிய வதந்திகளும் மக்களை ஆழமாய் குழப்பியது.

அந்த ‘நடுக்கமான அமைதி’யைக் கிழித்துக்கொண்டு ஒரு ஓசை. அது... வேம்புலய்யன் கோவில் பெரிய மணி ஓசை. மூன்று முறை அடித்து ஓய்ந்தது.

பொட்டலில் ஜீப்புக்குள் உட்கார்ந்திருந்த உயர் அதிகாரிக்கும், துப்பாக்கிய ஏந்திய போலீஸ்காரர்களுக்கும் சத்தம் கேட்டதே தவிர... அர்த்தம் புரியவில்லை!

தூங்கிக்கிடந்த புள்ளை குட்டிகளை எழுப்பிக்கொண்டு, பொம்பளை, ஆம்பளை... அம்புட்டும் பொட்டல் நோக்கி வந்தபோதுதான் போலீசுக்கு ‘மணியோசை’யின் அர்த்தம் தெரிந்தது. செத்த நேரத்தில் – பொட்டல் முழுக்க ‘நெருக்கிக் கட்டின நெல்லுக் கட்டு’ மாதிரி மக்கள் கூட்டம்.

ஊருக்கு வெளியே இன்னொரு காரியமும் நடந்து கொண்டிருந்தது.

பாலத்தை ஒட்டியிருந்த வீடுகளில் கிடந்த உரல், அம்மிக்கல்லு, ஆட்டுரல் – என்று கண்ணில் படுகிறதெல்லாம் உருட்டிக்கொண்டு வந்து ரோட்டில் போட்டார்கள்! இந்தத் தகவல் போலீசுக்குப் போனதும்... ரெண்டு பக்கத்திலும் பயங்கர டென்ஷன்.

பதற்றத்தில் போலீஸ்... ஆக்ரோஷமான நிலையில் மக்கள்... ஒரு கல் சீறினாலும் போதும்... இரண்டு பக்கமும் பலத்த உயிர்ச்சேதம் ஏற்பட்டு விடுகிற நிலைமை!

கூட்டத்துக்குள் இரண்டுபேர் மாட்டு வண்டியை இழுத்து வந்தார்கள்! நான்கைந்து பேர் மேக்காலை தரை நோக்கி

அமுக்கிக்கொள்ள... வண்டியின் உச்சிக்கு ஒருவர் ஏறினார். அவர் அய்யாவு...

"எல்லோருக்கும் வணக்கம்..."

அவர் பேச ஆரம்பித்ததும் 'கச கச'வென்று கேட்டுக் கொண்டிருந்த சத்தம் 'கப்' என்று நின்றது.

அமைதியான பேச்சென்றாலும் ஆணித்தரமானது.

"காடு கரையில வேலை பாத்துட்டு வந்து ஆஞ்சு ஓஞ்சு படுத்துக்கிடக்கிற இந்த ஜனங்களைத் துப்பாக்கியை நீட்டி, ஆட்டுமந்தை மாதிரி உட்கார வச்சிருக்காங்க. காரணம் கேட்டா, சாராயம் காய்ச்ச வந்தவங்களைப் புடிக்க வந்தோங்கிறாங்க...? போலீசுக்கு அவங்க யாரு யாருன்னு தெரியும்... அவங்கள புடிக்காம, இப்படி அப்பாவி சனங்களை தட்டியெழுப்பி உட்கார வச்சிருக்கீங்களே எதுக்கு? இதுக்குப் பின்னாலிருக்கிற உண்மைக் காரணம் என்னன்னு எங்களுக்குத் தெரியணும். எதிரிலிருக்கும் போலீஸ் அதிகாரிக்கு ஊர் சார்பா ஒண்ணு சொல்லிக்கிறேன். காரணம் எதாயிருந்தாலும், துப்பாக்கியைக் காட்டி இந்த மக்களை யாரும் பயமுறுத்த முடியாது. அப்படியும் மீறி ஒரு துப்பாக்கி வெடிச்சாலும் இங்கயிருந்து ஒரு போலீஸ்காரரும் நல்லபடியா திரும்பிப் போக முடியாது..."

மக்கள் பக்கம் திரும்பிய அய்யாவு "ஆனால் அப்படி ஏதாவது சம்பவம் நடந்துட்டா, அது நம்ம ஊருக்குத்தான் கெட்ட பேரு! அதனால வந்தது போலவே, போலீஸ் திரும்பிப் போறதுக்கு நாம அனுமதிக்கணும்! பாலத்துல கிடக்கிற கல்லு முள்ளு எல்லாத்தையும் அப்புறப்படுத்தி வழி பண்ணிக் கொடுக்கணும். அவங்க திரும்பிப் போறதுக்கு எல்லாரும் விலகி நின்னு வழி விடுங்க..." என்றார்.

அய்யாவு பேசி முடித்ததும், கூட்டம் அசைந்து போலீஸ் வண்டிகள் நகர வழி கொடுத்தது. தயார் நிலையில் நின்றிருந்த துப்பாக்கி ஏந்திய காவலர்கள், லாரிக்குள் தாவி ஏறினார்கள். போலீஸ் வண்டிகள் நகர ஆரம்பித்ததும், 'ஹோ'வெனச் சத்தத்தோடு எல்லோரும் கை தட்டினார்கள்.

வண்டி மேல் நின்றிருந்த அய்யாவு "நிறுத்துங்கள், கைதட்டி அவர்கள் மனசு புண்படும்படி நமது மக்கள் நடந்து கொள்ளக்கூடாது. ஏதோ தவறான சேதி கேட்டு,

ஒரு நல்ல ஊருக்குள் வந்துவிட்டோமே என்று அவர்கள் வருந்துகிற அளவுக்கு வழியனுப்பி வைப்போம்...” என்று சொன்னதும்... ‘மந்திரத்துக்கு’ கட்டுப்பட்டது போல அத்தனை சனமும் அமைதியாய் போலீசை வழியனுப்பியது. இத்தனைக்கும் அய்யாவு அன்றைய நிலையில் சாதாரண கொட்டகைக்காரர்தான்.

முதக்கோழி கூப்பிட்டது. கிழக்கில் லேசான வெளுப்பு. முக்கால்வாசி சனம் தூங்கப்போகவேயில்லை. ஒரு இக்கட்டான சூழ்நிலையில் புத்தி சாதுர்யத்தோடு துணிச்சலாகச் செயல்பட்டதன் விளைவு... சாதாரண அய்யாவுவைத் தலைவர் அய்யாவுவாக பதவி உய்வு பெற வைத்தனர் அந்தக் கிராமத்து மக்கள்.

“போலீஸ் வரவுக்கு உண்மைக் காரணம் பிறகு தெரிந்ததா?” அய்யாவுவிடம் கேட்டேன்.

“இன்னிக்கு வரைக்கும், அது ஒரு புரியாத புதிராகவே இருக்குது தம்பி! காரணமே புலப்படலே” என்றார் அய்யாவு.

போலீஸ் மட்டுமல்ல. காளியம்மன் பொங்கல் என்றாலும், மூட்டு பெருத்த (வயசான) ஆளுகளுக்கு, அய்யாவு ஞாபகத்துக்கு வருவாராம்! காரணம் – திருவிழா அன்று அவர் கட்டுகிற வேசம்!

கிராமத்தில் முக்கால்வாசிப் பேர் அன்று வேசம் கட்டி ஆடுவார்கள். கரடி – புலி ஆட்டம், உடம்பு அளவுக்கு சாக்கு வைத்து உள்ளே வைக்கோலைத் திணித்து ஆடுகிற சிலம்பாட்டம் (கண்டபடி மேல் காலெல்லாம் கம்பால் விளாசித் தள்ளுவார்கள்), இன்னொரு பக்கம் கிழவன் கிழவி ஆலி (முகமூடி) போட்டு கிணுக்கட்டி கிணுக்கட்டினு ஆடிக்கொண்டு முறைப்பொண்ணு, பயகள நையாண்டி பண்ணிக்கொண்டிருப்பார்கள். இவற்றில் அய்யாவு கட்டுகிற வேசம் நரிக்குறவர் வேசம்! தத்ரூபமாய் அமைதியாய் ஓரத்தில் ஒட்கார்ந்திருப்பாராம். அன்று இரவு நாடகம்! அதில் வருகிற ஒரு கதாபாத்திரம் (காமெடியன்), நரிக்குறவனைக் கூப்பிடுங்கள் என்று சொன்னதும், “இதோ வந்துட்டேன் சாமியோ’னு மேடையில் ஏறி இறங்குகிற வரைக்கும் வேஷம் கலைக்காமல் உலவிக் கொண்டிருப்பாராம்.

இந்த வருசமும் அதே பொங்கல் விழா நடந்தது–.

“இந்த தடவை வேசம் கட்டினீர்களா?”

“இல்லய்யா! எல்லாம் மலரும் நினைவுகளாப் போச்சு...” என்றார் சிரித்துக்கொண்டே...

இன்று அய்யாவு போல, மக்கள் செல்வாக்கு இருப்பவர்கள்தான் அரசியலில் இருக்க வேண்டுமென்பதில்லை! காசு பணம் படைத்தவரும் சென்னையிலிருக்கும் தலைமைகளின் கருணையிருப்பவர்களுமே அரசியல்வாதிகள்.

சென்னையிலிருக்கும் கட்சித் தலைமைகளுக்கு இருக்கிற அதே மனோபாவம் (ஒருத்தர் செய்வதை மற்றவர் குறை கூறுவது) கிராமங்களிலும்! இதனால் கூட்டுறவு வாழ்க்கை வாழவேண்டிய கிராமங்கள் ‘பாத்தி பாத்தியாக’ப் பிரிந்து கிடக்கின்றன.

ஊர் கூடி ஒற்றுமையாய் செய்ய வேண்டிய காரியத்துக்குக் கூட, தலைமை என்ன சொல்லுமோ என்று தயங்கி பயந்து, கூடிச் செய்கிற விசயத்தைக்கூட அப்படியே அந்தரத்தில் ஆடவிட்டு விடுகிறார்கள்.

கட்சிகளை ஆட்டிப் படைக்க வேண்டிய கிராம மக்கள் இன்று அவற்றுக்கு அடிபணிந்து கிடப்பதும், சென்னையிலிருக்கும் தலைவர்களின் சொல்லுக்கு ஆடிக்கொண்டிருப்பதும் கசப்பான உண்மைகள்! ஒரு கிராமத்தான் அதே கிராமத்தைக் கட்டுக்குள் வைக்க முடியாத நிலை. விளைவு – ஊர் கூடினால் ஒரு நொடியில் செய்து முடிக்கிற காரியங்களுக்குக்கூட கவர்மெண்ட் கையை எதிர்பார்த்துக் கிடக்கிற பரிதாபம்.

இதற்கு எத்தனையோ உதாரணங்கள் உண்டு. அவற்றில் ஒன்று, அந்த பஸ் பயணம். உசிலம்பட்டி பகுதியில் சுற்றிக்கொண்டிருந்த போது... எனது வண்டியின் டயர் பங்க்சர்! ஆகவே ஆள்கூட்டி வர பஸ் பயணம்!

ஒரு கிராமத்துக்கு முன்னால் ஒரு கிலோமீட்டர் தூரத்துக்கு பஸ்ஸின் ரெண்டு பக்கமும் சடசடவென சீமக்கருவேல முள் அடித்துக்கொண்டே வந்தது. எல்லோரும் முகத்தில் முள் அடித்து விடாமலிருக்க உள்பக்கமாய் சாய்ந்துகொண்டே வந்தார்கள். பல கட்சிகள் வேண்டாம். அந்த ஊரிலிருக்கிற ஒரு கட்சி நினைத்தால் போதும் (பஞ்சாயத்து அமைப்பு முறையை அழித்தவர்கள் அரசியல்வாதிகள்தானே!) அத்தனை

தொண்டர்களும் அருவாளோடு நின்றால் சீமக்கருவேலை என்னத்துக்கு ஆகும்? இது மாதிரி ஏகப்பட்ட ரோடுகள்!

தனி மனிதனுக்கிருந்த தொண்டுள்ளம் கூட காணாமல் போய்விட்டதே! காட்டு வேலைக்கு அருவாளோடு போகிறவர்கள்கூட, பாதையில் முள் ஓடி நீட்டிக்கொண்டிருந்தால் ரெண்டு வீச்சு வீசிவிட்டுப் போவார்கள். இன்று அதற்கும் 'காசு கொடுத்தால் செய்றேன்' என்கிற நிலைமை.

இந்தத் தொடரில் பிரசுரமானவர்களில் கால்வாசிப் பேர், போட்டாவுக்கு நிற்பதற்குக்கூட காசு கேட்டவர்கள்!

தாலாட்டுப் பாடிக் காட்டிய பொன்னம்மா பச்சையாகவே கேட்டுவிட்டார். "எம் பாட்டைப் புடுச்சுட்டு போயி நீங்க காசாக்கத்தானே போறீங்க. எனக்கு ஏதாவது குடுத்துட்டுப் போங்க..." என்றார் சிரித்துக்கொண்டே...

இளவட்டக்கல் தூக்க வந்த ஒரு நடுத்தர வயதுக்காரர், "தூக்கணும்னா காசு தரணும்! தருவீங்களா?" என்று ரொம்ப நேரம் வாக்கு வாதம் பண்ணிக் கடைசி வரை தூக்காமலேயே போய்விட்டார்.

'கை நீட்டினால், கௌரவம் போச்சு' என்று நினைத்ததெல்லாம் மலையேறிப்போச்சு.

போட்டோவுக்கும் பேட்டிக்குமே இந்தக் கதியென்றால் ஓட்டுப் போடுவதற்கு?

"யாரோ சம்பாதிக்க, நாம ஏன் சும்மா வோட்டுப் போடணும்" என்கிற விழிப்புணர்வு வெகு வேகமாய் பரவிக் கொண்டிருக்கிறது. வோட்டுப் போட கிராமங்களில் கூட காசு கேட்கிறார்கள் என்று யாராவது சொன்னால், இனி அதிர்ச்சியடையத் தேவையில்லை.

23

நேசம்

காதல் என்பது எல்லா நாடுகளிலும், காலங்களிலும் வாழுகின்ற ஒரு ஜீவன். அதற்கு பிறப்பும் இல்லை; இறப்பும் இல்லை. ஆகவே, வயதும் இல்லை. பாலைவனமானாலும், சிரபுஞ்சியானாலும் 'இது' உணராத ஆணும், பெண்ணும் ரொம்ப அபூர்வம். அன்றிலிருந்து இன்று வரை இலக்கியங்கள் அப்படித்தான் காட்டுகின்றன. இந்த பூமி மட்டும் விதிவிலக்கா?

சென்னைக்கு ஒரு மெரீனா அல்லது எலியட்ஸ் என்றால் (மெரீனாவில் உயர் கம்ப விளக்குகள் போட்டுவிட்டதால்) இங்கு, கண்ட இடமெல்லாம் காதலர்கள் இடம்தான்! படப்படி, வாழைத் தோப்பு, கருவலங்காடு, துவரங்காடு, 'பளீர்' என்று நாலாபுறமும் தெரிகிற வெட்ட வெளி, கமலைத் தோட்டம், திருவிழாக் கூட்டம், ஊருணிக்கரை, ஓடை... இங்கெல்லாம் காதல் தொடங்குவதற்கும், பிறகு அது 'களவில்' முடிவதற்கும் வாய்ப்புகள் எக்கச்சக்கம்.

மீசை மிடுக்கில் கிறங்கவும், சிலா (சிலம்பாட்டம்) வரிசையைப் பார்த்து மயங்கவும் அன்று பெண்கள் இருந்தார்கள். பயறு மூட்டை என்றாலும் ஒரே முக்கில் முதுகுக்கு ஏத்துகிற உடல் வலிமையை, எட்டு ஏக்கர் என்றாலும் 'ஒத்தை ஏராய்' உழுது போடும் மனவலிமையும்... பெண்களை ஈர்த்துக்கொண்ட அன்றைய தகுதிகள்.

நோஞ்சானாய் இருந்தாலும், சிரிக்கச் சிரிக்க அவன் பேசுகிற நையாண்டிப் பேச்சில், திருவிழாவில் அவன் போட்ட 'பொம்பளை வேசத்தில்' மனசைப் பறிகொடுத்து சொக்கிப் போன பொம்பளைகளின் கதைகளும் நிறைய உண்டு.

அதுபோலத்தான் ஆண்களுக்கும்... மாட்டு செவந்தி சொருகின நீளக் கொண்டைக்கும், அவள் பூசின மஞ்சளுக்கும் மயங்கின (போன தலைமுறையில்) ஆம்பளைகள் ரொம்ப பேர்...! உடம்பில் 'உப்பு நாத்தம்' அடித்தாலும், வாய் மணக்கும் அவளது வெத்தலை வாசனை பிடிக்கும்; பின் கொசுவசேலை பிடிக்கும்; அவளது 'குதிரை' சடை பிடிக்கும்; 'கலகல' வென சிரிப்பு பிடிக்கும்; காட்டு வேலையோ வீட்டு வேலையோ 'உஸ்ஸ்'–னு மூச்சு வாங்காமல் உட்காராமல் இழுத்துப் போட்டு செய்கிற அந்த 'உடல் வாகு' பிடிக்கும். மற்ற முன் பின் தோற்றங்களெல்லாம் இரண்டாம் பட்சம்தான்...!

கண்ணுக்கும் நெஞ்சுக்கும் பிடிக்கும் வரைதான்... இவை எல்லாமும். பிடித்துப் போனால், அது வளரும் வகையே அலாதி. நிரை (வரிசை) பிடித்து களையெடுத்துக்கொண்டிருப்பார்கள்... நடுவில் 'மதுனியா'வை எடுக்க விட்டு, களையெடுக்கிற சாக்கில் 'காதல் சிணுங்கல்கள்' நடந்து கொண்டிருக்கும்...! காதல் மும்மரத்தில் நிரை பிந்திப்போனால் 'மதுனியா' சரிக்கட்டிக் கொள்வாள். இடையிடையே அவளும் சத்தம் போடுவாள்... "ஏண்டி காலு வலிக்குது, கை வலிக்குதுன்னா எதுக்குடி

களையெடுக்க வாரே..... ஓங்கப்பனை காரவீடு கட்டச் சொல்லி படுத்து உருள வேண்டியதுதானே...” கூட்டம் சிரிக்கும்...! ‘குசுகுசு’வென்று பக்கத்திலேயே ‘காதல்’ வளரும்!

ஒருவேளை அதே காதல், ஊருக்கும் தெரிந்து அங்கீகாரமும் கிடைத்துவிட்டால்...

“ஓனக்கென்ன... கொடுத்துவச்சவ...! சும்மா வந்து நின்னா போதும்... ஓ வேலைய ஓ ஆளு பாத்துகிடும்... ம்...”

இதுபோலத்தான் எல்லா காட்டு வேலைகளிலும் ஆணும் பெண்ணும் சேர்ந்து போகிற விவசாய பூமியில், அது தப்பாகவும் தெரியாது.

நெல் கருது கட்டும்போது ‘தன் ஆளு’ சுமக்கிற கட்டா யிருந்தால், ‘ரெண்டு கை’ (கதிரு) குறைத்துக் கட்டுவதும், களத்தில் கட்டுகளைப் பரித்து முடிமுடியாய் அள்ளி அவள் கொடுக்க, இவன் வாங்கி ‘சொத்சொத்’ என்று அடித்து உதறி, அலசி படப்பில் விசிறி எறிகிறபோது... அங்கு நடக்கிற சின்னச் சின்ன விரல் தீண்டல்கள் வயிறு பசியெடுக்காமல் பார்த்துக் கொள்ளுமே!

கம்மாக்கரையில் நடக்கும்போது மழை பெய்துவிட்டால் காதலர்களுக்கு கொண்டாட்டம் கரம்பை மண்ணு வழுக்கும். "ஏ... பெருவிரலை ஊன்டி நட...'' என்று சொல்லிக்கொண்டே ஆணும் பெண்ணும் கைகோர்த்துப் போவதில் கிடைக்கும் சிலிர்ப்பு...! தூரந்தொலவுக்குப் போக மாட்டு வண்டியில் போகும்போது, "பாரம் தூக்குது!... எல்லாரும் முன்னாடி வாங்க என்று அவன் சொல்ல, கூட்டத்தோடு நகர்ந்து, தயங்கித் தயங்கித் தொட்டுக் கொள்ளும் பரவசம்...! (கிராமத்துப் பெண் என்றால் பசக் பசக் என்று துடிப்போடு ஒட்டிக்கொள்ளும் சினிமா சித்திரிப்பிற்கு மாறாக) காதலின் 'மென்மை' இங்கேயும் உண்டு.

ஆடு மேயக்கப் போன இடத்தில் பருவம் எட்டா வயதில் எட்டிப் பார்க்கும் நேசம்... வயசு வந்ததும் 'ஆடு விரட்டும்போது அள்ளிக்கொண்டு போகும் ஏக்கம்...! குடிசைக்குள் உட்கார்ந்து, பருத்திக் காட்டுக்கு காவலிருக்கும் அந்த மத்தியான வேளையில், தனிமை ஏற்படுத்தும் உணர்ச்சி.'

உணர்ச்சியைக் கட்டுப்படுத்துபவர்களும் உண்டு! கரடோ, கட்டாப்போ (செடி, கொடி, புதர்) மறைவிடம் பார்த்து உடனே உருகிப் போகிறவர்களும் உண்டு.

அதே நேரத்தில் வயசுக்கு வந்தவுடன், வீட்டை விட்டு வெளியேறாத பெண்களும், வீட்டுக்குள் புதிய ஆள் வந்ததும் உள்ளே ஓடி ஒளிந்து கொள்கிற பெண்களும் நிறையவே இருந்தார்கள்.

இன்று எல்லாவற்றிலுமே நேர்மாறான மாறுதல்கள். எந்தப் பெண்ணும் வீட்டுக்குள் ஓடி ஒளிந்து கொள்வதில்லை. காதலன் காதலிகளின் எதிர்பார்ப்புகள் கூட திரிந்து போய்விட்டன! உடல்வாகு பார்த்தவர்கள் இன்று உடையழகு பார்க்கிறார்கள்! பிரபுதேவா மாதிரி ஒருத்தன் வந்து ஊர்த்திருவிழா அன்னைக்கு டான்ஸ் ஆடினான் சார்...'அவக' வீடு ஊர்ல பெரிய வீடு. அந்த குரூப் அவக வீட்லதான் தங்கிச்சு! அந்தப் பொண்ணுக்கும் அந்த டான்ஸ் ஆடின பையனுக்கும் பழக்கம் ஆகிப்போயி, கட்டுனா அவனைத்தான் கட்டுவேன்னு நிக்க, பெரிய பிரச்சினையா யிடுச்சுங்க. அதனாலேயே ஊர்ல இப்ப டான்ஸ் எதுவும் வக்கிறதில்லை" என்றார் வீரணன் (வத்தலக்குண்டு அருகில்).

நாளுக்கு நாள் 'ஓடிப்போய் கல்யாணம்' பண்ணிக்கிற எண்ணிக்கை பெருத்துக்கொண்டிருக்கும் அதே வேளையில்

(கிராமங்களில்) காதலை கண்மூடித்தனமாக எதிர்க்கும் சம்பவங்களும் நடந்துகொண்டுதானிருக்கிறது. அதற்கு அந்தக் கல்லூரி மாணவியின் வாழ்க்கை ஓர் உதாரணம்.

மதுரை – ராமநாதபுரம் வழியிலுள்ளது அந்தக் குட்டிக் கிராமம். கிராமம் முழுக்க ஒரே ஜாதிசனம்தான். ஊருக்குள்ளே அந்தப் 'பெண்' காதலித்திருந்தால் 'சொத்து பேதம்' இருந்திருக்குமே ஒழிய 'சாதி பேதம்' இருந்திருக்காது. ஆனால், படிக்கப்போன இடத்தில் அவளுக்கு சகமாணவரோடு ஏற்பட்ட நேசம் (பையன் உயர்ந்த ஜாதியாயிருந்தும்) இருவரையும் கல்யாணம் வரை கொண்டு போய், மீண்டும் காதலிலே வந்துபோட்டது.

மதுரையிலிருக்கும் கல்லூரியொன்றில் இரண்டு பேரும் எம்.ஏ. மாணவர்கள். எப்போதுமே கிராமத்துக்கும் பட்டணத்துக்கும் காதல் விஷயத்தில் ஒரு பெரிய ஈர்ப்பு உண்டு. "எப்படா இந்தப் பட்டிக்காட்டை விட்டுப் போகலாம்" என்கிற நினைப்பில் அவளும், "கிராமத்து பொண்ணுன்னா ஒழுக்கமானவளா இருப்பா... மறுவீட்டுக்குப் போனாலும் தோப்பு தொரவுன்னு சுத்தமான காத்தைச் சுவாசிக்கலாம்" என்கிற நினைப்பில் இவனும் காதல் வசப்பட்டுக் கொள்வது வாடிக்கை.

அவளது ஊர் திருவிழாவுக்கு வகுப்பு நண்பர்களோடு போனவன், அந்தக் கிராமத்தின் தீய்ந்து போகாத யதார்த்தத்தைப் பார்த்து சொக்கிப் போனான். அந்தப் பெண்ணைவிட, அந்த மண் ரொம்பப் பிடித்திருந்தது. கல்லூரிக்குத் திரும்பியதும் இருவருக்குமே 'ஈர்ப்பு' இறுகியது.

படிப்பு முடியும் காலமும் நெருங்கிவிட்டது. வீட்டில் மெல்ல சொல்லிப் பார்த்தாள். "உன்னைப் படிக்க வச்சதே ஊர் மெச்சனும்னுதான் (தகப்பனார்களில் இப்படி ஒரு ரகம் உண்டு. அந்தக் கிராமத்தில் அவள் முதல் எம்.ஏ. பட்டதாரி.) அதே மாதிரி ஊர் மெச்ச உன் கல்யாணத்தையும் பண்ணிட்டேன்னா என் பொறுப்பு தீர்ந்துடும்." தகப்பனாரிடமிருந்து இப்படித்தான் பதில் வந்தது.

தாமதிப்பது ஆபத்து என்று உணர்ந்தவர்கள் பரீட்சை முடிந்த கையோடு ரிஜிஸ்டிரார் ஆபிஸில் போய் தாலி கட்டிக் கொண்டார்கள். தைரியத்தை வரவழைத்துக்கொண்டு ஊருக்கும் போனார்கள்.

இதற்குள் அங்கே செய்தி கசிந்துவிட்டது. பஸ்ஸை விட்டு இறங்கியதும் 'வண்டல்மண்' படிவது மாதிரி ஊர்க் கூட்டம் அவர்களைச் சூழ்ந்துகொண்டது. சிலர் காதுபடவே வைதார்கள். காரணம் – அந்தக் கிராமத்துக்கே அதுதான் முதல் 'ரிஜிஸ்டர்ட்' கல்யாணம்.

வீடு நோக்கி நடந்தார்கள். கூட்டமும் தொய்ந்து வந்தது. வாசலில் தகப்பனார்.

"இப்படி அவசரப்பட்டுட்டியம்மா! ஊரைக் கூட்டி செய்யவேண்டியதைத் தனியா செஞ்சிட்டு வந்திருக்கியே. சரி நடந்தது நடந்து போச்சு. உள்ளே வாங்க" என்றவர், கூட்டத்தின் பக்கம் திரும்பி, "இங்கென்ன வேடிக்கையா காட்டுறாங்க... போங்க போங்க" என்று விரட்ட 'இடி மழை' பெய்யப்போகிறது என்று நினைத்த ஜனங்களுக்கு 'தூறல்' கூட பார்க்காத ஏமாற்றம்!

உள் ரூம் வரை மாப்பிள்ளையும், பொண்ணும் போனதுதான் தாமதம்...

'வெடு'க்கென்று தாலியை அத்து... புடுங்கினார் அவளது தகப்பனார். அதற்குள் வீட்டுக்குள் தயாராய் இருந்த மாமன், மச்சான், சொந்தம், சுருத்து எல்லாம் மாப்பிள்ளையைச் சுத்தி வளைத்து 'மொத்து மொத்து'ன்னு மொத்த அறுத்த தாலியை அவனிடம் நீட்டியபடியே, "இந்தா நீ கட்டிய தாலி ஓடிப்போயி எவளுக்காவது கட்டிக்க. இந்தப் பக்கம் ஜென்மத்துக்கும் தலைவச்சுப் படுக்கக்கூடாது" என்று அந்தப் பெண்ணின் தகப்பனார் விரட்டியடிக்க, என்ன செய்வதென்று தெரியாமல், கிராமத்துக்குள்ளேயே மறுகி மறுகி திரிந்திருக்கிறான்! திருவிழாவன்று கிராமம் காட்டிய முகம் வேறு. இன்று அது காட்டிய முகம் வேறு. ஊரில் சிலர் அவனை மடக்கி, "யப்பா... அவங்கே பங்காளிக் கூட்டம் பெரிசு. எதுத்துக்கிட்டு ஒன்னாலே ஒண்ணும் செய்யமுடியாது. படிச்ச பய. பேசாம போயிடு" என்று அறிவுரை சொல்ல, மிஞ்சிய காதலை மட்டும் சுமந்து கொண்டு திரும்பியிருக்கிறான்.

"கொஞ்ச நாள் அமைதியா இருந்தால் அவங்களுக்கே இரக்கம் வந்துடும்ன்னு இருந்தான். 'நீ கோர்ட்டுக்கு போ'ன்னு நான் கூட சொன்னேன். அவனும் அதற்கான வேலைகளை ஆரம்பிச்சான். அதுக்குள்ளே அவளுக்கு வேறொரு

கல்யாணமாகி ஆறுமாதம் கர்ப்பவதின்னு தகவல் வந்தது. ‘சுத்தமா மறந்துடறேன் சார்’னு அப்படியே விட்டுட்டான்” என்றார் அவர்களுக்குப் பாடம் நடத்திய அந்தக் கல்லூரிப் பேராசிரியர்.

மனசுக்கு எட்டியவன், கைக்கு எட்டாமல் போனால் தற்கொலை செய்து கொள்கிற ‘இலக்கியக் காதல்’கள் கூட இனி எண்ணிக்கையில் குறைவுதான். ‘எது சாத்தியமோ’ அதற்கேற்ற மாதிரி எண்ணங்களையும் கனவுகளையும் வளைத்துக் கொள்கிற ‘புதிய சித்தாந்தம்’

காதலில் மட்டுமல்ல, கல்யாண முறைகளிலும் கூட மாறுதல்கள்! தேனி, மேலூர், உசிலம்பட்டி பகுதிகளில் கடைப் பிடிக்கப்பட்டு வந்த் ‘கரை மாப்ளே’, கரை பொண்ணுக் கல்யாணக் கட்டுப்பாடுகளெல்லாம் கூட தளர்ந்து விட்டன.

கரை மாப்ளே?

ஒருவருக்கு அக்கா பொண்ணு – அல்லது தாய்மாமன் பொண்ணு – இருந்தால், அவர்தான் ‘கரை மாப்ளே’!

இந்தப் பகுதிகளில், கரை மாப்ளேயோ, கரைப் பொண்ணோ, ‘வெளியில்’ யாரையாவது காதலிப்பதாய் இருந்தால் ‘கொஞ்சம் யோசித்துத்தான்’ செய்ய வேண்டும். காரணம் – முறைப் பொண்ணைத் தூக்கிக்கொண்டு போய் கல்யாணம் பண்ணிக் கொள்கிற உரிமை முறை மாமனுக்கு உண்டு. இருபது வருஷங்களுக்கு முன் இது மாதிரி நடந்த திருமணங்கள் ஏராளம்!

பஞ்சாயத்துக் கட்டுப்பாடுகள் பலம் பெற்றிருந்த போதிலும் இதை மட்டும் உரிமை என்ற பெயரில் யாரும் கண்டு கொள்ள மாட்டார்கள். அந்தக் குடும்பத்தில் ‘கரை மாப்ளே’ இருப்பது தெரிந்தாலே, ஒரு பயலும், பொண்ணு கேட்க படியேறி வரமாட்டான்.

இன்று?

‘சொந்தத்துக்குள்ளேயே ஏன் மண்டிக்கிட்டு கிடக்கணும்? வெளி இடத்துல கொடுக்கலாமே’ எனப் பெற்றோர்கள் நினைத்தாலும் அல்லது பொண்ணுக்கோ ஆணுக்கோ பிடிக்காது போனாலும் இப்போது ‘தடையேதும்’ இல்லை. ஆனால் சம்பந்தப்பட்டவர்களுக்கு கரைபொண்ணுக்கோ,

(கரை மாப்பிள்ளைக்கோ) கட்டணம் கட்டிவிட வேண்டும். "இவ்வளவு வேணும்... அவ்வளவு வேணும்" என்று பணத்தைக் கேட்டு வாங்குகிறவர்களும் உண்டு.

"ஆமாய்யா! கலப்பைப் பிடிச்சாலும் கப்பல்ல வேலை பார்த்தாலும் 'கரை மாப்ளே' புருஷன்கிறது அந்தப் பொண்ணு பொறந்தவுடனையே முடிவாகிப் போயிடும். அத மீறணும்னு நினைக்கிறவங்க தண்டனை கட்டித்தானே ஆகணும். அதவச்சு அவங்க வேற இடத்துல கல்யாணம் பண்ண ஏதுவாய் இருக்குமே" என்றார் மாரியம்மாள்.

அன்றைய நாட்களில் 'பொண்ணுக்கு சொத்துரிமை' கிடையாது!? கட்டிக் கொடுக்கும்போது என்ன போடுகிறார்களோ, அவ்வளவுதான். 'கூடப் பிறந்தவளது' வழி நசிந்து போய்விடக்கூடாது என்பதற்காக பொண்ணு குடுத்தோ, எடுத்தோ தங்கையின் குடும்பத்தையும் ஒசத்த (உயர்த்த) நினைத்த அண்ணன்மார்கள் செய்தவழி! அன்றும், (பொண்ணு எடுக்காத போது) பிரிவு இருந்தது. வெத்தலையை ரெண்டு துண்டாகக் கிள்ளி உறவை முறித்துக் கொள்வார்கள். திரும்பவும் ஒண்ணுகூட வேண்டுமென்று ரெண்டு பக்கமும் ஆசைப்பட்டால்... இவர்கள் வீட்டிலிருந்து ஒரு சொம்பு தண்ணீர், அவர்கள் வீட்டிலிருந்து ஒரு சொம்புத் தண்ணீர் கொண்டு வந்து இரண்டையும் கலந்து ஆளுக்கு ஒரு மடக்கு குடித்துவிட்டால், 'பகை தீர்ந்தது' என்று அர்த்தமாம், இன்று 'பேப்பரில் எழுதி வாங்கிக்கொண்டு' பிரிகிறார்கள். சொம்பு எடுக்க பல நாட்கள் ஆகுமே!

மாட்டு வண்டியில் போகிற மாப்பிள்ளையும், இதுபோல, 'கரை பொண்ணு' வேண்டாமென்று வெளியில் பொண்ணு கட்டியவர்தான். அதற்கு அவர் சொன்ன காரணம்.

"ரத்த சொந்தத்துக்குள்ளே கல்யாணம் கட்டிக்கிட்டா, பிறக்கிற புள்ள நொண்டியா, மொடமா பிறக்குதுன்னு சொல்றாங்களே" என்றார்.

விஞ்ஞானத்தை மறுக்கிற பெரிசுகளும் உண்டு. "எங்க காலத்துல கல்யாணம் பண்ணிப் புள்ள பெறல? எல்லாம் குருடாவா பொறந்தது? எல்லாம் காசு பெருத்த திமிருங்கய்யா" என்றார் சிவலிங்கம் என்பவர்.

சொந்தத்துக்குள்ளே காதலித்து, பெற்றோர்கள் சம்மதத்துக்காகக் காத்திருந்து, பிறகு திருமணம் செய்து கொண்ட ராமநாதன் வேறு மாதிரி சொன்னார். "எங்கிட்டேயும் சிலபேர் இப்படித்தான் சொன்னாங்க. மனசு ஒண்ணு சேர்ந்துட்டா பொறக்கப் போறது எப்படியிருந்தாலும் காப்பாத்த வேண்டியதுதானே. எல்லாமே மனசுதான் சார்."

உண்மைதான். மனசு நினைத்தால் நினைக்காததையும் நேசிக்க முடியும். விரும்பியதையும் விலக்க முடியும். காதல் திருமணமோ, பெற்றோர் பார்த்து வைக்கும் திருமணமோ... நேருக்கு நேர் பார்த்து, பிறகு போட்டோவில் பார்த்து ஒத்துக்கொண்டபிறகு, திடீரென்று 'மூஞ்சி' பிடிக்காமல் நின்று போன திருமணங்கள் உண்டு.

எதையுமே பார்க்காமல் 'கம்பை' மாப்பிள்ளையாக வைத்து நடந்த பழனித்தேவரின் கல்யாணம் வித்தியாசமானதுதானே!

"கல்யாணம் நிச்சயமானதும் ஊர்ல விதைப்பு ஆரம்பிச்சிட்டாங்க. ஊரோட விதைக்கலன்னா ஊரோட அறுக்க முடியாது. வீட்டிலிருந்து நெத்தி உயரக் 'கம்புக் குச்சி'யைப் பொண்ணு வீட்டுக்கு அனுப்பிவிட்டு, நான் ஏரைப் பூட்டிக்கிட்டுக் காட்டுக்குப் போயிட்டேன். கம்புக் குச்சியை மாப்பிள்ளையாக வச்சு, கல்யாணம் முடிஞ்சது. காட்டுவேலையை முடிச்சுட்டு வீட்டுக்கு வந்து பார்த்தா... புதுப் பொண்டாட்டியா இவ உட்கார்ந்திருந்தா. இன்னைக்கும் 'கம்புக்கு வாக்கப்பட்டவள்'னு நையாண்டியாகப் பேசுவேன்" என்றார் பழனித் தேவர்.

இன்றும் அவர்களுக்கிடையில் இருக்கும் நேசத்தை எந்தக் காதலில் சேர்ப்பது?

24

புதிய பயணம்

விடிந்தால் போதும்... மாடு இருக்கிற வீடுகளிலெல்லாம் மத்து கடையும் (தயிர்) சத்தம் கேட்கும். ஒரு படியோ, ரெண்டு படியோ தயிர் உறைய வைத்து வெண்ணெய் உருட்டுவதும், தனதாளு குடித்ததுபோக, ஊராளுகளுக்கு மோரை மோந்து மோந்து கொடுப்பதும், நடுத்தர குடும்பத்தின் அன்றாட நிகழ்ச்சிகளில் ஒன்று.

வீட்டுக்கு ஒரு 'மோர்ப்பானை' இருந்ததால், ஊருக்குள் புதுசாய் யார் வந்தாலும், "ஏ... குட்டிப் பயலே, ஓடிப்போயி செம்பு நிறைய மோர் கொண்டு வாடா..." என்று பெரியவர்கள் வந்தவர்களை உபசரிக்க ஒரு வசதி இருந்தது. இன்று?

"ஐயாவுக்கு மோர் குடு" என்கிற வார்த்தைகள் மறைந்து போனதற்குக் காரணம் 'மக்கள் மனப்போக்கு' மட்டுமல்ல, பணப்போக்கு. நாளுக்கு நாள் பெருகிக் கொண்டிருக்கும் பொருளாதார வளர்ச்சி.

காம்பு வதங்கிச் சுருங்க, பீச்சி பீச்சி பாலை சொஸைட்டியில் ஊத்திவிட்டு, ஏனத்தில் (பாத்திரம்) ஒட்டியிருக்கும் நுரையை வீட்டுக்கு எடுத்துக்கொண்டு போகும் 'புத்திசாலிகள்' பெருகிவிட்டார்கள். தேவை – பணம்! விளைவு கிராமங்களில் கோழி கூப்பிடுவதற்கு முன்னால் பீச்சப்படுகிற பால், 'கோழி முழிக்கும் போது' மதுரை எல்லைக்குள் கேன் கேனாய் இறங்கியிருக்கும்!

மோர்ப் பானையும் கிடையாது; உபசரிப்பும் கிடையாது. முருங்கை இலைபோட்டு உருக்கும் நெய் வாசனையும் கிடையாது. கிடைத்ததையும், விளைந்ததையும் கிராமத்துக்குள்ளே பகிர்ந்து கொண்டவர்கள், பஸ் வசதி கிடைத்தால் நகரத்தோடு பகிர்ந்து கொள்கிறார்கள். அன்று ஊருக்குள் பகிர்ந்துகொண்டபோது பதிலாகக் கிடைத்தது பொருள். இன்று பதிலாகக் கிடைப்பது பணம்!

பருத்தி, புளி, நாட்டுக் கோழி முட்டை, காட்டில் விளைந்த பயறு... இப்படிக் கடைக்காரரிடம் 'தட்டுப்படுகிற'தை நீட்டினால், பதிலுக்கு, 'வெந்தயம், சீரகத்திலிருந்து நல்லெண்ணெய் வரைக்கும்' எதுவும் பண்டமாற்றாகக் கிடைத்தது. அன்று அதையே பணமாய் மாற்றிக்கொண்டு செலவு செய்கிற 'பக்குவம்' தெரியவில்லை. வெளி உலகத் தொடர்பும் இல்லை. இன்று பட்டணத்து வியாபாரிகள் 'கொள்முதல்' செய்ய கிராமங்களுக்குப் போகவேண்டியதில்லை. கிராமங்களே... அவர்களைத் தேடி வந்து விடுகிறது. ஒரு வகையில் பார்த்தால், அன்று 'பண்டமாற்று' என்கிற பெயரில், 'பொருளின் மதிப்பு' தெரியாமல் மக்கள் 'ஏமாளி'யாயிருந்திருக்கிறார்கள் என்று கூடத் தோன்றுகிறது!

ஆனால், அந்த ஏமாளித்தனத்திலும் ஒரு இன்பம் கிடைத்தது. ஜனங்களுக்குள் நடந்த (மதிப்பறியா) 'கொடுக்கல் வாங்கல்'களில் இழையோடும் பாசம் தெரிந்தது ஒரு கொட்டான் (ஓலைப் பெட்டி) வெண்டைக்காய்க்கு ஒரு கொட்டான் வேர்க்கடலை சமமில்லைதான்... ஆனாலும் அது அவர்களுக்குள்ளே ஓர்

‘அந்நியோன்யம்’ வளர்த்தது. இன்று வெண்டைக்காய்க்கும் வேர்க்கடலைக்கும் விலை தெரிந்து போனதால்... மன்மோகன் சிங் மாதிரி இந்த மக்களும் கணக்கு பண்ண ஆரம்பித்து விட்டார்கள். நேசமும், பாசமும் தராசுத் தட்டில்!

கண்மாயில் தண்ணி வத்துகிறது என்றால், ‘மீன் பத்தல்’ போடுகிறவருக்கு ஊருக்குள் ‘கௌருதை’ கூடிவிடும். அவரும் ‘விளையாட்டாக’த்தான் பத்தல் போடுவார். தண்ணி கட்டி, மண்முட்டி பதித்து... அதில் ‘பளிச் பளிச்’னு அயிரை மீன் துள்ளி விழுவதைப் பார்ப்பதில் ஓர் ஆனந்தம். ராத்திரி நேரத்தில்தான் அயிரை மீன் நல்லா சாயும் என்பதால் ‘வெட வெட’னு ஆட்டுகிற குளிரில் போர்வை போர்த்திக்கொண்டு கிடப்பார். விடிந்தால் – பத்தலைச் சுத்தி பாத்திரங்கள் கிடக்கும். ‘ரெண்டு கை மூணு கை’ன்னு அள்ளி அள்ளி பாத்திரத்தை நிரப்ப நல்ல விதமாய் ‘நாலு வார்த்தை’ பேசிவிட்டு, எல்லோரும் பாத்திரத்தை எடுத்துக்கொண்டு போவார்கள். பெரும்பாலும் இவர்கள் பீடி குடிப்பவர்களாய் இருப்பார்கள்.

பீடிக்கட்டு கொடுத்தால் மட்டும் வாங்கிக் கொள்வதுண்டு. யாராவது காசு நீட்டினால், “சும்மா மீனைத் திங்க காசு எதுக்கப்பா” என்று மறுப்பார். ரொம்ப வற்புறுத்தினால் “போ... போ... ஒந் தோட்டத்தில் ஒரு நா குழம்புக்குக் கத்தரிக்காய் பிடிங்கிக்கிறேன்” என்பார்.

முட்டி நிறைந்து அள்ளிப் போட பாத்திரம் இல்லையென்றால் கம்மாக்கரையில் காட்டு வேலை முடித்து போகிறவர்களின் ஏனத்தைப் பிடுங்கி, “இந்தா, வராஞ்சோறு வடிச்சு, மீன் குழம்பு வச்சுச் சாப்பிடு” என்று அள்ளி அள்ளிப் போடுவார். இன்று பெரும்பாலான கண்மாய்கள் ‘மீன் ஏலம்’ போய் விடுவதால் இந்தக் காட்சியெல்லாம் ‘சென்ஸார்’ ஆகிவிட்டது. மீறி யாராவது ஓடையிலோ குட்டையிலோ பத்தல் போட்டாலும், ‘தராசு வைத்து’ நிறுத்துத் தருகிற காட்சிகள்தான் இப்போது உண்டு.

“கெடாக்கறி கிலோ நாப்பது ரூபான்னு கிராமத்திலேயே விக்கிற இந்தக் காலத்துல, எவனாவது மீன் ஓசியில அள்ளிக் கொடுப்பானா? அன்னிக்குக் கொடுத்தா எல்லாப் பயல்கள் கிட்டேயும் நன்றி இருந்துச்சு. இன்னைக்கு ‘என்னய்யா, சரி இல்லாத மீனைக் கொடுத்துட்ட... நெறுநெறுன்னு மணல் தட்டுச்சு’ன்னு ஓசியில கொடுத்தவன்கிட்டயே நொட்டை

சொல்லிட்டுப் போவான்" என்றார் திருமங்கலம் கம்மாயில் (மழைத்தண்ணி) பத்தல் போட்டிருந்த பழனிச்சாமி.

(என்ன நினைத்தாரோ, 'பையில் ஏதாவது வச்சிருந்தா குடுங்க' என்றார், மீன் அள்ளிப்போட! 'ஊர் ஊராகச் சுத்திக்கிட்டிருக்கும் போது எங்க குடுத்து சமைக்கிறது..? வேண்டாமுங்க' என்று மறுத்ததும் அவர் முகம் வாடிப் போனது. 'திரும்பி வரும்போது இந்தப் பக்கம் வாங்க. என் வீட்டிலேருந்து சமைச்சு எடுத்து வரச் சொல்றேன்' என்றார். ஆனால், அன்று இரவு வேறு வழியில் மதுரை வந்து சேர்ந்தேன். அவர் காத்துக்கொண்டிருந்தாரா இல்லையா என்பது எனக்குத் தெரியாது. இருந்தாலும் சாரி... பழனிச்சாமி!)

பணப் புழக்கமும், அது சார்ந்த எண்ணங்களும், நகரத்தோடு ஏற்பட்ட வியாபாரத் தொடர்பும், கிராமத்தோடு கலந்த பட்டணத்து பொருளாதார வளர்ச்சியும், இந்த மண்ணின் தன்மை மாறுவதில் பெரும்பங்கு கொண்டிருக்கின்றன.

தண்ணிச் சாலில், சருவப்பானை உட்கார ஒரு 'பிருமனை' வேண்டுமென்றால், கஞ்சிக்கு வருகிற டொம்பனிடம் சொன்னால் போதும்... "யத்தா... நல்ல இறுக்கமாதான் கட்டி இருக்கேன். அடுத்த பொங்கல் வரைக்கும் 'கிண்'னு இருக்கும்" என்று பிருமனைகளோடு வாசலில் வந்து நிற்பான். காசு படைத்தவர்கள் வசதிக்கேற்ப மரக்கட்டையிலும், இப்போது எவர்சில்வரிலும் பிருமனை வந்து விட்டது. ஆக்கை பிடுங்கி, தண்ணீரில் ஊற வைத்து (பின்னும்போது இடைவெளி விழாது) கொடுத்தால் போதும். பொடிக்கும் கோயிலைக்கும் உட்கார்ந்த இடத்திலேயே பேச்சுக் கொடுத்துக்கொண்டு கூடை பின்னிக் கொடுக்க ஆட்கள் இருந்தார்கள்.

வெத்தலை பாக்கு வாங்கிக்கொண்டு, சாயங்கால நேரத்தில் மாட்டுக்குக் 'கொம்பு சீவ' ஆள் இருந்தார்கள்.

தொரட்டி அருவா – வால், ஆட்டுக்கு அழகாய் முடி வெட்ட (இல்லையென்றால் குட்டி வளராமல் நறுக்கி விடும்) ஆட்கள் இருந்தார்கள்.

நல்லநாள், திருவிழாவுக்கு எண்ணெய் தேய்த்துவிட, கட்டிலுக்குக் கயிறு பின்னிவிட்டு மண்வெட்டிக்குக் கணை செதுக்கிக் கொடுக்க... இப்படி வெட்டிப் பொழுதை 'கைவண்ணம்' காட்டுகிற நோக்கில் செலவு செய்தவர்கள்

ஏராளம். மற்றவர்கள் தனது வேலையை வேடிக்கை பார்த்து, 'மெச்சு'வதையே 'கூலி'யாக நினைத்தவர்கள்.

இன்றைய நடைமுறை வாழ்க்கை எல்லோரையும் 'விழிப்படைய' வைத்துவிட்டது. ஓசியில் பின்னிக் கொடுத்த கூடையைச் சந்தையில் உட்கார்ந்து பின்னினால், பத்திலிருந்து பதினைந்து ரூபா வரைக்கும் கிடைக்கும் என்கிற உண்மைக்கு முன்னால் 'பைசா பெறாத பாராட்டு' தேவையில்லாமல் போனது.

காத் துட்டு, அரைத் துட்டை வேட்டி முந்தியில் முடிந்துகொண்டு, பார்த்துப் பார்த்து காலந்தள்ளிக் கொண்டிருந்ததெல்லாம் பழைய கதை! டீக்கடையில் ஆரம்பித்து டெண்ட் கொட்டகை வரை எங்கும் பைசா செலவுதான். அத்தியாவசிய பணப்புழக்கம் கிராமத்து ஜனங்களின் திடகாத்திரத்திலும் எதிரொலிக்கிறது.

'நடை' என்பது கிராமத்தாளுக்கு சர்க்கரை கட்டி. "பொடி நடையா கிளம்புனா பொழுது பரிய (விடிய) அழகர்கோவில் போய்ச் சேந்துடலாம்..." என்று முப்பது நாற்பது கிலோ மீட்டரை ஒரே மூச்சில் நடந்தே கடந்த இவர்களும், கண்ணாபுரத்துல காளை வாங்கி, ஐம்பது மைல் சுற்றளவுக்கு நடந்தே மாடு பிடித்து போனவர்களும் கலந்த ஒரு மூத்த தலைமுறையும், மூணு கிலோ மீட்டர் நடப்பதற்கு தவங்கி மூணு மணி நேரம் பஸ்ஸுக்காகக் காத்துக் கிடக்கிற புதிய தலைமுறையும் சேர்ந்து வாழுகிற (கிராமங்களில்) காலகட்டம் இது.

"இப்ப எவன் ஒடம்பு ஒரமா இருக்கான்? எல்லாம் ரத்தம் செத்தபயலுக" என்று கிழடுகள் இன்றைய தலைமுறையைக் குறைபடுவது வாடிக்கைதான். ஆனால், ஆண்டிப்பட்டி, மேலூர் அருகே பார்த்தால் பஸ் பயணம் அவையெல்லாம் உண்மைதானா என்று எண்ண வைத்தது. நெடுந்தூரப் பயணம் இல்லை. மூணு நாலு கிலோ மீட்டருக்கு பஸ் கூரைப் பயணம். பஸ் தொடாத கிராமங்கள் சில உண்டென்றாலும் பஸ் ஏறாத ஜனங்கள் மிகக் குறைவு.

நகரத்தையும், கிராமத்தையும் ரெண்டு ரூபாயில் இணைத்து கிராமங்களில் படுவேகமாய் நாகரிகத்தை இறக்கிவிட்ட பெருமை இந்தப் பேருந்துகளுக்கு உண்டு. இதன் பாதிப்பு கிராமப் பொருளாதாரத்திலும் உண்டு.

சில வருடங்களுக்கு முன்பு வரை இந்த மக்கள் புதுத் துணிமணி எடுப்பதெல்லாம் 'காடா விளக்கு வெளிச்சத்தில்' நடக்கும் ஏலத்தில்தான். ஊருக்கு மகுமை (சுங்க வரி) கட்டி, சைக்கிளில் வந்த வியாபாரி ஊருக்குள் சாட்டி விட்டு கடை விரித்ததும்... ஏலம் பார்ப்பதே ஒரு பெரிய வேடிக்கை. வேட்டி, சேலை, போர்வை, சட்டைத்துணி, ஜாக்கெட் துணி... எனப் புது உருப்படிகள் அத்தனையும் ஏலத்தில் எடுப்பார்கள். இதற்காகக் காசு சேமித்து காத்திருப்பார்கள்.

நிஜமாக துணியெடுக்க ஏலம் கேட்பவர்களும் உண்டு. சும்மா ஏத்திவிட்டு, தெகையாமல் போனால் (விலை கட்டாது போனால்) அந்த ஏவாரி(வியாபாரி) தருகிற கமிஷன் காசில் (ரூபாய்க்கு 2 பைசா) பீடி, வெத்தலை வாங்கலாம் என்கிற நினைப்பில் ஏலம் கேட்பவர்களும் உண்டு.

காசில்லாதவர்கள் புதுத்துணி பார்த்து மனசுக்குள் முழம் போடுவதும், கூட்டத்தோடு நின்று துணியைத் தடவிப் பார்ப்பதும், மூக்குக்குப் பக்கத்தில் கொண்டு போய், கோடித் துணியின் வாசனையை மோப்பம் பிடிப்பதும்... ஏழ்மையின் ஏக்கங்கள்...

ஏலம் கேட்டு, "இந்தா பிடி...!" என்று ஏலக்காரன் உருப்படி தூக்கியெறிந்துவிட்டால் தலையை அடகு வைத்தாவது புரட்டிக் கொடுக்கிற கண்ணியமும் இருந்தது கிராமத்தில். ஏலம் முடிந்த பின்னாலும் ரெண்டு மூணு நாளைக்கு ஊர் முழுக்க இதே பேச்சாயிருக்கும். நல்ல துணிதானா? ஒரு வருஷத்துக்குத் தாங்குமா? சரியான விலைதானா?

இன்று அந்தச் சிக்கலில்லை. 'பேரம் பேசாதீர்கள்' போர்டு போட்ட கடையைப் பார்த்து, பேரம் பேசித் துணி வாங்கிறதுக்கு தைரியமும் உண்டு. பஸ் வசதியும் உண்டு. அவ்வளவு ஏன்? முடி வெட்டுவதற்காக பஸ் ஏறி, பட்டணம் போய் திரும்பும் ஆட்களும் இருக்கிறார்கள். முடி வெட்டிக் கொண்டிருந்த மாரியப்பன் சொன்னார்: "கொஞ்சம் அப்பிடி இப்பிடி 'டிரெஸ்' பண்ற இளவட்டங்க நம்மக்கிட்டே தலை நீட்டாதுக (சாத்தையாறு அணை அருகே கோவில்பட்டி) வாடிப்பட்டிக்கோ, மதுரைக்கோ போயி சேர்ல சாய்ஞ்சு நாலா பக்கமும் கண்ணாடி பார்த்துக்கிட்டு வெட்டணும்னு ஆசைப்படுதுக. அவங்கள கட்டாந்தரையில் உட்காரவச்சு வெட்டினா தாங்குமா? ஆத்தமாட்டாத கிழடு கட்டைக,

குட்டிப்பிள்ளைகள்தான் நம்மக்கிட்ட வருது. அதுகளுக்குத்தான் நம்ம வெட்டுப் புடிக்குது. இளவட்டங்களுக்கு 'அட்டாக்'வெட்டு வேணுமாம்... (முனையில் கூடுதலாக முடி; பின்னால் சற்று குறைவான முடி...) நமக்குத் தெரிய மாட்டேங்குதே..." என்றார்.

"கூலி எப்படி? வருஷக் கூலியா?" "அதெல்லாம் அப்பன் ஆத்தாவோட போச்சுங்க. எல்லாத்துக்கும் காசுதான். முடி வெட்டினா அஞ்சு ரூவா. ஷேவிங் ரெண்டு ரூவா."

உடனே, முடி வெட்டிக்கொண்டிருந்த, சங்கர், "காசு கொடுத்தாலும், ஆளு (முடி திருத்துபவர்) கிடைக்கிறது கஷ்டமாயிருக்கு சார். மூணு நாளா இவரை விரட்டி புடுச்சு உட்கார வச்சிருக்கேன்" என்றார் சிரித்துக்கொண்டே.

வருஷக்கூலியாய் மரக்கா கணக்கில் தானியம் வாங்கிக் கொண்டது மறைந்து, ஊதியமாய்ப் பணம் வாங்குவதால், மற்றவர்களைப் போல சம அந்தஸ்தான நிலைமை ஏற்பட்டிருக்கிறது. காலையும் மாலையும் கஞ்சிக்குப் போவது நின்றுவிட்டது. துட்டுத் திமிரு படைத்தவர்கள் கூப்பிட்டனுப்பினால் துண்டை கக்கத்தில் இடுக்கிக் கொண்டு ஓடி, "சாமி... வந்துட்டேன் சாமி", என்று வீட்டுக்குப் பின்பக்கம் வளைந்து நின்ற அடிமைத்தனத்திலிருந்து இளைய தலைமுறை விடுபட்டுவிட்டது.

இருபதாண்டுகளுக்குள் நடந்த பொருளாதார ஏற்றங்களால் இது மாதிரியான 'ஜாதீய வக்கிரங்கள்' பெருமளவுக்கு மறைந்துவிட்டன. ஆனால், கிராமங்கள் இவர்களை நாடி நிற்பது மட்டும் குறையவில்லை. பிறந்த குழந்தைக்கு கோவிலில் முடியெடுப்பதிலிருந்து பாடை பிரித்து, துணி பிரித்து, சுடுகாட்டில் பிணத்தை அமுக்குகிற வரை... குடும்பத்தின் துக்க, சந்தோஷம் அத்தனைகளிலும் கலந்து கொள்கிற உரிமை இவர்களுக்கு உண்டு. பணமாய் கூலி வாங்குவதிலும் 'இந்த உறவு' தொடருமா என்பதை இனி வரும் காலம்தான் வரலாறு சொல்லும்.

செருப்பு தைப்பவர்களும், தோட்டிகளின் வாழ்க்கையும் இவர்களைப் போலவே மாறியிருக்கிறது. சாக்கடை சுத்தம் பண்ணுகிறவர்களும் இவர்களே. ஊரில் 'துக்கம்' விழுந்தால் இழவு சொல்லிகளும் இவர்களே! இழவு வீட்டுக்காரர்கள்

தருகிற ஒரு ரூபாய்க்கும் ரெண்டு ரூபாய்க்கும் 'ஓட்டமும் நடையுமாக' ஊர் ஊராய் ஓடி, சேதி சொல்லிவிட்டு, பாடை தூக்குவதற்கு முன் ஊர் திரும்ப வேண்டும். இன்று இழவு சொல்லுவதெல்லாம் சொந்தக்காரர்களே செய்து கொள்கிறார்கள். மற்ற ஜாதி மக்களைப் போல, இவர்களும் காட்டுவேலைக்குப் போய் கூலியைப் பணமாக பெறுவதால்... ஏற்பட்ட சின்ன ஏற்றம்.

'இன்னார் இன்ன வேலைதான் பார்க்க வேண்டும்' என்றிருந்த கட்டுப்பாடுகள் தளர்ந்ததன் முழு முதல் காரணம் - இந்தப் பொருளாதார வளர்ச்சி. கிராமத்தின் ஒட்டுமொத்த தயவு இல்லாமலே 'வாழ முடியும்'... மற்றவர்களின் துணையில்லாமலே தனித்து நிற்க முடியும் என்ற நம்பிக்கை பிறந்திருக்கிறது.

ஆனால், மகிழ்ச்சியோ, துக்கமோ எது வந்தாலும், கூட நிற்பதற்கு ஊர் இருக்கிறது என்று நினைத்துக்கொண்டிருந்த சாமான்யனின் நம்பிக்கை தேய்ந்து கொண்டிருக்கிறது.

25

உத்தரவு வாங்கிக்கிறேன்

சுமார் ஏழு மாதங்கள்...

'வாக்கப்பட்ட பூமி' எனும் நாலு பக்கச் சுவருக்குள் ஒவ்வொரு ஞாயிற்றுக்கிழமையும் உங்களோடு உட்கார்ந்து, பார்த்தது, கேட்டது, ரசித்தது, வியந்தது, வருந்தியது (சுற்றுப் பயணத்தில்) என வரிசைப்படுத்தி, கிராமத்து தேசத்தில் நடந்துகொண்டிருக்கிற கலாசார பண்பாட்டு மாற்றங்களைப் பகிர்ந்துகொண்ட திருப்தியில்... முடிவுரையில் வந்து நிற்கிறேன்.

வளரும் 'நகரத்து நாகரிகம்' இந்த மண்ணின் இயல்பையும், கலப்படமில்லாத யதார்த்தங்களையும் தலைகுப்புற கவுத்திப் போட்டுவிட்டது நிஜம்.

அதற்கு 'மாற்றம்' என்று ஒரு பெயருண்டு. வளர்ச்சிக்கும் தளர்ச்சிக்கும் ஒரே பெயர்.

மண்ணுக்கும் மலைக்கும் மாற்றம் என்பது இயற்கை. ஜீவனில்லா பொருளுக்கே மாற்றம் உண்டென்கிறபோது, ஆறறிவு படைத்த இந்த மனித சமூகத்திற்கு?

நிச்சயம் உண்டு. அதை மாற்றவோ, தடுக்கவோ, தன் இஷ்டத்துக்கு வளைக்கவோ எவராலும் முடியாது. ஆனால், அந்தச் சமுதாயம், தென்படுகிற மாற்றத்தை எந்த வகையில் எதிர்கொண்டு, எப்படி ஏற்றுக்கொள்கிறது என்பதைப் பொறுத்தே அதன் எதிர்கால வாழ்க்கை முறை அமையும்.

வயது மூத்தவர்களுக்கு மரியாதை; முதியவர்களிடம் அனுசரணையான உபசரிப்பு; பாரவண்டி இழுக்கிற மாடு படுத்துக்கொண்டாலும் வழியில் போகிற வருகிறவர்களெல்லாம் ஓடி வந்து தூக்கி விடுகிற அந்த உதவும் குணம்; பேச்சு, செயல்– இவற்றில் இரண்டறக் கலந்த நேர்மை; விடிந்த திலிருந்து பொழுது அடங்கும் வரை அவர்களது வாழ்க்கை யிலிருந்த கிராமியம், இன்று அத்தனையிலும் தனிமனித சிந்தனையின் சாயல் தெரிகிறது. இதுவே கிராமக் காற்று சுவாசித்த அத்தனை பேரது ஆதங்கமும் கூட! (அலுவலகம் வந்த வாசகர் கடிதங்களில் நிறையவே தெரிந்தது.)

இவற்றையெல்லாம் கோடிட்டுக் காட்டவே இந்த இருபத்தியேழு வாரங்கள்.

இளைஞர்களின் வீரத்தையும், உடல் வலிமையையும் காட்டிய இளவட்டக் கல்லில் ஆரம்பித்து, பாரபட்சமின்றி நடந்த பஞ்சாயத்து, அதன் தலைவர்கள், நாட்டுப் பஞ் சாயத்து, அன்று வழங்கிய விநோத தீர்ப்புகள், கிராம வாழ்க்கைக்கும், மண் பாத்திரங்களுக்கும் இருந்த அந்நியோன்ய உறவு, பிறகு அது மறைந்த நிலைமை, சாமக்குறி சொன்ன குடுகுடுப்பைக்காரர்களின் வாழ்க்கை மாற்றம், பொண்ணு கட்டுவதற்காகச் சுடுகாட்டைச் 'சொந்த பூமி'யென எழுதிவைத்து, பிறகு தான் பெத்த பொண்ணையே பார்க்க முடியாமல் தவித்த மொடா மாயாண்டி.

அமிர்தமாய் நினைத்த தாய்ப்பாலுக்கு, ஏற்பட்ட தட்டுப்பாடு; வயித்துச் சுமையை இறக்கி வைக்காமலேயே இறந்து போன கர்ப்பிணிகள் கதை சொன்ன சுவடு தெரியாமல் அழிந்துபோன சுமைதாங்கி; மஞ்சுவிரட்டில் 'கொம்பு முத்தம்' வாங்கி மாண்டாலும் பெருமையென நினைத்த இளைஞர்கள்; கிராமக் கட்டுக்கோப்பு குலைந்ததால், வீரம் பற்றிய கோட்பாடுகள் மாறியதால் மறைந்த ஜல்லிக்கட்டு, வெளுத்த உள்ளங்களாய்; வாழ்ந்த ஏகாலிகள்; கையெடுத்துக் கும்பிட்டுவிட்டு காட்டுக்குள் இறங்குகிற நம்பிக்கையிலிருந்து, 'மர்மச்சாவை'யும் மறைக்கும் கடவுள் நம்பிக்கை; பூசாரி பதவிக்காகப் படித்த இளைஞர்கள் போட்ட சண்டையும், உறவு கூட வைக்கும் கோவில் திருவிழாக்களும்; சொரக் குடுக்கையின் மகிமையால் அதிர்ஷ்டம் கதவைத் தட்டியும் கள்ளு கஞ்சா குடிப்பதற்காகப் பட்டயம் வாங்கிய கூலு சேர்வை; கூட்டுக் குடும்பத்தின் மகிமையும் 'கத்தரிக்காய் குழம்பு'

சண்டையால் பிரிந்த கிருஷ்ணக் கோனார் குடும்பமும், பொண்ணு சுமக்கும் பூமியென கிராம வாழ்க்கையை இயக்குகிற பெண்களின் அத்தியாவசிய கடமைகள்; மறையும் பேய் பலம்; மாறிய நாக்கு ருசி; அழிந்த ஆபரணமும், லவுக்கை பச்சை அமராவதியும், எதிர்காலம் தெரியாமல் நைந்துகொண்டிருக்கும் விவசாயம்.

தொலைந்துகொண்டிருக்கும் தாலாட்டு, கும்மி, ஒப்பாரிப் பாடல்களும், சினிமாப் பாட்டுப் பாடும் குமரிகளும், சேவைக்கென பேர் பெற்ற அய்யாத்துரை வாத்தியாரு… கேள்விக்குறியாய் நிற்கும் இன்றைய கிராமத்துக் கல்வியும், குட்டிப் பிள்ளைகள், இளைஞர்கள், குமரிகள் கிராமத்து விளையாட்டை வாரிச்சுருட்டி ஏப்பம்விட்ட டி.வி., சினிமா, நெஞ்சம் இளகிய சீனியாத்தாவும், வாஞ்சையான வைத்தியர்களுக்கு ஏங்கும் கிராமமாகவும், தலைவர் அய்யாவும், இன்றைய அரசியல் போக்கும், இந்த மண்ணின் வாசனை தொலைத்த காதலும், திசைமாறிய கல்யாண உறவுகளும்; பொருளாதார வளர்ச்சியில் புதிய பயணம் காணும் கிராமங்களில் முடித்திருக்கிறேன்.

காசி, திருப்பதி, ராமேஸ்வரத்துக்குக் கட்டுச்சோறு கட்டி சுற்றுலா போனவர்கள் (கிராமத்தில்) திரும்பியதும் ஊருக்குள் ஒருத்தரையும் உறங்க விடமாட்டார்கள். சும்மா ‘தொணதொண’ன்னு குளத்து மீனுக்கு வாங்கிப் போட்ட பாக்கெட் பொரியிலிருந்து, குரங்கு பறித்துக்கொண்டு ஓடிய கொய்யாப் பழம் வரைக்கும் சொல்லிச் சொல்லி ஓய்ந்து போவார்கள்.

“யே! போதும்டா ஓம்பேச்சு, புளிச்சுப் போச்சு. அருவகமா ஊரைச் சுத்தினவன் மாதிரி ‘சவசவ’ன்னு பேசிக்கிட்டு, வேலையைப் பாக்க விடப்பா…” என்று யாராவது உள்புகுந்து தடுத்து நிறுத்தி பேசுகிற வரைக்கும் அந்த ‘அறுவை’ தொடரும்.

இங்கேயும் (வாக்கப்பட்ட பூமியில்) அப்படி ஒரு சூழல் (?) வந்துவிடுவதற்கு முன்பே சுதாரித்துக் கொள்வது புத்திசாலித்தனம் தானே!

சரி. கிராமங்களில் நடந்த, நடந்துகொண்டிருக்கிற கலாசார ரீதியிலான மாற்றங்கள் இவ்வளவுதானா? 27 வாரங்களுக்குள் முழுமையாகச் சொல்லப்பட்டுவிட்டதா? என்கிற கேள்வி எழுகிறதுதானே?

முழுமையாகச் சொல்லப்படவில்லை என்பதுதான் அதன் உண்மையான பதில்.

பழம் பாரம்பரியத்தின் 'குறிப்பெடுக்காத முத்திரைகள்' இன்னும் எக்கச்சக்கமாய் இருக்கின்றன. வாக்கப்பட்ட பூமியில் வாசிக்கப்பட்டிருப்பது 'தலைப்புச் செய்திகள்' மட்டுமே. இன்னும் சொல்லப்பட வேண்டிய, பதிவு செய்து கொள்ள வேண்டிய சம்பவங்களும், பண்பாட்டுத் திரிபுகளும் ஏகமாய்க் கிடக்கின்றன. கட்டடக்கலையிலிருந்து வர்மக்கலை வரை 'அறிவியல்', 'பழைய ஆட்கள்' பற்றிக் குறிப்புகள் என்று எழுதப்பட வேண்டியது ஏராளம். ஒரே மூச்சில் ஆழம்பார்க்க இது என்ன மெரினா (அண்ணா) நீச்சல் குளமா? இந்து மா சமுத்திரம்.

மதுரை மாவட்டம் என்று குறுகிய எல்லை வகுத்துக் கொண்டு வீசிய வலையில் சிக்கியவற்றைத்தான் 27 வாரங்களில் பரப்பியிருக்கிறேன். கடல் அளவில் இது ஒரு கையளவுதான்!

விஞ்ஞானத்தில், 'நேற்றுவரை என்ன கண்டுபிடித்திருக்கிறார்கள்' என்று தெரிந்துகொண்டு காரியத்தில் இறங்குவதைப் போல வாழ்வியலிலும், 'நேற்று வரை எப்படி வாழ்ந்திருக்கிறார்கள்' என்று தெரிந்துகொள்வது இந்தக் 'கையளவின்' நோக்கம்.

பழைமை சிறந்ததா? புதுமை உயர்ந்ததா? – இந்த இரண்டு கேள்விகளும் தொடர் முழுக்க மாறிமாறி எதிரொலிக்கத்தான் செய்தன.

பழைமையில் கோளாறுகளும் இருந்தன; புதுமையில் புரட்சிகளும் இருந்தன. ஆனால், பழைமையை ஓட்டடச்சட்டியை ஒடப்புல வீசுவதுபோல, தூக்கியெறியாமல் அதிலிருக்கும் நல்ல அம்சங்களை ஈர்த்துக்கொண்டு புதுமையின் ஆரோக்கியத்தைச் சுவாசிக்கிற சமுதாயமே நீண்டு உயிர்த்திருக்கும்.

"தறுதல பய உலகமா போச்சுப்பா. முந்நூறு ரூவாயை முடிஞ்சுட்டுப் போயி ஜாதி சனம் அம்புட்டுக்கும் தங்கத்துல பூட்டுன காலம் போச்சு. ரூபாய்க்கு 7படி அரிசி போட்டவன் கிலோ அரிசிக்கு ஏழு ரூவா கேட்கிறான்..." இப்படிப் பேசுகிற பெரிசுகளும், "அன்னைக்கு கரம்பை மண்ணு போட்டு குளிச்சே. இன்னைக்கு நுரை வேணும்னு ஓசியில சோப்பு கேட்குதில்ல உடம்பு. சும்மா பீத்திக்காம வாழ்ந்தமா செத்தமான்னு போகணும்..." இப்படிப் பேசுகிற சிறுசுகளும் எல்லாக் காலத்திலும் உண்டு.

பழைமை எளிமையானது, யதார்த்தமானது என்பதற்காக 'எல்லோரும் பின்னால் திரும்பி ஓடுங்கள்' என்ற சொல்ல

முடியாது. கிராமங்களின் அன்றைய ஆஸ்தான உடுப்பு கோமணம் (கோவணம்). இன்று சினிமாவில் பார்த்தாலே சிரிப்பு வருகிறது. கிராமியம் வேண்டுமென்பதற்காக 'கோமணத்துக்குப் போ' என்று யாரையும் அனுப்ப முடியாது. உணவிலிருந்து உபசரிப்பு வரை எல்லாமே பழைய காலத்தைப் போல (கற்பனையாக) மாறுகிறது என்றே வைத்துக் கொள்வோம். கிராமத்தில் பிறந்து, வளர்ந்து நகர வாழ்க்கை வாழ்பவர்களால் திரும்பவும் போய்விட முடியாது. காரணம் "ஒரு நிலையிலிருந்து இன்னொரு நிலைக்குத் தாவிவிட்ட 'வாழ்க்கை நிலை'யின் வளர்ச்சி! இதே 'நிலை மாறுதல்'தான் கிராமங்களிலும்.

ஆனால், இவை யாவும் நிலையானவையும் அல்ல. இன்றைய தலைமுறைக்கு 'புதுசு' எனப்படுவது வருகிற சந்ததிக்கு அரதப் பழசாகிப் போகும். நீண்ட பயணத்தில் 'இளைப்பாறுதல்' போலத்தான் இந்த மாறுதல்களும். நாளை 'வேறு' மாற்றங்களை எதிர்கொள்ளக் கூடும். அதே நேரத்தில், 'கிராமங்களெல்லாம் மாறிவிட்டன. நாகரிகம் ஈர்க்கப்பட்டிருக்கின்றது' என்கிற வாசகங்களை வைத்துக்கொண்டு கிராமத்துப் பொம்பளை 'சுடிதார்' போட்டுக் கொள்வார் என்று நினைக்கவும் முடியாது.

விதிவிலக்குகள் இங்கேயும் உண்டு. மூட நம்பிக்கைகளுக்கு அப்பனான கிராமங்களும், கட்டுப்பாடுகள் நிறைந்த (பஸ், சினிமா அதிகம் தொடாத) கிராமங்களும், இன்னும் அந்த வாசனையை நுகர்ந்துகொண்டுதான் இருக்கின்றன. அதிகப்படியான கிராமங்களில், பெரும்பகுதியான மக்களிடம் நடந்துகொண்டிருக்கிற பண்பாட்டு கலாசார மாறுதல்களே 'வாக்கப்பட்ட பூமி'யில் வாசிக்கப்பட்டிருக்கிறது. இருபது முப்பது ஆண்டுகளில் கண்கூடாகத் தெரிகிற மாற்றங்கள் இவை.

வாசகர் குமரி மைந்தன் எழுதியிருந்த வரிகள் இந்த இடத்தில் பொருத்தமானதாக இருக்குமென்று கருதுகிறேன். 'ஒரு சமுதாயம்' என்று அது தன் பழைய வரலாறுகளைப் பதிவு செய்து கொள்ளும் வலிமை பெறுகிறதோ அப்போதுதான் அந்தச் சமுதாயம் உண்மையான வளர்ச்சியடைந்ததாகக் கருதப்படும். அந்தத் தகுதி வந்துவிட்டதாகத்தான் இந்தத் தொடர் காட்டுகிறது.' அவ்வளவே, கிராமங்களின் நேற்றைய பண்புகளை இன்றைய சூழலோடு ஒப்பிட்டுப் பதிவு செய்துகொள்ளும் ஒரு குட்டி முயற்சிதான் வாக்கப்பட்ட பூமி.

இந்தப் பதிவு முயற்சிக்கு உறுதுணையாக இருந்த அத்தனை பேருக்கும் நன்றி கூறி... கிராமங்களில், விடைபெறுவதே, ஒரு

தனி அழகு. காதுகுத்து, கல்யாணம், நல்ல காரியத்துக்காக குடும்ப சகிதமாய் கூடுகிற இடத்தில் பேச்சும் சிரிப்பும் ஒரே கும்மாளமுமாயிருக்கும். பெரிசுகள் பழங்கதை பேசிக் கொண்டிருக்கும். பொம்பளைகள் சொந்தத்துக்குள் நடந்த 'வந்தது போனது' பற்றிப் பேசிவிட்டு, ஊருக்குள் நடந்த நல்லது பொல்லதை' பேசி முடிக்கும். சின்னஞ் சிறுசுகளுக்கு சிறகு முளைக்காத குறைதான்... மாப்பிள்ளை பெண்ணுக்குப் பக்கத்தில் நின்று வேடிக்கை பார்த்த நேரம் போக நீளவளையமாகக் கயிறு கட்டி வீட்டுக்குள் பஸ் ஓட்டுவதும், வைக்கப் பிரி கட்டி மரத்தில் 'ஊஞ்சல்' ஆடுவதும்... கால் அசர 'காச்மூச்'னு அங்கெயும் இங்கெயும் ஓடித் திரிவதுமாய்... அந்த வீடு மொத்தமும் 'கலகல'ன்னு சந்தோசமாயிருக்கும்.

'விருந்தும் மருந்தும் மூணு நாளைக்கு' என்பது மறு வீடு போகும் மாப்பிள்ளைக்கு மட்டுமல்ல...

விருந்தாடிகளுக்கும்தான்! கிளம்ப வேண்டிய நேரம் வந்ததும் எல்லாரது முகமும் சூம்பி(சுருங்கி)ப்போகும். குழந்தைகள் மட்டும் விதிவிலக்கு! 'பஸ் பயணம்' பெரிசாகத் தெரியுமேயொழிய பிரிவுத் துயரம் தெரியாது. சொந்த வீட்டுக்காரர்களுக்குத்தான் 'என்னமோ போலிருக்கும்'. 'நாடகம் முடிந்த மேடை மாதிரி வீடு வெறிச்சோடி விடுமே' என்கிற கவலையில் ஒருத்தரோடு ஒருத்தர் பேசிக் கொள்ளக்கூட மாட்டார்கள். ஆனாலும் பிரிந்துதானே ஆகணும்!

பொட்டி, சாமானைத் தூக்கிக்கொண்டு எல்லாரும் வாசலில் வந்து நிற்பார்கள்!

"அப்ப... நாங்க உத்தரவு வாங்கிக்கறோம்...'' ஒருவர் எல்லார் சார்பாக விடை பெற்றதும்,

"வர்றேத்தா."

"திருவிழாவுக்கு மறக்காம வா."

"புறப்படறோம்க்கா... உடம்பைப் பாத்துக்கோ."

"போயி ஒரு காயிதம் போடாத்தா."

"அப்ச்சி... டாடா... எல்லாருக்கும் டாடா."

"போயிட்டு வாடா... வாலுப் பயலே."

"எல்லாருக்கும் வர்றோம்."

சொந்தங்கள் விடைபெறும்போது 'ஊர் எல்லை' வரைக்கும் வந்து வழியனுப்பி வைப்பார்கள். இந்த இடத்தில்தான்

கண்கசக்கி கட்டிப்பிடித்து அழுவதிலிருந்து, கை ஆட்டி சிரிப்பது வரை எல்லாப் 'பிரிவுகளும்' நடக்கும்.

பொத்திப் பொத்தி வளர்த்த மகளை புருசன் வீட்டுக்கு அனுப்பும்போது பொங்கிப் பொங்கி அழுகும் ஆத்தா - (மிலிட்டரியிலிருந்து) முப்பது நாள் லீவு எடுத்து வந்திருந்தாலும், தந்தி வந்ததும், அவசர அவசரமாய் அப்பன் ஆத்தா கால்ல விழுந்து விபூதி வாங்கி, கண்கலங்கி பிரியும் பட்டாளத்தான்... காதலிச்சவன் கரையில் நிக்க, கைபிடிச்சவன் பக்கத்துல நிக்க, கை காட்ட முடியாமல் கலங்கிய கண்ணோடு மௌனமாய்ப் பிரியும் காதலி.

சொல்லிப் பிரிவதும் உண்டு. சொல்லாமல் விடைபெறுவதும் உண்டு.

துக்க வீட்டுக்கு வந்தவர்கள், காரியம் முடிஞ்சதும், அக்கம்பக்கம் யாரிடமும் சொல்லாமல் கொள்ளாமல் கிளம்பி விடுவார்கள்! சொல்லிவிட்டுப் போனால் (போயிட்டு வாரேன்) "திரும்பவும் துக்கம் விழுந்திடும்' என்று ஒரு பயம்! ஆள் இல்லாததைப் பார்த்துதான். 'கிளம்பி விட்டார்கள்' என்பதைப் புரிந்து கொள்ள வேண்டும்.

"இன்னையோட உறவு அறுந்து போச்சு! நாங்க போறோம்" என்று கோபித்துக்கொண்டு போகும் உறவுக்காரர்கள்!

"எப்ப கூப்பிட்டாலும் எங்களை நல்லபடியா நடத்திக் கொடுக்கிறாங்க. அப்ப எல்லாரையும் கும்பிட்டு கிளம்புறோம்..." இப்படி விடைபெறும் மேளக்காரர்கள், நாடகம், கூத்து நடத்துபவர்கள் உண்டு.

இப்படி 'விடை பெறுவதற்கே' கிராமங்களில் ஒரு நீண்ட பட்டியல் உண்டு! இன்ன இடத்தில் இன்னின்னதான் சொல்ல வேண்டும் என்கிற நியதியும் உண்டு.

இங்கே நான் என்ன சொல்லி விடைபெற?

ஒரு நிமிட அவகாசம் தேவை எனக்கு...

இந்தத் தொடர் எழுதுவதற்குரிய தன்னம்பிக்கையும் ஊக்கமும் கொடுத்த, பிறந்தது முதல் இளமைப் பருவம் வரை கிராமியம் ஊட்டிய எனது சொந்தக் கிராமத்துக்குத் தலைவணங்கி உங்களிடமிருந்து உத்தரவு வாங்கிக் கொள்கிறேன்.

૭૦૭